ஒரக்குழி

ஓரக்குழி

வானவன்

எழுத்து பிரசுரம்

Title: Orakkuzhi
Author's Name: Vaanavan

Published by Ezutthu Prachuram

Ezutthu Prachuram
(An imprint of Zero Degree Publishing)
No. 55(7), R Block, 6th Avenue,
Anna Nagar,
Chennai - 600 040

Website: www.zerodegreepublishing.com
E Mail id: zerodegreepublishing@gmail.com
Phone: 89250 61999

Ezutthu Prachuram First Edition: October 2023
ISBN: 978-93-95511-53-7
TITLE NO EP: 460

Cover Design & Layout: Vijayan, Creative Studio

சமர்ப்பணம்

இயற்கை வேளாண் விஞ்ஞானி
ஐயா கோ. நம்மாழ்வார் அவர்களுக்கு...

ஒன்று

கொஞ்சமும் எதிர்பார்க்கவில்லை. இவ்வளவுபேரைப் பார்க்கும்போது செல்லமுத்துக்கு மிகவும் ஆச்சரியமாகவும் மகிழ்ச்சியாகவும் இருந்தது. அவன்மீது அவனுக்கு நம்பிக்கை அதிகமானது. தன் பேச்சுக்குக் கட்டுப்பட்டு நிற்கும் ஒரு கூட்டத்தைப் பார்க்கும்போது உள்ளுக்குள் சாதித்த சந்தோசம். எவ்வளவு உழைப்பு? எவ்வளவு சகிப்பு? எவ்வளவு காலம்? நெடுந்தூர ஓட்டம். அதிலிருந்த உண்மையும் நேர்மையும்தானே இந்தக் கூட்டத்தை உருவாக்கியிருக்கிறது. அதுவே அடுத்தகட்ட நகர்தலுக்கான உத்வேகத்தைக் கொடுத்தது.

மெல்லிய சிறகு ஒன்று லேசாக அசையும் காற்றில் மிதப்பதுபோல் மிதந்தது மனம். இருந்தாலும் அதை அவன் வெளிக்காட்டிக் கொள்ளவில்லை.

மிதந்து கொண்டிருந்த மனதை இயல்புக்குக் கொண்டு வந்தான்.

★★★

ஒரு வருடத்துக்கு முன்...

பழைய பேன்ட்டில் நறுக்கித் தைத்த அரைக்கால் சட்டையொன்றை மாட்டிக்கொண்டு பலவண்ணத்தில் கைவைத்த பனியன் ஒன்றைப் போட்டுக்கொண்டு, ‘இயற்கை விவசாயம்’ செய்யப்போகிறேன் என்று மண்வெட்டியைக் கையில் எடுத்த செல்லமுத்துவை மானாம்பதி கிராமமே வேடிக்கையாய்ப் பார்த்தது.

“இத பார்றா. நம்ம காசிநாதன் மகன... படிக்கிற வயசுல ஒழுங்கா படிக்கல... ஊர சுத்திக்கிட்டிருந்தான்... பக்கத்து வீட்ல மளிகசாமான் வாங்கிவர கொடுத்த பணத்த எடுத்துக்கிட்டு உப்பு ஏத்திப்போற லாரியில மெட்ராசுக்கு ஓடுனவன்... அங்க ஏதோ கம்பெனியில கொஞ்சநாளு வேல பார்த்து அதுவும் உருப்படாம சினிமாக்காரங்ககூட சுத்திக்கிட்டிருந்துட்டு... அதுவும் ஓடாம... எவன் பணமோ வீணாப்போயி... இப்ப ஊருக்கு வந்துட்டு... சோளக்கொல்ல பொம்ம மாதிரி ஒரு சட்டைய மாட்டிகிட்டு... வெவசாயம் செய்யப்போறானாமே வெவசாயம். அதுவும் இயற்கை வெவசாயமாம்.”

தலையை நிமிர்த்தி, வாயில் இருந்த வெத்திலைபாக்கு எச்சியைத் துப்பாமலே சிரமப்பட்டு பேசினார் சாம்பசிவம். உட்காரத் திண்ணையும், வாயில் போட்டு மெல்ல வெத்திலைபாக்கும் கிடைத்துவிட்டால் சிலருக்குக் கொண்டாட்டம்தான். கிராமத்தில் இரண்டுமே எளிதில் கிடைக்கும். பின்ன அடுத்தவர்களைப் பற்றிப் பேசுவதற்குக் கேட்கவா வேண்டும். வாயில் மாட்டிக்கொண்டவன் வெற்றிலையைவிட மோசமாக மென்று துப்பப்படுவான். இப்போது மாட்டிக்கொண்டவன் செல்லமுத்து.

“காதுல கழுத்துல கெடக்குறதெல்லாம் வெச்சி, கண்டகண்ட ஒரம் மருந்தெல்லாம் வாங்கிப் போட்டு... ஒண்ணும் மிச்சம் பண்ண முடியல. இவன் என்னடான்னா ஒழவும்வேணாம்...எழவும் வேணாம். பசுமாட்ட மட்டுமே வெச்சிக்கிட்டு பண்ணையம் பண்ணப் போறானாம். என்னவோ இதெல்லாம் நம்பும்படியா இருக்கு?”

சாம்பசிவத்தின் வார்த்தைகளை மாரிமுத்து ஆமோதித்தார். சாம்பசிவமும் மாரிமுத்தும் ஒன்று சேர்ந்தால் அவ்வளவுதான். ஊரில் நடக்கும் அத்தனை சம்பவங்களையும் அலசிக் காயப்போட்டுவிடுவார்கள். சாம்பசிவத்துக்கு வீடுவீடாக சென்று இலவசமாய்க் கிடைக்கும் வெற்றிலை பாக்கை மென்று விட்டுச் செய்தி சேர்த்துவருவது வழக்கம்.

மாரிமுத்துக்கு மாமனார் வீட்டுச் சொத்து. கூட சிங்கப்பூர் சம்பாத்தியம். சாம்பசிவத்துடன் சேர்ந்து கதையடிப்பதுதான் பெரிய வேலை. ஜீவனாம்சத்துக்கு பிரச்சினையில்லை.

இன்னும் சிலரும் இதுபோல் பேசியது செல்லமுத்துவுக்கு நன்றாகவே தெரியும்.

இருந்தாலும் விவசாயம் குறித்து அடுத்தடுத்து முழுவதுமாய் எதுவும் தெரிந்துகொள்ளாமல் செய்ததையே திரும்பத் திரும்பச் செய்யும் இவர்கள் எப்படி மாறுவார்கள்? அதுவும் விவசாய வேலைகளுக்குப் பயந்துகொண்டு நகரத்துக்கு ஓடிய ஒருவன், பல ஆண்டுகள் விவசாயத்தோடு தொடர்பு இல்லாமல் இருந்த ஒருவன், இப்போது செய்துகொண்டிருக்கும் விவசாயமுறைக்கு மாற்றாக ஒரு விவசாயம் குறித்துப் பேசுவது அவர்களுக்கு ஏற்புடையதாகவா இருக்கும். இல்லை. அவனை ஏற்பதாக இல்லை.

இவர்களிடையே எதையும் பேசிப் புரிய வைக்க முடியாது. நமது செயலே இவர்களை நம்மிடம் கொண்டு வந்து சேர்க்கும். இவர்களை மாற்றச் செயலில் இறங்குவதே ஒரே வழி. செயலில் இறங்கினான் செல்லமுத்து.

குடும்பத்திலிருந்து செல்லமுத்துவுக்கு இரண்டு ஏக்கர் நிலமும் ஒரு பசுமாடும் அவன் பங்காகக் கிடைத்தது.

இரண்டு ஏக்கர் நிலம்னா சும்மாயில்ல பத்து பதினைஞ்சி அடியில கல்கண்டு மாதிரி தண்ணி. மானாம்பதி முழுக்க குளம்தான். ஒவ்வொரு வயலுக்கும் ஒரு குளம் இருக்கும். குளம்னா ஏக்கர் கணக்குல கற்பனை பண்ணக் கூடாது.

ஒவ்வொரு குளமும் ரெண்டுகுழி மூணுகுழி இருக்கும். பதினைஞ்சி அடி ஆழம். மணல். பொடி மணல். ஈரம் இல்லாட்டி வெட்ட வெட்ட சரியும் மணல். மழைநீரை அப்படியே மொத்தமா உறிஞ்சிடும் மணல். ஒருநாளைக்கு ஆறேழு முறை தண்ணி எறைக்கலாம். ஒடனே ஊறிடும். என்ன ஒண்ணு பயிருக்கு எறைச்சதண்ணியும் ஒடனே காஞ்சிடும்.

இப்பதான் பம்புசெட்டெல்லாம் வந்துச்சு. அதுக்கு முன்ன அப்பா காலத்துல மண் கொடம் கொண்டு தண்ணி எறைப்பாங்க. மண்கொடம் வெச்சி தண்ணி எடுக்க எடுக்க தண்ணி ஊறிக்கிட்டே இருக்கும். எடுக்க எடுக்க ஊறிடுவதால தண்ணி மட்டம் கொறையாது.

செல்லமுத்துக்கு ஒதுக்கிக் கொடுத்த ரெண்டு ஏக்கர்ல சின்னதா நாலு குளம் இருந்துச்சு. நடுப்பற ஒரு குளத்த பெரிசாக்கி அந்த மண்ண கொண்டு மத்த மூணு குளத்த மூடிட்டான். மீதமான மண்ண தோட்டத்துல ஒரு ஓரமா கொட்டிட்டு மாட்டுக் கொட்டக ஒண்ணு போட்டுக்கிட்டான். அவனுக்கான ஆய்வுக்கூடம் தயார்.

★★★

இருசக்கர வாகனத்தில் சென்றுகொண்டிருந்தான் செல்லமுத்து. அகலம் குறைந்த சிறிய சாலை. இருபுறமும் அடர்ந்த மரங்கள். எதிரேவரும் வண்டிக்கு வழிகொடுத்தால் ஓரம்கட்டி நிற்பதே உத்தமம். தென்னம் ஓலையாக இருந்தால் வருடிக்கொடுக்கும். நம்ம நேரம் ஏதாவது முள்மரமா மாட்டுச்சுன்னா முதுகப் பதம் பார்க்கும். போட்டிருக்கும் சட்டை கிழிந்துவிடும். தென்னந்தோப்பிலிருந்து ஒரு குரல் கேட்டது.

“மாப்ளே.”

பழக்கமான குரல். பரமசிவம் மாமாவின் குரல். மாமா என்றால் சொந்தமல்ல. கிராமத்தில் உறவுமுறை சொல்லி அழைப்பதுதானே வழக்கம். சென்னைக்குச் செல்லும்முன் ஊரில் அதிகம் பேசிக் கொண்டிருந்த குரல். வண்டியை மெதுவாகத் திருப்பிவந்தான் செல்லமுத்து.

வாயில் குதப்பிய வெற்றிலைப் பாக்குடன் நின்றிருந்தார் பரமசிவம். கடைக்கார பரமசிவம்.

சின்னதா ஒரு மளிகக் கடை. சுத்தியிருக்குற நாப்பதம்பதுவீடுகள நம்பி. மண்சொவத்துல ஓல வேய்ஞ்சது. முன்னாடி ஒரு திண்ண. நாலுபேரு ஒக்காரலாம். அங்க ஒரு தட்டு. பனங்கருக்க வகுந்து பின்னி சாணி போட்டு மொழுகுன தட்டு. அதுல கொஞ்சம் வெத்தல. பாக்கு. சுண்ணாம்பு. பொகையலன்னு இருக்கும். கத பேச வர்றவங்களுக்கு.

பின்னாடி கட. எப்பயாவது, யாராவது, கடைக்கு வருவாங்க. சில்லற சாமான் வாங்குவாங்க. மொத்தமா வேணும்னா ஞாயித்து சந்ததான்.

பரமசிவம் மாமாவுக்கு கைகால் பிரச்சன. பொறந்ததுலேர்ந்து. வேற வெவசாய வேல எதுவுஞ்செய்யமுடியாது. அதனால ஒரு கடய போட்டுக்கிட்டு ஒக்காந்துட்டாரு. சின்ன வருமானமாச்சி. நேரமும் ஈசியா போயிடும். எப்பவும் நாலு பேரு கடயில கத பேச இருப்பாங்க.

“மாமா, சொல்லுங்க. எப்படியிருக்கீங்க?”

“என்ன மாப்ள ஊர்ல இருந்தவர நம்ம கடையே கதின்னு கெடப்பீங்க. மெட்ராசிலிருந்து வந்த பொறவு நம்ம கட பக்கம் ஆளையே காணும். நம்ம ஓசி வெத்தலபாக்கு சாம்பசிவம்தான் சொன்னாரு. நீங்க ஊருக்கு வந்துட்டீங்கன்னு. எப்படியிருக்கீங்க? பாப்பா எப்படியிருக்கு? மெட்ராசு போன பொறவு கொஞ்சம் செவந்துபோயிட்டீங்க...”

செல்லமுத்தை பதில் எதுவும் சொல்ல விடாமல் தொடர்ந்தார்.

“அதோட வெவசாயம் பண்ணப்போறதாவேற சொன்னீங்களாமே? ஏற்கனவே இங்க இருக்குறவங்க வெவசாயம் செய்யமுடியாம வெளியூரு வேலைக்கு போறாங்க. ஒங்களுக்கு இதெல்லாம் தேவையா? நான் எம்மவனையே கொஞ்சம் பணம் கொடுத்து கவர்மன்ட் பள்ளிக் கொடத்துல பியூனா சேர்த்துவிட்டுட்டேன். சம்பளம் கொஞ்சமா இருந்தாலும் மாசாமாசம் ஒரு வருமானம் கெடைக்குமில்ல. நீங்களும் கொஞ்சம் யோசிங்க மாப்ள.”

இதை விவசாயத்தின் மீதான அவரின் புரிதல் என எடுத்துக்கொள்வதா? இல்லை தன்மீதான அக்கறை என எடுத்துக்கொள்ளுவதா என செல்லமுத்துக்கு தெரியவில்லை.

“ஆமா மாமா ரெட்டகொளத்துக்கு மேலண்டையா ரெண்டு ஏக்கர் ஒதுக்கி கொடுத்தாங்கல்ல. அதுலதான் வெவசாயம் செய்யலாம்னு இருக்கேன்.”

“க்ஹக்... க்ஹக்... க்ஹக்...” அவருக்கான கிண்டல் சிரிப்போடு.

“என்னது வெவசாயம் பண்ணப்போறீங்களா? நாங்கள்ளாம் பண்ணிப் பாத்துட்டு விட்டுட்டோம். இப்ப என்னத்த பண்ணப்போறீங்க. இந்த ஆசயெல்லாம் விட்டுட்டு வேற ஏதாவது பணம் சம்பாதிக்க வழியிருந்தா பாருங்க. ஒங்க நல்லதுக்குத்தான் சொல்றேன்... ரெண்டு பொட்டபுள்ளையப் பெத்து வெச்சிருக்கீங்க. நாளைக்கு அவங்கள படிக்கவெச்சி யாரு கையிலயாவது பிடிச்சி கொடுக்கணும். வெவசாயம் கிவசாயம்னு சொல்லி வாழ்க்கைய கெடுத்துக்காதீங்க...”

“அதுல்ல மாமா... இதுவரைக்கும் நீங்க பண்ணதுமாதிரியில்ல... இது வேற. இயற்கை விவசாயம். செலவு அதிகமில்லாம வருமானம் மட்டும் எடுக்கறது. எளிமையாவும் ஆரோக்கியமாகவும் வாழ வழி.”

“என்ன எழவோ மாப்ள நீங்க சொல்றது ஒண்ணும் புரியல. இந்த காலத்துப் பசங்க எல்லாம் நாங்க சொல்றது எங்க கேக்கறீங்க. நாங்கல்லாம் பெரியவங்க. எங்களுக்கு நெறைய அனுபவம் இருக்கு. பெரியவங்க சொன்னா அந்தப் பெருமாள் சொன்ன மாதிரின்னு சும்மாவா சொன்னாங்க?”

“அதேதான் மாமா... பெரியவங்க பண்ணதுதான். ஆனா நீங்க இல்ல.

ஒங்க அப்பா. தாத்தால்லாம் பண்ணாங்களே அந்த வெவசாயம். அதான் பண்ணப் போறேன். கொஞ்சம் பொறுத்திருந்துதான் பாருங்களேன்.''

"என்னது எங்க அப்பா, தாத்தா பண்ணதா?''

"ஆமா, உங்க காலத்துலதான் ரசாயன ஒரத்தையும் பூச்சிக் கொல்லி மருந்தையும் களைக்கொல்லியையும் போட்டு நெலத்தை மலடாக்கி உணவுப் பொருளையெல்லாம் வெஷம் ஆக்கிட்டீங்க.''

"என்னது உணவ வெஷமாக்கிட்டோமா?''

"ஆமா. பின்ன இல்லையா? ஒங்க அப்பா தாத்தா எல்லாம் யூரியா, பொட்டாசு, டி.ஏ.பி., களக்கொல்லின்னு போட்டா விவசாயம் செஞ்சாங்க? அவங்கெல்லாம் ஆரோக்கியமாக வாழல?''

"அப்பெல்லாம் இவ்ளோ ஆஸ்பத்திரியா இருந்துச்சு? வாழ்க்கைல ஊசியே போட்டதில்லன்னு எங்க தாத்தா பெருமையா சொல்வாரே. இப்ப, சர்க்கர நோயி, புத்து நோயி, ரெத்த அழுத்தமுன்னு இன்னும் பெயர் தெரியாம என்னென்னவோ நோயி.''

"என்ன மாப்ள என்னமோ அந்தக் காலத்துல நோயே இல்லாதமாதிரி பேசறீங்க? காலரா, கொல நோயி, கொள்ள நோயின்னு கொத்து கொத்தா செத்தாங்களே. சுபாஸ்சந்திர போஸ் படையில வெள்ளக்காரன் சுட்டுக்கொன்னதவிட வாந்திபேதி வந்து செத்தவன்தான் நெறைய பேருன்னு எங்க அப்பா சொல்வாரு.''

"ஆமாம் அதெல்லாம் தொத்து வியாதி. அதெல்லாம் வேரோட அழிச்சாச்சு. இப்ப வர்றதெல்லாம் நாம சாப்பிடறதுலேர்ந்து வர்றது. விஞ்ஞானம் வளர்ந்துட்டதா சொல்ற இந்த காலத்துலயும், எத உற்பத்தி பண்ணனும். எப்படி உற்பத்தி பண்ணனும்னு தெரிஞ்சிக்காம நாமா வர வெச்சிக்கிறது.''

"என்னமோ மாப்ள புதுசு புதுசா சொல்றீங்க. எனக்குத்தான் ஒண்ணும் புரியல. ஏதோ வெவரமா பேசுறமாதிரிதான் தெரியுது. சரி பழையபடி அடிக்கடி கடைக்கு வாங்க.''

"சரி வரட்டுமா?''

"எங்க? ரொம்ப தூரமா?''

"வெள்ளப்பள்ளம் கடைத்தெரு வரைக்கும் போறேன் மாமா.''

“என்ன சோலியா போறீய?”

“ரெண்டு மூட்ட சிமென்ட் வாங்கணும்.”

“சிமென்டா? என்ன விஷேசம்?”

என்னடா இந்த ஆளு விடறதுமாதிரியே தெரியல என நினைத்துக் கொண்டே, “வீட்ல சொத்து பிரிச்சி கொடுத்தப்ப மாடு ஒண்ணு பிரிச்சிக் கொடுத்தாங்கல்ல அதுக்கு கொட்டாவ போடணும்.”

“என்னது? மாட்டுக்கொட்டாவைக்கு சிமென்டா? மாடு வழுக்கி விழுந்திடாது?”

“அதெல்லாம் விழாது. மாட்டு மூத்திரத்தை சேக்கணும்னா தரையை சிமென்ட்லதான் போடணும்.”

“மாட்டு மூத்திரமா? அந்த கருமத்த என்ன பண்ண போறீங்க?”

“அதுலதான் 2 ஏக்கருக்கு உரம் தயாரிக்க போறேன்.”

“தெரியாமத்தான் கேட்கிறேன். என்னை பார்த்தா வடிவேலு மாதிரி தெரியுதா என்ன? என்னய வெச்சு காமெடி கீமெடி எதுவும் பண்ணலையே?”

“ஏன் அவசரப்படுறீங்க? என்ன செய்யப் போறேனோ அத பார்க்கத்தான் போறீங்க. போகப்போக தெரிஞ்சுக்குவீங்க நான் வரட்டுமா?”

“சரி சரி பணத்தைக் கொடுத்துட்டு போங்க சாயங்காலம் மளிகை வாங்க போறேன். சிமென்ட் மூட்டையும் சேர்த்து எடுத்துட்டு வந்துர்றேன்.”

“ரொம்ப நன்றி மாமா. வரட்டுமா?”

“என்ன மாப்ள? நமக்குள்ள போய் பெரிய வார்த்தையெல்லாம் பேசிக்கிட்டு நீங்க போயிட்டு வாங்க.”

செல்லமுத்து வீட்டுக்குப் புறப்பட்டான். எவ்வளவு நாள் ஆச்சு. மாமா, மச்சான், அக்கா, அண்ணன் எல்லாரையும் ஒறவு சொல்லிக் கூப்பிட்டு. இதே பரமசிவம் கடையில ஒக்காந்து எவ்வளவு நேரம் பேசியிருப்போம். வெவசாய வேல முடிஞ்ச பிறகு கொஞ்சம் ஓய்வு கெடைச்சாலும் பரமசிவம் கடதான கெதி. கடைக்கு வந்துட்டா நேரம் போறதே தெரியாது. சென்னையில் யாரைப் பார்த்தாலும் சார், மேடம் என்று சொல்லியே பழக்கமாகிப்போச்சு.

தொலைக்காட்சியின் முன் அமர்ந்திருந்தான் செல்லமுத்து. தனியார் தொலைக்காட்சியில் ஒளிபரப்பாகும் அந்த மாலை நேர விவசாய நிகழ்ச்சியை விடாமல் பார்ப்பது அவன் வழக்கம். சென்னையில் இருந்தபோது எங்கிருந்தாலும் மாலையில் வீட்டுக்கு வந்து விடுவான். அப்படி வர முடியவில்லை எனில் அவன் மனைவி அந்நிகழ்ச்சியைப் பார்த்து அவனோடு பகிர்ந்துகொள்ளவேண்டும். நிகழ்வில் பங்கு பெறும் விவசாயிகளின் கைபேசி எண் குறித்து வைத்துக் கொண்டு மறுநாள் அவர்களோடு விவாதிப்பான்.

அப்படிச் சேகரித்ததில் தமிழகம் முழுவதும் இருக்கும் பல விவசாயிகளின் கைபேசி எண்கள் அவனிடம் இருந்தது. அவனுக்கு மிகவும் அறிமுகமான நபர்கள் மாலையில் அந்தத் தொலைக்காட்சி நிகழ்ச்சி ஒளிபரப்பப்படும்போது அவனோடு தொலைபேசுவதையோ நேரில் சந்திப்பதையோ தவிர்ப்பார்கள். நண்பர்கள் அந்த நேரத்தில் வந்தால் அவர்களோடு பேசிக்கொண்டே தொலைக்காட்சியைப் பார்ப்பான். அவர்கள் போனபின்,

“ஏங்க வீட்டுக்கு வந்தவங்களோட பேசாம என்ன டீ.வி வேண்டி கெடக்கு?” என மனைவியின் அர்ச்சனையும் உண்டு.

★★★

வாசலில் பைக் வந்து நிற்கும் சத்தம் கேட்டது.

இரண்டு

எட்டிப் பார்த்தான் செல்லமுத்து. வாசலில் அருணகிரி நின்றிருந்தார்.

பதினைந்து வருடங்களுக்கு முன்பு பார்த்தது. அப்படியே இருந்தார். முடிதான் கொஞ்சம் நரைத்துப் போய் இருந்தது. ஒல்லியான தேகம். பெரும்பாலும் ஒல்லியான தேகம் இருப்பவர்கள் வயதாகும்போது உடல் பெரிதாக ஏதும் மாற்றம் ஏற்படுவதில்லை. உடலை ஒட்டினாற்போல் அரைக்கைச் சட்டை. பழைய கைலி. வழியும்படி எண்ணெய் தடவி படிய வாரிய தலை. கிராமத்து விவசாயியின் அடையாளங்கள் குலையாமல்.

“வாங்க வாங்க.”

நாற்காலியை இழுத்துப் போட்டான் செல்லமுத்து. வசதியாய்ச் சாய்ந்து அமர்ந்து கொண்டார் அருணகிரி.

“என்ன தம்பி, எப்படி இருக்கீங்க?”

“ம். நல்லா இருக்கேன்.”

“தாத்தா உங்களோட பேசணும்னு சொன்னார்.”

“கிருஷ்ணப்பா தாத்தாவா? எப்படி இருக்கார்?”

அவர் பெயர் கிருஷ்ணன். எங்களுக்கு முதல் தலைமுறை. அவரை ‘கிருஷ்ணப்பா’ என்று அழைக்கும். எங்களுக்கு அவர் கிருஷ்ணப்பா தாத்தா.

“நல்லா இருக்காரு. கொஞ்சம் நடமாட்டம் கம்மிதான். குச்சிய ஊணிக்கிட்டுதான் நடக்குறார். கொஞ்சமாத்தான் சாப்பாடு. அதுவும் ரெண்டு வேள மட்டும்தான். கண்ணும் சரியாத் தெரியல. வீட்ல தனியா விட்டுட்டு நல்லது கெட்டதுக்கு போக முடியல. கொஞ்ச நேரம் கட்டில்ல. கொஞ்ச நேரம் ஈச்சேர்லன்னு வாழ்க்க ஓட்டிக்கிட்டிருக்காரு. நம்ம சாம்பசிவம் சித்தப்பாதான் அப்ப அப்ப வந்து பேசிகிட்டிருப்பார். அவர் வந்தா புதுத் தெம்பு வந்துடும். ரெண்டுநாள் அவரு வராட்டி போயி கூட்டிட்டுவாடான்னு உயிர எடுப்பாரு. அவருதான் ஒங்களப்பத்தி சொல்லியிருக்காரு. அத கேட்டதுலேர்ந்து தம்பிய போயி கூட்டிட்டு வாடான்னு உயிர எடுத்துக்கிட்டே இருந்தாரு. எனக்கும் வேலசோலி. இன்னிக்குத்தான் நேரம் கெடைச்சது. அதான் வந்தேன்.”

“ஒரு போன் பண்ணி சொன்னா வரமாட்டேனா? இதுக்கு வேல மெனக்கட்டு இவ்வளவு தூரம் வரணுமா?” உரிமையோடு கடிந்துகொண்டான் செல்லமுத்து.

“இல்ல. அப்படியே ஒங்க கொல்லையையும் பார்த்துட்டு போலாம்னுதான் வந்தேன்.”

செல்லமுத்துக்கு எல்லையில்லா சந்தோசம். இருக்காதா பின்னே? ஊர்ல கிருஷ்ணப்பா குடும்பம்னா வெவசாயத்துல பெயர் போன குடும்பம். சுத்துப்பட்டு கிராமத்துல வெவசாயம் செஞ்சி செயிக்க முடியும்னு நிரூபிச்ச குடும்பம். பக்கத்துல இருக்குற கிராமங்கள்ல கிருஷ்ணப்பாவ தெரியாதவங்க கெடையாது.

ரெண்டு தலைமொறைக்கு முன்ன ஊர்ல எல்லோரும் நெல்லு, முந்திரி, தென்னன்னு வெவசாயம் செஞ்சப்ப மொதல்ல வேர்க்கடலய அறிமுகப்படுத்துனது கிருஷ்ணப்பாதான். மாடு வாங்கணும்னு தரகரு கிருஷ்ணமூர்த்திய கூட்டிக்கிட்டு பட்டுகோட்டைக்குப் போனப்ப அங்க கடல போட்டிருந்தத பார்த்திருக்காரு. அங்க இருந்தவங்ககிட்ட அதப் பத்தி கேட்டிருக்காரு. அதுதான் வேர்க்கடலன்னு சொன்னதும் எல்லா எடத்துலையும் வெளையுமான்னு விசாரிச்சிருக்காரு. மணல்பாங்கான எடத்துல வெதைக்கணும். அப்பதான் கடலவிழுது அறுந்து பூமிக்குள்ள தங்காம அறுவட பண்ண முடியும்னு சொல்லியிருக்காங்க. அதோட அறுவடைக்குப்பின்ன கடல தழைய காயவெச்சி வெக்கோல் மாதிரி போர் போட்டு வெச்சிகிட்டா ஆடுமாடு நல்லா திங்கும்னும் சொல்லியிருக்காங்க. இவருக்கு நாமளும் ஏன்

கடல வெவசாயம் செய்யக்கூடாதுன்னு ஆச வந்திருக்கு. அங்க கடல போட்டிருந்தவங்ககிட்ட வெவரமா கேட்டுத் தெரிஞ்சிகிட்டு, மாடு வாங்கி ஓட்டிக்கிட்டு வரும்போதே கொஞ்சம் வேர்க்கடல வெதயும் வாங்கிக்கிட்டு வந்துட்டாரு.

அதுவரையிலும் மிச்சர்ல கிடக்கும் வறுத்த வேர்க்கடலைய மட்டுமே பார்த்த ஊரு. அத வெதச்சதுலேர்ந்து புடுங்கி விக்குற வரைக்கும் ஊரே வேடிக்கபாத்தது.

செலவில்லாத வெள்ளாமை. மக்குன சாணிக் குப்பைகளைக் கொட்டி, கொல்லய வெட்டி, வெதச்சி விட்டாப் போதும். பெய்யுற மழையில தானா வளந்துடும். பூத்து விழுது எறங்கும்போது மட்டும் களகொத்தி வெச்சி மண்அணைக்கணும். புடுங்கிக் காயவெச்சி வித்துடலாம். காஞ்ச தழைய போர்போட்டு வெச்சிகிட்டா ஆடு மாடுகளுக்கு வயித்த நொப்பிக்கலாம். அதுவும் கடல தழைக்கு பால் கூடுதலா கறக்கும். ஒரு டம்ளர் வெள்ளாட்டுப்பால் இருந்தா போதும். பத்து டீ போடலாம். கள்ளிப் பால்கணக்கா கெட்டியா இருக்கும்.

யாரும் வந்துட்டா திடீர்னு டீ போட பால்தேட வேண்டியிருக்காது. அடுப்ப பத்த வெச்சிட்டு கொஞ்சம் தண்ணியவிட்டுக் கொதிக்கவிட்டுட்டு ஒரு கரண்டி டீ தூள போட்டுட்டு ஒரு டம்ளர் எடுத்துட்டுப் போனா ஏதாவது ஒரு ஆட்டுல அர டம்ளர் பால் கறந்துகிட்டு வந்தா ரெண்டு மூணு டீ போட்டுடலாம்.

கடலயில வந்த வருமானத்த பார்த்துட்டு எல்லோரும் அவர்கிட்ட போயி வெதகடல கேட்டப்போ இல்லன்னுட்டார்.

“அவனவன் போய் அலைஞ்சி வாங்கியாங்கடா. அப்பதான் அரும தெரியும்”ன்னுட்டார். அப்படிப் போய்க் கேட்டதுல செல்லமுத்துவோட அப்பாவும் ஒரு ஆள். அவருக்கு கிருஷ்ணப்பா மேல கோபம் வந்துட்டு. செல்லமுத்து அப்ப ரொம்ப சின்னபுள்ள. செல்லமுத்துவின் அப்பாவும் அண்ணனும் மாட்டுவண்டி கட்டிக்கிட்டு கடலவெத வாங்க பட்டுக்கோட்டைக்குக் கௌம்பிட்டாங்க. ஏதோ ஒரு ஆர்வத்துல கௌம்பிட்டாங்க. ஆனா பட்டுக்கோட்டைக்குப் போய்ச் சேர்றது அவ்வளவு ஈசி இல்ல.

இப்பபோல அப்பல்லாம் தார்ரோடு கெடையாது. காட்டுக்கு மத்தியில வண்டி போற பாதயிருக்கும். அதுல வண்டி போயி போயி ரயில்வே

தண்டவாளம்மாதிரி இணையா ரெண்டு பள்ளம் மட்டுமிருக்கும். அத வண்டிச்சோடுனு சொல்வாங்க.

அந்த வண்டிச்சோட்ட விட்டு வண்டி நகர்ந்திட்டா மாடால இழுக்க முடியாது.

வண்டி போய்கிட்டே இருக்கு. பட்டுக்கோட்ட நாப்பது மைலு தூரமாச்சே. போகுது போகுது போய்கிட்டே இருக்கு. செல்லமுத்தோட அப்பாவுக்கு வண்டி ஓட்றதுதான் வேல. அதனால அவருக்கு பழகிப்போச்சி. செல்லமுத்து அண்ணனோ இவ்வளவு தூரம் வண்டியில வந்தது இல்ல. ஒரு வழியா பட்டுக்கோட்ட வந்து சேர்ந்தாச்சி.

அங்க போய்ப்பார்த்தா கடத்தெருவுல ரெண்டொரு கடையிலதான் கடலவெத கெடைக்கும்னு சொல்லிட்டாங்க.

அந்த ரெண்டொரு கடைல ஒண்ணத் தேடிக் கண்டுபிடிக்குறதுக்குள்ள போதும் போதும்னு ஆயிடுச்சி.

கடையில போயி கடல வெத வேணும்னு கேட்டா. “நீங்க எந்தூர்லேர்ந்து வர்றீங்கன்னு கேட்கிறார் கடைக்காரர்.”

ஊரு பேர சொன்னா. “அங்கேர்ந்தா வர்றீங்க. அம்புட்டு தூரமாச்சே. எப்ப கௌம்புனீங்க? சாப்டீங்களா?” ன்னு கேட்டாரு கடகாரரு. செல்லமுத்துக்கு சந்தேகம். நாம வெதக்கடல வாங்க வந்தோமா? இல்ல பொண்ணு பாக்க வந்தோமான்னு. பின்ன இந்த விசாரிப்பு விசாரிக்கிறாரே.

“நேத்து ராத்திரி கௌம்புனோம். விடிய விடிய வண்டி ஓட்டிக்கிட்டு வந்ததுல வண்டியில இருந்த அரிக்கேன் வெளக்குல மண்ணெண்ணெ தீர்ந்துடுச்சி. மண்ணெண்ணெ இங்க கெடைக்குமா”ன்னு கேட்டாரு செல்லமுத்தோட அப்பா.

செல்லமுத்தோட அண்ணனுக்கோ கோபம்னா கோபம் அம்புட்டு கோபம். இருக்காதா பின்ன. “ஏன்பா நாப்பது மைலு தாண்டி வெதக்கடல வாங்க வந்திருக்கோம். அதப்பத்தி வெசாரிக்காம மண்ணெண்ணெயப் பத்தி வெசாரிக்கிறீங்க. இப்ப திரும்புனா சாயங்காலம் போயிடுவோம்ல என்றதும்.

“அதுக்கில்லடா எதுவும் அசம்பாவிதம் நடந்து, போக இருட்டாயிட்டா எப்படிப் போறது. போற வழியில கொள்ளிவா பிசாசு ஏதேனும்

மடக்கிட்டா என்ன பண்றது?'' என்றார் அப்பா.

“அதெல்லாம் ஒண்ணும் ஆவாது. மடியிலதான் ஒடையப்பதேவர் கத்தி வெச்சிருக்கீங்கல்ல. அத மீறி கொள்ளிவா பிசாசு என்ன செய்யும்? நீங்களும்தான் எத்தனையோ தடவ கொள்ளிவாபிசாச பத்தி வெலாவாரியா சொல்லியிருக்கீங்க ஒருதடவகூட காட்னதில்ல. இருட்டுறதுக்குள்ள ஊருக்குப் போயிடலாம். மொதல்ல வெதக்கடல வாங்குற வேலய பாருங்க'' என்றான் செல்லமுத்துவின் அண்ணன்.

“டேய் ஒனக்கென்னடா தெரியும். எத்தனமொற நான் பாத்திருக்கேன் தெரியுமா? அதுவும் இடுகாட்டுக்குப் பக்கத்துலதான் வரும். ராத்திரியில இடுகாட்டுக்குப் பக்கத்துல வண்டி வந்தாலே உசாராயிடுவேன். திடீர்னு ஒரு தீப்பிழம்பு பூமியிலேர்ந்து கெளம்பும். மாடு வெறிச்சிகிட்டு ஓட ஆரம்பிச்சா மூக்கணாங்கயித்த நீ என்ன இழுத்தாலும் நிக்காது. தெரியுமா?''

அவர் இத பல தடவ திகிலோட சொல்லியிருக்கார். ஒவ்வொரு தடவ சொலலும்போதும் பயமாயிருக்கும். ஆனா அப்பாவோட ராத்திரியில மாட்டு வண்டியில போக வாய்ப்பும் இல்ல. கொள்ளிவா பிசாசயும் பாக்க முடியல.

அப்பா, புள்ளைக்குள்ள நடந்த பேச்சு வார்த்தைய கேட்டுக்கிட்டிருந்த கடகாரரு. “ஏங்க நாப்பது மைலுக்கு அப்பாலேர்ந்து எங்கூருக்கு வந்திருக்கீங்க. ஒங்களுக்கு தேவையானத செய்யாம விட்டுடுவோமா?'' என்றதும் செல்லமுத்துவின் அப்பா நெகிழ்ந்து போனார்.

“வண்டிய அந்த புங்க மரத்து வாசல்ல விட்டுட்டு, மாட்ட கொண்டுபோய் அந்த வைக்கோப்போர்ல கட்டிட்டு வாங்க. அதுவும் விடிய விடிய வந்ததுதானே. கொஞ்சம் காலாரட்டும்'' என்றார் கடகாரர்.

வண்டிய ஓரங்கட்டி, மாட்ட கொண்டுபோய் வைக்கோப்போர் பக்கத்துல அடிச்சிருந்த மொளயில கட்டிட்டு கொஞ்சம் வைக்கோல எடுத்து சுருட்டி மாட்டுக்கு முதுகு முழுக்க தேய்ச்சி கொடுத்தார் அப்பா. அது மாட்டுக்கு ஒனக்கையா இருந்திருக்கணும். கம்முனு ஒடம்ப கொடுத்துட்டு சொகமா நின்னுகிட்டிருந்தது. அப்படி வெக்கோலால முதுக தேய்க்கும்போது சிரிச்சிகிட்டே மாட்டுகிட்ட ஏதோ கொஞ்சிக் கொஞ்சிப் பேசிக்கிட்டிருந்தாரு.

கட வாசல்ல நின்னு செல்லமுத்தோட அண்ணன் பொறாமயா பார்த்துக்கிட்டிருந்தான். அப்பா இப்படிதான் எப்போதுமே. ஆடு மாடுன்னா கொள்ளப்பிரியம். மரம்செடிங்கன்னா கேட்கவே வேண்டாம். ஆடு மாடாவது பரவாயில்ல பக்கத்துல நின்னு பேசுனா அசைஞ்சி கொடுக்கும். மேல வந்து ஒரப்பம் போடும். வால சொழட்டி அடிக்கும். இப்படியா அதோட அன்ப வெளிப்படுத்தும்.

ஆனா அந்த மரஞ்செடிகளுக்கு என்ன தெரியும்? அதுகள்ட்டயும் போயி பேசிக்கிட்டிருப்பார். ஒரு தடவ அப்படித்தான், தான் வெச்ச முருங்க காய்க்கலன்னு அப்பாகிட்ட சொல்லிகிட்டிருந்தார் ராமநாதன்.

“என்னவோ மாமா எங்கைராசியா என்னான்னு தெரியல. பச்சப்பசேல்னு எலமட்டும் இருக்கு. மருந்துக்கு ஒரு பூ பூத்து ரெண்டு காய்காய்க்கனுமே. ம்ம்ம். நானும் என்னென்னமோ செஞ்சி பார்த்துட்டேன். மூனாவருசம் ஒரு கௌய வெட்டிகிட்டு போயி தொரதம்மன் கோயிலு தீக்குழியிலயும் போட்டுப் பாத்துட்டேன். என்ன பண்றதுன்னே தெரியல.

“அதுகிட்ட போயி பேசுப்பா. பேசுனா அது புரிஞ்சிக்கும். காய்க்கும். கௌ கொண்டு வந்து வெச்சது நீயி. கஷ்டப்பட்டு தண்ணி ஊத்தி வளத்தது நீயி. நீ சொன்னா கேட்காதா. அதுகிட்ட போயி பேசுப்பா”னு சொல்லி அனுப்பி வெச்சார்.

ராமநாதனும் போயி முருங்க மரத்துகிட்ட நின்னு உருகி உருகி பேசியிருக்கார். கட்டி புடிச்சு அழுதுருக்கார். பல பேரு அத வேடிக்க பார்த்துட்டு ஊர்ல ஒரு லூசுதான் இருந்துச்சி. இப்ப ரெண்டாயிடுச்சின்னு பேச ஆரம்பிச்சிட்டாங்க.

இதுல ஆச்சரியம் என்னன்னா நட்டு பல வருசமா வெறும் எலைய மட்டுமே கொத்து கொத்தா கொடுத்துகிட்டிருந்த முருங்க மரம் திடீர்னு பூக்க ஆரம்பிச்சிச்சி. ஆச்சரியமா ஊரே வந்து வேடிக்க பாத்துச்சி.

கொத்தும் கொலையுமா காய் தொங்குது. சரஞ்சரமா தொங்குன காயோட எட தாங்காம கௌ முறிஞ்சி விழுது. ராமநாதன் கௌ சாயாம சவுக்கு மரம் முட்டு கொடுத்து கௌய தூக்கிக் கட்றாரு.

காய் பறிக்கிற பதம் வந்ததும் ஒரு கட்டு. இருவத்தஞ்சி காயிருக்கும். எடுத்துக்கிட்டு வந்து அப்பா காலடியில போட்டாரு ராமநாதன். நீங்க சொன்னப்ப நான் நம்பவேயில்ல மாமா. நான் உருகி உருகி

பேசினத அந்த மரம் புரிஞ்சிகிட்டு. காயி பின்னி பெடலெடுக்குது. எல்லாம் நீங்க சொன்னத கேட்டதாலதான். அதான் மொத அறுவட ஒங்ககிட்ட கொடுக்கலாம்னு கொண்டு வந்தேன்.

இத பார்த்ததும் அப்பாவுக்கு இருப்பு கொள்ளல. "ஏம்பா மரமும் ஒரு உசிருதான. நாம வளக்குறோம். நாம சொன்னா கேட்காதா. இனிமேயும் எவனாவது ஊர்ல என்னைய கிண்டல் பண்ணுவீங்க? சரி இதெ ஏன் என் காலில கொண்டுவந்து போடுற? எதுத்தாப்ல இருக்காலே காளியாத்தா அவகிட்ட கொண்டுபோய் போடு. இனி அந்த மரத்த அவ பாத்துக்குவா."

★★★

"எம்புட்டு வெத வேணும்?"

கடகாரர் கேட்டதும் என்ன சொல்றதுன்னு தெரியல. கிருஷ்ணப்பா கடல வெதச்சி நல்ல வெலைக்கு வித்தாருன்னு தெரிஞ்சதும் ஆசபட்டு வெத கேட்டா கொடுக்கமாட்டேன்னு சொல்லிட்டார். என்னடா இவ்ளோ பழகுன மனுசன் கொஞ்சம் கடல வெத கொடுக்கமாட்டேன்னுட்டாரேங்ற கோவத்துல வண்டிய கட்டிகிட்டு வெத கடல வாங்க பட்டுக்கோட்ட வந்தாச்சி. ஆனா எவ்வளவு வெத தேவப்படும்னு தெரியல. அப்பாவும் புள்ளையும் திரு திருன்னு முழிச்சத பாத்து கடகாரர்.

"என்னையா வெத வாங்கதான வந்தீங்க?" என்றார்.

"இல்ல கடல வெவசாயம் எங்களுக்குப் புதுசு. ஆசையில வந்துட்டோம். எவ்வளவு வெத வேணும்னு தெரியல" என்றார் அப்பா.

"எம்புட்டு எடத்துல வெதைக்க போறீங்க?" என்றார் கடக்காரர்.

"மேஸ்திரியார்கிட்ட கெரையம் பண்ணது ஒரு முப்பது சென்டு. மாவாளிகிட்ட மூணாவருசம் வாங்குனது நாப்பத்தஞ்சி சென்டு. ஆக மொத்தம் நாப்பத்தஞ்சிம் முப்பதும் எழுபத்தஞ்சி சென்டு. அதுதான் வெறுமன இருக்கு. மத்ததெல்லாம் மாந்தோப்பும் தென்னந்தோப்பும். அங்கினல்லாம் நெழலாருக்கும். கடல வெதைக்க முடியாது."

அதக் கேட்டதும் கடக்காரர், "மூ முக்கா ரெண்டேகா. ஒரு ஏக்கருக்கு எழுபத்தைஞ்சி குழிகம்மி. அரமூட்ட வாங்கிக்கங்க. ஒடைச்சி பொக்கு கடலய பிரிச்செடுத்தா சரியா இருக்கும்" என்றார்.

“பொக்கு கடலன்னா?” சந்தேகமா கேட்டான் செல்லமுத்தோட அண்ணன்.

“அறுவட பண்ணும்போது கொஞ்சம் பிஞ்சாருக்குற கடல. ஒடைச்சி பருப்பப் பிரிச்சா மொழு மொழுன்னு இருக்குற கடலயெல்லாம் நல்ல வெத. கொஞ்சம் சுருக்கமா இருக்குறதெல்லாம் பொக்கு. பொக்கு மொளைக்காது. மொளைச்சாலும் வெளச்சல் இருக்காது.”

வெவரமா சொன்னாரு கடகாரரு. அரமூட்ட கடலய வெல கொடுத்து வாங்கிகிட்டு கெளம்புனாங்க.

“ஐயா, எங்க சாப்புடுவீங்கன்னு கேட்டாரு கடகாரு.”

“ஏதாவது கெளப்பு கட பார்க்கணும்னு” சொன்னாரு அப்பா.

“என்னது கெளப்பு கடையா? எம்புட்டு தூரத்துலேர்ந்து எங்கூருக்கு வந்துட்டு கெளப்பு கடைல சாப்பிடுவீங்களாமே. பின்னால கொளம் இருக்கு பல்லு வெளக்கிட்டு வாங்க. நாலு இட்லி புட்டுப் போட்டுட்டுப் போலாம்.”

கடகாரர் சொன்னதும் அப்பாவால நம்ப முடியல. இவ்வளவு நல்ல மனுசங்களா இருக்காங்களேன்னு யோசிச்சார்.

“என்ன யோசிக்கிறீங்க. இது ஒங்க வீடு மாதிரி. போய் பல்லு வெளக்கிட்டு வாங்க” என்று கடகாரர் சொன்னதும் இருவரும் சென்று பல்லு வெளக்கி வந்தனர்.

கடகாரர் உள்ளே அழைத்துச் சென்றார். முத்தம் வெச்ச சுத்துகட்டு ஓட்டுவீடு. ஒரு கல்யாணமே நடத்தலாம். வீட்டோட பிரமாண்டத்த பார்த்துகிட்டிருந்தது செல்லமுத்தோட கண்ணு. அப்போதுதான் பறித்த இரண்டு நுனிவாழ இலை. இருவரும் அமர்ந்ததும் கடகாரர் வீட்டுக்காரம்மா அரிசி உப்புமா கொண்டுவந்து இலையில் வைத்து தொட்டுக்க கடல சட்னி வைத்தார்.

பொன்முறுவலான நிறத்தில் உப்புமா. அதுல கொஞ்சமா வெந்து பல்லுல கடிபடும் கடலபருப்பு. இலுப்ப எண்ணையோட ருசி. இதுவரை பார்த்திராத இளம் சிவப்பு நிறத்தில் ஒரு சட்னி. இரண்டும் அவ்வளவு ருசி.

கடகாரர், செல்லமுத்து அண்ணனப் பார்த்து, “என்னப்பா நல்லாருக்கா?” எனக் கேட்டார்.

“ம்ம்ம்.” என்றான். அந்த ஒற்றை வார்த்தையில் அவ்வளவு அழுத்தமிருந்தது.

“பொக்கு கடல வறுத்து வெச்சி அரைச்ச சட்னி” என்று கடகாரர் சொன்னதும் ஆச்சரியமாக இருந்தது.

சாப்பிட்டு எழுந்ததும் வீட்டுக்காரம்மா ரெண்டு பொட்டலம் கொண்டு வந்து கொடுத்தார்கள். அதை வாங்கி அப்பாவின் கையில் கொடுத்த கடகாரர். அதிலிருந்த வந்த வாசனை மூக்கை துளைத்தது.

“போற வழியில கௌப்பு கட எங்கயும் இருக்காது. கொல்லையில கொலகுஞ்சிகா நெறைய காச்சிருக்கு அதுல கௌறுன சாதம். வழியில எங்கயாச்சம் கொளத்துகிட்ட நெறுத்தி சாப்டுக்கோங்க” என்று கொடுத்தார். அப்பாவுக்கு பட்டுக்கோட்டைக்கு வந்ததிலேர்ந்து ஆச்சரியம் மேல ஆச்சரியம்.

வேர்க்கடல மூட்டைய வண்டியில ஏத்திக்கிட்டு கடகாரர்கிட்ட சொல்லிக்கிட்டு புறப்பட்டாங்க.

கடகாரர் “அப்பறம் கடல வெளைஞ்சதும் இங்க ஏத்திக்கிட்டு வந்துடுங்க நானே வாங்கிக்கிறேன்.”

என்றதும் அப்பாவுக்கு இன்னும் சந்தோசம். அங்கேர்ந்து பொறப்பட்டாங்க. பட்டுக்கோட்டை கடந்து சில மைல் தூரம் வந்ததும் குறுகிய காட்டு வழிபாதை ஆரம்பமானது.

ரெண்டு பக்கமும் அடர்ந்த காடு. உயரமா வளர்ந்த மரங்க வளஞ்சி கெளைகள ஒன்னோடொன்னு முட்டிக்கிட்டும் ரோட்டுக்கு மேல மூடிக்கிட்டும் சூரிய ஒளியே பூமியில படல. வண்டியில சும்மாதானே ஒக்கார்ந்து வர்றோம். கடலய உரிக்கலாமேன்னு உரிக்க ஆரம்பிச்சாங்க. செல்லமுத்தோட அண்ணனுக்கு வேர்க்கடலய தோலோட பார்க்குறது புது அனுபவம். அதுக்குமுன்ன எப்பயாவது, யாராவது வெளியூர்லேர்ந்து வந்தா வாங்கிக்கிட்டு வர்ற மிச்சர்ல கெடக்குற வறுத்த வேர்க்கடலய ருசிச்சதோட சரி.

கடலய உரிக்க ஆரம்பிச்சாங்க. ஆரம்பத்துல ஒன்னும் தெரியல. போகப் போக கட்டவெரலோட நுனியில லேசா எரிச்சலும் வலியும். ஆனா அதப் பெரிசா எடுத்துக்கல இருவரும். மொழு மொழுன்னு கடலபருப்ப எடுத்து பாக்குறப்ப அவ்வளவு சந்தோசமா இருந்தது.

வண்டி போய்கிட்டேயிருந்தது. வாழ்க்கையில புதுசா செய்யிற விவசாய வேலையோட துவக்கம்.

ஒரு பக்கம் வெதகடல கொடுக்காத கிருஷ்ணப்பா மேல இருக்குற கோபம். இன்னொரு பக்கம் அதிக வருமானம் தரும் ஒரு புது விவசாயம்.

வண்டி பாதி தூரம் கூட வர்ல. கடல உரிச்சி முடிச்சாச்சி. சுருக்கமா இருக்குற பொக்கு கடலய தனியா பிரிச்சாச்சி.

மூன்று

அப்படியே கொஞ்ச கொஞ்சமா ஊரே வேர்க்கடலைக்கு மாறிடுச்சி. அப்பெல்லாம் வெத வாங்கணும்னாலும் வெளைஞ்சத விக்கணும்னாலும் நாப்பது மைலு தள்ளி பட்டுக்கோட்டைக்குத்தான் போகணும். யாராவது ஒருத்தர்கிட்ட பணம் கொடுத்துவிட்டா எல்லாருக்கும் தேவையானத மொத்தமா வாங்கிகிட்டு வந்துடுவாங்க. ஊர்ல வந்ததும் பிரிச்சுக்குவாங்க.

அதுபோல வெளைஞ்சத விக்கவும் எல்லாரும் ஒண்ணு சேந்துக்குவாங்க. அறுவட பெரும்பாலும் ஒரே நேரத்துல இருக்குறதால வாரத்துக்கு ஒரு லாரிமூலமா வெளைஞ்சத பட்டுகோட்டைக்கு ஏத்திட்டு போவாங்க. சின்னப் பள்ளிக்கொடத்துகிட்ட லாரி வந்து நிப்பாட்டியிருக்கும். கொஞ்சமூட்ட இருக்குறவங்க தலைச்சொமையா தூக்கிக்கிட்டு வருவாங்க. அதிக மூட்டன்னா கட்ட வண்டியில ஏத்திக்கிட்டு வருவாங்க.

குடும்பத்துல ஆம்பளைங்கயில்லா செல வீடு இருக்கும். அவங்க வீட்டு மூட்டைகளயும் எடுத்துகிட்டு போய் வித்துட்டு வந்து பணத்த கொடுப்பாங்க. எல்லாரு கடல மூட்டையும் பள்ளிக்கொடத்துக்கிட்ட வந்ததும் அடயாளத்துக்குச் சுண்ணாம்பால அவங்க அப்பா பேர்ல மொத எழுத்தையும் அவங்க பேர்ல மொத எழுத்தையும் எழுதுவாங்க.

பெரசரன்டு நவநீதகிருஷ்ணன்தான் அதுக்கு பொறுப்பு ஏத்துக்குவாரு. கையில நீட்டமா ஒரு நோட்டு இருக்கும். அதுல வரிச எண்ணைப் போட்டு அவங்க பேர எழுதி, கடலமூட்டையில என்ன எழுத்து அடையாளம் வெச்சிருக்காங்களோ அத பேருக்குப் பக்கத்துல போட்டுக்குவார். எத்தன மூட்டைன்னு அதையும் பக்கத்துல எழுதிக்குவாரு.

எல்லா மூட்டையும் லாரியில ஏத்தி மாலகயிறு போட்டு வரிஞ்சி தயாரானதும் எல்லாரும் வீட்டுக்குக் கெளம்புவாங்க. விருப்பம் இருக்குற நாலஞ்சிபேர்மட்டும் மூட்டைமேல ஏறி ஒக்காந்துகிட்டு பட்டுக்கோட்ட போவாங்க. அங்க போயி, மூட்டைய எறக்கி, கடலமில்லுக்குப் பக்கத்துல இருக்குற களத்துல பெயரப் பாத்து தனித்தனியா அடுக்கி வெப்பாங்க. ஏற்கனவே அங்க நெறைய மூட்டைங்க ஒடைக்குறதுக்கு காத்துகிட்டிருக்கும். இவங்க மூட்டையெல்லாம் பிரிச்சி அடுக்கித் தயாரானதும் ஒவ்வொருத்தர் கடல மூட்டைய எடுத்துகிட்டு போய் ஒடைச்சி பருப்ப எட போட்டு, யாராருக்கு எத்தனமூட்ட பருப்புன்னு குறிச்சி வெச்சிகிட்டு மூணுமூட்டைக்கு ஒரு மூட்ட குடுவ அள்ளி கடல கொண்டு போன சாக்குல ரொப்பி தச்சிக்குவாங்க.

கொண்டு வந்து குப்பகுழியில போட்டா ஓரமாகும்ல.

பின்ன மில்லு மொதலாளி ரூம்ல போய் தனித்தனியா கணக்குப் போட்டு ஒவ்வொருத்தருக்கும் எவ்வளவு பணம்னு எண்ணி, தனித்தனி பேப்பர்ல மடிச்சி கடல மூட்டைல என்ன முதலெழுத்து எழுதியிருந்ததோ அந்த பொட்டலத்துல எழுதி வெச்சிக்குவாரு.

ஊருக்கு வந்ததும் சின்னப்பள்ளி கொடத்துவாசல்ல வெச்சி யாராருக்கு எத்தன கிலோ கடல பருப்பு இருந்திச்சி. அதுக்கு எவ்வளவு பணம்னு சொல்லி சரியா கொடுத்துடுவாரு. அதுக்காக அவரு எதுவும் பணம்கிணம் வாங்கறதில்ல. நாணயஸ்தன். கணக்கு கரெக்டாயிருக்கும். அதனாலயே அவருக்கு கல்யாணத்துல மொய் எழுதற வேலையும் கொடுப்பாங்க. கையெழுத்து அவ்ளோ அழகா இருக்கும். இருந்து என்ன பிரயோசனம். அவருக்கு வாரிசு இல்ல.

வேதாரணியம் வழியா நாகப்பட்டினத்துக்கு பஸ் போக தார் ரோடு போட்டாங்க.

தார்ரோடு ஊருக்கு புதுசு. யாரும் பாத்ததில்ல. அப்பா மட்டும் பாத்திருக்காரு. மாடுவாங்க தரகரு கிருஷ்ணமூர்த்தியோட காரைக்கால்

போனப்ப தார்ரோட பாத்துட்டு வந்தத முன்கொட்டாயில ஒக்காந்து அப்பா வெவரிச்சு சொன்னப்ப ஊரே வேடிக்க பாத்தது.

இப்ப நம்ம ஊர்பக்கம் தார்ரோடு போடுறதா சொன்னப்ப ஊரே போய்நின்னு வேடிக்க பாத்தது. கருங்கல் ஜல்லி புதுசு. தார்வாசம் புதுசு.

★★★

ஊர் முழுக்க வேர்க்கடலைக்கு மாறிட்டதால இப்போ வெதையும் இங்கேயே கெடைக்குது. வெளைஞ்சத ஒடைச்சி விக்க பக்கத்துலேயே ஒரு மில்லும் வந்துடுச்சி.

இப்போ கிருஷ்ணப்பா வேர்க்கடலையிலேர்ந்து வெளிய வந்தாச்சி. திடீர்னு பார்த்தா வீட்ட சுத்தி கருவேப்பிலை மாஞ்செடின்னு நட ஆரம்பிச்சிட்டார்.

“ஆமாப்பா கடலயில பாடு அதிகமாயிட்டுது. மொதல்ல கடல போட ஆரம்பிச்சப்ப வெதைக்கிறதும் அறுவடைபண்றதும்தான் வேல. இப்ப மழ ஒழுங்கா பெய்யல. தண்ணி எறைக்க வேண்டியதா போச்சு. டீசல் விக்கிற வெலைக்கு கட்டுபடியாகுமா? அதான். கருவேப்பிலையும் மாமரமும் வெச்சிட்டேன். அறுவட பண்றதும் விக்கிறது மட்டும்தானே வேல” ன்னு வெளக்கமும் சொன்னார்.

வாராவாரம் ஞாயிற்றுக்கெழம பெருமா கோவில் பக்கம் சந்தைகூடும். அதுக்கு பேரே ஞாயித்து சந்த. ஆட்டுக்கறியில ஆரம்பிச்சி அடுப்புக்கரி வரைக்கும் எல்லாமே அங்க கெடைக்கும். தேங்கா, மாங்கா, பனங்கெழங்கு, காய்கறிங்கனு சீசனுக்குத் தகுந்த மாதிரி அவங்க தோட்டத்துல வெளைஞ்சத எடுத்துகிட்டு சந்தைக்கு வருவாங்க. பெரும்பாலும் தலைச்சொமதான். வசதியானவங்க சைக்கிள் வெச்சிருப்பாங்க.

கொண்டு வர்றத வித்துட்டு தேவையான மளிகை சாமான வாங்கி வீட்டுக்கு எடுத்துக்கிட்டு போவாங்க.

கருவேப்பிலைய பறிச்சி சின்னச்சின்னக் கட்டா கட்டிக் கூடயிலவெச்சி சந்தைக்கு எடுத்துக்கிட்டுப்போவார் கிருஷ்ணப்பா. கூடய தலையிலேர்ந்து எறக்கிக் கீழ வெச்சதும் நாலஞ்சி பேர் வந்து வாங்கிடுவாங்க. கைல காசு வந்துடும். காசுல பாதி வீட்டுக்குத் தேவையான பொருளா மாறிடும்.

இந்த வாரம் கருவேப்பிலைனா. அடுத்தவாரம் மாங்கா. அடுத்த சில வாரங்கள்ல மாம்பழம். காத்துல விழுந்த பிஞ்சு மாங்காவையும் எடுத்துக்கிட்டுபோயி ஊறுகாய்க்கு வித்துடுவார்.

அவரைப் பார்த்து எல்லோரும் கருவேப்பிலை நட ஆரம்பித்தனர். அவர் கருவேப்பிலை மா மரங்களுக்கு இடையே காய்கறி போட்டார். காய்கறி விற்கமுடியாமல் போன போது அதை வற்றலாக்கி விற்கும் மதிப்புக்கூட்டலை அறிமுகப்படுத்தினார்.

ஊரில் பலர் காய்கறிக்கு மாறி, கொத்தவரங்கா வத்தலுக்கும் மாங்கா வத்தலுக்கும் கத்திரிக்கா வத்தலுக்கும் சுண்டைக்கா வத்தலுக்கும் வியாபாரிகளை உருவாக்கியிருந்தார்.

ஊரில் காய்கறி விவசாயிகளை உருவாக்கிவிட்டு மூலிகைகள் பக்கம் திரும்பினார். அதில் அதிக பராமரிப்பில்லாமல் நல்ல லாபம் கிடைத்தது.

சுத்துவட்டாரமே கிருஷ்ணப்பா அடுத்து என்ன செய்யப்போகிறார் என காப்பியடிக்கத் தயாரானபோது ஓலைவீடு ஓட்டு வீடாகி, ஓட்டு வீட்டுக்கு பக்கத்துல சிமென்ட் வெச்சி மாடி வீடு கட்டிக் கொண்டிருந்தார்.

அதுவரையில் கிராமங்களில் வீடு என்றால் களிமண் கொண்டு கட்டுவதுதான். அது ஓட்டு வீடாக இருந்தாலும் கூர வீடாக இருந்தாலும். மொத்தமும் களிமண் சுவர். இல்லன்னா மெலிசான செங்கல் வெச்சி களிமண் கலவையில சுவர் எழுப்பி களிமண்பாலோடு கலவைமண் கலந்து பூச்சுப் பூசிக் கட்டுவாங்க. செங்கல் பணம் கொடுத்து வாங்குற வழக்கமெல்லாம் கிராமத்துல இல்ல.

அவங்க அவங்களுக்கு தேவையானத அவங்களே காளாவ போட்டு தயாரிச்சிக்குவாங்க. காய்க்காம நிக்குற தென்னையும் எடைஞ்சலா நிக்கிற மரங்களையும் வெச்சி செங்கல் சுட்டுக்குவாங்க.

சுட்ட மட்டி வாங்கி வந்து மண்தொட்டியில போட்டுத் தண்ணிய ஊத்துனா அது கொதிச்சி அடங்குனதும் கடையில விக்கிற நீல நிறப்பொடிய அதுல கொட்டிக் கலந்தா சுவத்துக்கான சாயம் கெடைச்சிடும். தாழ விழுத வெட்டி மொனையில நச்சி பிரசா பயன்படுத்துவாங்க.

இதுவர இப்படி வீடு கட்டுறதுதான் ஊர் வழக்கம். அதையும் ஒடைச்சிட்டு கம்பி சிமெண்ட் வெச்சி மாடி வீடு கட்டினார். ஊரே போய்நின்னு வேடிக்க பார்க்கும். அதுவும் சிமெண்ட் கலந்து கொடுக்க ஒரு மெசினு. அதுல சிமெண்ட் மண்ணு ரெண்டையும் போட்டு தேவையான அளவு தண்ணிய ஊத்தி மெசின சுத்தினா எல்லாம் கலந்து சிமெண்ட் கலவை தயாராயிடும்.

வேடிக்க பார்க்கப்போறவங்கள்ல பலர் கூடமாட வேல செஞ்சாங்க. ஆனா கிரகப்பிரவேசம் வெச்சப்ப மனுஷன் சாப்பாட்டுல காட்ன கஞ்சத்தனத்த பத்தி ஊரே பேசினுது.

பணம் இருந்து என்ன பண்றது. மனுசனுக்கு மனம் வேணுமில்ல. கிரக பிரவேசத்துக்கு வந்த எல்லாரும் சாப்பிட போனாங்க. இட்லி, வட, பொங்க, சட்னி, சாம்பார். இவ்வளவுதான். ஊரே மூக்குல வெரல வெக்கிறபடி படத்துல மட்டும் பாத்த மாடிவீட்ட ஊர்ல கட்டிபுட்டு இந்த மனுசன் போட்டாரு பாரு ஒரு டிபனு. செதம்பரம் வாய விட்டு கேட்டுபுட்டார்,

“ஏம்மாமா, இம்புட்டு செலவு பண்ணி வீடு கட்டுனீங்க. போட்ட டிபனையும் கொஞ்சம் கூடுதலா போடலாம்ல. டவுன்லயெல்லாம் பூரி. இடியாப்பம். சப்பாத்தின்னு எது எதோ போடுறாங்களே. அதுமாதிரி போடலாம்ல?” அதுக்கு,

“யார்ரா இவன் சுத்த வெவஸ்தகெட்டவனா இருக்கான். அதெல்லாம் போட்டா எவன்டா தின்பான். நம்ம சக்கரபாணிமவன் டவுன்ல இருக்கானே. அவன் புள்ள கல்யாணத்துக்குக் கூப்புட்டுருந்தான். நானும் பஸ்புடிச்சி கஷ்டப்பட்டுப் போனேன். இதே மாதிரிதான் என்னென்னவோ போட்டாங்க. கொழந்த குட்டியெல்லாம் எங்க முழுசா தின்னுச்சி. எலையில வெச்சதுல பாதிக்கு மேல மீதமிருந்துச்சி. எனக்கு வயித்தெரிச்சலா போச்சி. முட்ட போட்ட கோழிக்குத்தானே சூத்தெரிச்சல் தெரியும். எவ்ளோ கஷ்டப்பட்டு ஒவ்வொண்ணையும் வெளைய வெக்கிறோம். அதக் கொண்டு போயி பூமியில கொட்டலாமா? அவன் கவருமன்டு சம்பளக்காரன். பூமாதேவிக்கு சாப்பாடு போட செலவு செய்யலாம். இது கால்கடுக்க தலையில தூக்கி போய் கருவேப்புல வித்த காசுடா. ஒஞ்சோலிய பாத்துக்கிட்டு போவியா”ன்னாரு.

அவரு சொல்லுறதுலயும் எதோ ஞாயமிருக்குறமாதிரி தெரிஞ்சிச்சி.

இப்படி ஊரே அன்னாந்து பாக்குறாப்ள வெவசாயம் பண்ண கிருஷ்ணப்பாதாத்தா நம்மள கூப்பிடுறாருன்னா எவ்வளவு சந்தோசமாயிருக்கும்.

விரும்பிப் பாக்குற டீ.வி நிகழ்ச்சியையும் விட்டுட்டு அருணகிரியோட ஒடனே அவர பாக்கப்போற அளவுக்கு சந்தோசம்.

“சரி... சரி... வாங்க கொல்லையப் போய்ப் பார்த்துட்டு வருவோம்” அழைத்தார் அருணகிரி.

“கொஞ்சம் இருங்க” உள்ளிருந்து குரல் வந்தது. இரண்டு தம்ளரில் ஏதோ குடிக்கக் கொண்டுவந்து கொடுத்தாள் செல்லமுத்துவின் மனைவி.

கறுப்பு நிறத்தில் சூடாக ஏதோ ஒன்று. வாங்கி ஒரு வாய் குடித்தார் அருணகிரி. சூடாக இருந்தது. தம்ளரை இரண்டு கைகளுக்கும் இடையில் வைத்து முன்னும்பின்னும் மத்துக்கடைவது போல் உருட்டினார். சூடாக இருப்பதை அப்படி உருட்டும்போது அந்த சூட்டை தம்ளரில் இருந்து கை வாங்கிக்கொள்ளும்.

“என்னது...? இனிப்பா... காரமா வித்தியாசமா இருக்கே?”

தொண்டையில் இதமாய் இறங்கிய அந்தத் திரவத்தை ரசித்து ருசித்தபடி கேட்டார் அருணகிரி.

“இதுவா...? சுக்கு, மிளகு, திப்பிலி கஷாயம். கூட தொளசி எல போட்டு காய்ச்சினது. இனிப்புக்கு பன வெல்லம் போட்டிருக்கோம். மெட்ராசுல வேல பார்த்துக்கிட்டிருந்தனா? அப்ப ஒவ்வொரு வாரமும் ஒவ்வொரு ஷிப்டு போகணும். தெனமும் ஒரே நேரத்துல சாப்பிடவும் முடியாது. சரியா தூங்கவும் முடியாது. அதனால ஒடம்புல நெறைய பிரச்சன. அப்ப ஒரு மொற திருத்துறப்பூண்டி கரிகாலன்கிட்ட பேசிகிட்டிருந்தப்ப இதெப்பத்தி சொன்னேன். அவரு அறிமுகப்படுத்துனதுதான் இது. இன்னிக்கி தொளசி போட்டிருக்கோம். அடுத்த நாளு வேற மூலிக சேர்ப்போம்.”

“மெட்ராசுல மூலிகைக்கு என்ன செய்வீங்க?”

“ம்... அங்க நாங்க மாடியில மூலிக தோட்டம் வெச்சிருந்தோம். முப்பதுக்கு மேல தொட்டியில மூலிகைச்செடி வளர்த்தோம். துளசி,

பெரண்ட, கத்தாழ, ஓமவள்ளி, கீழாநெல்லி, தூதுவள, வெத்தல, மொடக்கத்தான், துத்தி, ரணக்கள்ளின்னு நெறைய இருந்துச்சி.”

“என்னது மாடியில செடியா?”

“ஆமா... வீட்ல கெடைக்கிற குப்பையெல்லாம் சேகரிச்சி தொட்டியில போட்டு வெச்சா மக்கி ஒரமாயிடும். அதுகூட மண்ணு கலந்து செடி வெச்சிடுவோம்.”

“மெட்ராசுல மண்ணுக்கு எங்க போவீங்க?”

“அதுவொன்னும் பெரிய பிரச்சனையில்ல. அங்கங்க இருக்குற காலி எடத்துல எடுத்துக்கலாம்.”

“யாரும் எதுவும் சொல்லமாட்டாங்களா?”

“நாம என்ன லாரி வெச்சா எடுக்கப்போறோம். தொட்டியில வெக்கத்தானே? அதனால ஒண்ணும் பிரச்சனயில்ல.”

“மாடியில மண்ண ஏத்துனா தாங்குமா?”

“மேல ஒரு வீடே கட்டுறமே அதையே தாங்குதே. தொட்டியில வெக்கிற கொஞ்ச மண்ணத்தாங்காமலா போயிடும்?”

“செடிக்குத் தண்ணி விடுவீங்கல்ல அப்ப தரை ஒண்ணும் ஆகாதா?”

“ஒண்ணும் ஆகாது. கொஞ்சமாத்தானே கொடுக்கறோம். போகப் போக இன்னும் பழகிடும். செடிங்க வாடுனா மட்டும் தண்ணி கொடுத்தாப்போதும்.”

“இந்தக் கஷாயம் நல்லாவே இருக்கு. யாரு சொன்னதா சொன்னீங்க?”

“திருத்துறப்பூண்டி கரிகாலன். மேடைநாடகம் போடுறவர். நடிகர். நாலு ஏக்கர்ல நெல்லு போட்டு மதிப்புக்கூட்டி அரிசியா விக்கிறாரு.”

“மதிப்புக்கூட்டி விக்கிறதுன்னா?”

“வெளையிற பொருள அப்படியே விக்காம வேற ஒண்ணா மாத்தி விக்கிறது.”

“புரியல?”

“தேங்காய் வெளையுதுன்னா அத அப்படியே விக்காம கொப்பரையா விக்கிறது. எண்ணையா மாத்தி விக்கிறது. இன்னும் முயற்சி செஞ்சா

மூலிகை எண்ணெயாவும் மாத்தி விக்கலாம். லாபம் பல மடங்கு அதிகமா இருக்கும்.''

“எல்லாம் கேக்க நல்லாத்தேன் இருக்கு. ஆனா நமக்கு ஒத்துவரணுமே.''

“ஏன் ஒத்துவராது? நம்மகிட்ட தேங்காய வாங்கி எவனோ ஒருத்தன் இதெல்லாம் செஞ்சி லாபம் பார்க்கிறான். நாம ஏன் செய்யமுடியாது?'' செல்லமுத்து வெறும் விவசாயிமட்டுமில்ல. அவன்கிட்ட ஒரு வியபாரியும் இருக்குறான்னு அருணகிரி நெனச்சிகிட்டார்.

“அப்பறம் கரிகாலனபத்திக் கேட்டீங்க. அவரு நெல்ல அறுத்து மூட்டைபுடிச்சி வெச்சிருவாரு. ஒவ்வொரு மாசமும் அரிசியா மாத்தி வீடு வீடா கொண்டு போய் வித்துடுவாரு.''

“வீடு வீடா கொண்டு போனா வாங்குவாங்களா?''

“அவருக்குன்னு சில ரெகுலர் கஸ்டமருங்க இருக்காங்க. அவங்ககிட்ட வித்துடுவாரு. இயற்கையில வெளயிறதால விரும்பி வாங்குவாங்க.''

“என்ன இயற்கையில வெளையிறதா?''

“ஆமா... அவரு ரசாயன ஒரமோ பூச்சிகொல்லி மருந்தோ பயன்படுத்துறதில்ல. ‘விதைப்பதும் அறுப்பதும்’னு ஒரு புத்தகமே எழுதியிருக்காரு...''

“ஒரம்போடாம வெளையுமா? இதெல்லாம் நம்புறமாதிரி இல்லையே.''

“நம்ம தாத்தா காலத்துல எப்படி வெளைஞ்சுது? அப்பல்லாம் ஒரமேது? மருந்தேது?''

“ம்... என்னமோ சொல்லுறீங்க ஒண்ணுமே புரியல.''

“ஒரே நாள்ல எல்லாத்தையும் சொல்லிட முடியுமா? இன்னும் நெறைய இருக்கு. போகப்போக புரியும்.''

செல்லமுத்து சொல்லிக்கொண்டிருக்கும்போதே அவன் மனைவி வெத்தலைபாக்குத் தட்டை கொண்டுவந்து வைத்தாள்.

“என்ன தம்பி மெட்ராசில இருந்தீங்க. வெத்தல பாக்கு போடுற கெட்ட பழக்கம் தொத்திக்கிட்டா?''

“கெட்ட பழக்கமா? வெத்தல பாக்கு போடுறதா?''

“பின்ன... இல்லையா?”

“காலையில வெத்தலையோட பாக்கு அதிகம் சேர்த்துப்போட்டா மலச்சிக்கல் வராது. நடுப்பகல்ல சுண்ணாம்பு அதிகம் சேர்த்துப்போட்டா நல்ல பசியெடுக்கும். மாலையில சுண்ணாம்பு அதிகம் சேர்த்து போட்டா வாய்துர்நாற்றம் இருக்காது. வெத்தலையோட சேர்த்த சுண்ணாம்பு எலும்ப பலமாக்கும். பொம்பளைங்களுக்கு வர்ற மாதாந்திர பிரச்சினைய பாக்கு சரியாக்கும். அதுவும் தீட்டு நிக்கிறப்ப பல நாள் அதிகமா ரத்தம்போற பிரச்சினை பாக்கு போடுற பொம்பளைங்களுக்கு இருக்காது. அந்தக் காலத்துல எல்லாம் பல்லு போன பாட்டிங்ககூட ஒரல்ல போட்டு பாக்க இடிச்சி வாயில போட்டு அதம்பிக்கிட்டிருப்பாங்க. அவங்களுக்கெல்லாம் கர்ப்பபை பிரச்சனை எதுவும் வந்ததில்ல.”

ஆச்சரியமாய் பார்த்தார் அருணகிரி, “என்னதம்பி சொல்றீங்க. வெத்தல பாக்கு போடுறதுல இவ்வளவு விசயமியிருக்கா?”

“ஒண்ணே ஒண்ணு பொயில மட்டும் சேத்துப் போடக்கூடாது. புத்துநோயி வந்திடும்.”

ஒன்றுக்கு இரண்டாக வெத்திலையை எடுத்து, காம்பைக் கிள்ளி, புறப்பக்கத்தில் சுண்ணாம்பைத் தடவி பாக்கு சேர்த்து வாயில் போட்டார் அருணகிரி.

“தம்பி நீங்க வெத்தல பாக்குபத்தி சொன்னதுந்தான் ஞாபகத்துக்கு வந்தது. நானும் சின்ன வயசுல வெத்தல பாக்கு போட்டுக்கிட்டிருந்தவந்தான். அப்ப எங்க ஆத்தா என்னத் திட்டும். வெத்தலபாக்கு போட்டா கோழி கொத்தும். ஆடு முட்டும்னு எவ்ளோ சொல்லிப் பாத்திச்சி. நானும் திருட்டுத்தனமா போட்டுக்கிட்டுத்தேன் இருந்தேன். வாயி செவந்திருக்குறத பாத்துட்டு திட்டும். இதுக்காக வெத்தலபாக்கு போட்டா பல்லை வெளக்கி வாய கொப்பளிச்சிட்டுதான் வீட்டுக்குப் போவேன். எனக்கு ஒரு தடவ வெத்தலபாக்கு போட நாலஞ்சி வெத்தல வேணும். ஆடு தழைய திங்கறமாதிரி வெத்தலைய திங்கறான்னு கிண்டல் பண்ணுவாங்க.

எனக்குக் கல்யாணம் ஆகி மறுநாள் மாமனாருவீட்ல இருந்தனா. எனக்கு மூணு கொழுந்தியாளுங்க. எதுக்க வந்து நிக்க மாட்டாங்க. ஆனா ஏதாவது வம்புதும்பு பண்ணிக்கிட்டே இருப்பாங்க.

மொத நாளு காலையில சாப்பிடக் கூப்டாங்க. கைகழுவிட்டு உள்ள போனேன். கூடத்துல பவானி சமுக்காளம் விரிச்சி அதுமேல பத்தமட பந்திபாய் போட்டு ஒரே ஒரு தலவாழ எல போட்டிருந்துச்சி.''

"வேற யாரும் சாப்பிடலயான்னு?'' கேட்டேன்.

"அப்பா கொல்லயில வேலையா இருக்கு நீங்க சாப்புடுங்க அத்தான்''னு கொரலு மட்டும் வந்துச்சு. அப்ப நான் உசாராயிருக்கணும். சரி உண்மதான்போலிருக்குன்னு நெனைச்சிகிட்டு போய் பந்திபாய்ல ஒக்காந்தா நறபுறன்னு ஒரே சத்தம். என்னன்னு பாயதூக்கிப் பாத்தா பொரிச்ச அப்பளத்த பாயிக்குக் கீழ வெச்சிருக்குதுங்க.

நாம இதுக்கெல்லாம் சளைச்சவங்களா. நான் அப்பளத்து மேலையே ஒக்காந்துட்டேன். எங்க சின்ன மாமியாருதான் பரிமாறுனாங்க. அசோகா, இட்லி, வடன்னு ஒவ்வொன்னா வெச்சாங்க. ஆசையா சாப்பிட எலக்கி கைய கொண்டுபோனா எல நகருது. என்னடான்னு பாத்தா எலக்காம்புல ஒரு நூல கட்டி, அத பாயிக்கு கீழ எடுத்துக்கிட்டு போயி உள்ள இருந்துகிட்டு எலய இழுக்குதுங்க. இது என்னடா வம்பா போச்சினு யோசிச்சேன். டக்குனு அந்த நூலப் புடிச்சி அறுத்துவிட்டுட்டு நாம்பாட்டுக்கு சாப்புட ஆரம்பிச்சேன்.

ஒருவழியா சாப்பாடு முடிஞ்சி வெளிய வந்து கையக் கழுவிகிட்டு மரநாற்காலியில ஒக்காந்தேன். எதுத்தமாதிரி தட்டுல வெத்தலபாக்கு இருந்தது. எனக்கு வாயி நமநமன்னுச்சி. வெத்தல பாக்கு போட்டா நம்மபத்தி தப்பா நெனைப்பாங்களோன்னு யோசிச்சிகிட்டிருந்தப்ப மாமனார் கொல்லையிலேர்ந்து வந்தாரு. தோள்ல இருந்த மம்புட்டிய ஓரமா வெச்சிட்டு, கட்டியிருந்த முண்டாச அவுத்து மொகத்த தொடச்சிகிட்டே, "சாப்டிங்களா மாப்ள?''ன்னாரு.

நானும், "சாப்டேன் மாமா''ன்னேன்.

மச்சான் அப்பதான் எங்கயோ போய்ட்டு வீட்டுக்கு வந்தான்.

"வெத்தல பாக்கு போடவேண்டியதுதானே அத்தான்''னான். மச்சினன் ஆசையா கேக்குறானேன்னு அடக்கி வெச்சிருந்த ஆசைய விட்டுட்டு வெத்தல தட்ட கைல எடுத்தேன். மாமா உள்ள போனத பாத்துட்டு எதுத்தமாதிரி ஒரு நாற்காலிய எடுத்து போட்டுகிட்டு ஒக்காந்து பேச்சு கொடுத்தான். அவன்கிட்ட பேச்சி கொடுத்துக்கிட்டே ஒவ்வொரு

வெத்தலையயா எடுத்து காம்ப கிள்ளி ரெண்டு பக்கத்தையும் துண்டுல தொடைச்சிகிட்டு சுண்ணாம்ப தடவி வாய்குள்ள அனுப்பிக்கிட்டிருக்கேன். ஒரு நாலஞ்சி வெத்தல உள்ள போயிருக்கும். ஒரே கசப்பு என்னன்னு தெரியல. வெத்தல ஒரைக்கும்.

கசக்குமா? ஒண்ணும் புரியல. மெல்ல மெல்ல கசப்பு தாங்கமுடியல. ஓடிப்போயி துப்பினேன். உள்ளுக்குள்ள கொழுந்தியாளுங்க சிரிக்கிற சத்தம். மச்சானும் சிரிக்கிறான். என்னடான்னு வெத்தல தட்ட எடுத்து பாத்தா வெத்தலையோட சேர்த்து வெத்தலவள்ளிக்கொடி எலையையும் மாத்தி மாத்தி அடுக்கி வெச்சிருக்காங்க. அன்னிக்கி விட்டதுதான் தம்பி. அதுக்குப் பின்ன யாராவது வெத்தல போடுறத பாத்தா வெத்தல வள்ளி எல கசப்புத்தான் எனக்கு ஞாபகத்துக்கு வரும். இப்போ நீங்க இவ்ளோ சொன்னதுக்கப்பறம் வெத்தல ருசிமட்டும்தான் தெரியுது.”

அருணகிரி சொல்லச் சொல்ல சிரித்துக் கேட்டுக்கொண்டிருந்தான் செல்லமுத்து. பின்னர் இருவரும் கொல்லைக்கு சென்றனர்.

★★★

மாமரத்துக்கு கீழே கிடந்த ஈச்சேரில் சாய்ந்து படுத்திருந்தார் கிருஷ்ணப்ப தாத்தா. அவர் நட்டு உருவாக்கிய மரம். குடைபோல படர்ந்திருந்தது. நாட்டு மாமரம். செல்லமுத்து சைக்கிளை நிறுத்தி ஸ்டேன்ட் போட்டான். சத்தம் கேட்டதும் தலையை தூக்கி வலது கையை குவித்து நெற்றியில் வைத்து, கண்ணை சுருக்கி,

“ஆரப்பாதே?” என்றார்.

“நான்தேன். செல்லமுத்து!”

“யேய் காசிநாதன்மவன் சின்னவனா? வாடாப்பா வா. ஒக்காரு... ஒக்காரு... மெட்ராசிலேர்ந்து வந்த பய கொழாக்கால் சட்டையெல்லாம் மாட்டிகிட்டு வருவேன்னு பார்த்தா வேட்டியில் சும்மா கும்முன்னு வந்துருக்க?”

பக்கத்துல கெடந்த கயித்துக் கட்டில்ல ஒக்காந்தான் செல்லமுத்து.

“ஒன்னைய பார்த்து பத்து பாய்ஞ்சி வருசமாயிருக்கும்னு நெனைக்கிறேன். அப்ப ஒல்லியா ஒடிசலா இருப்ப. இப்ப இவ்ளோ தாட்டியா ஆயிட்ட... சரி... சரி... இந்த தாத்தனுக்கு என்ன கொண்டு வந்த?”

அவனைப் பேசவிடாமல் அவரே பேசிக்கொண்டிருந்தார். ஒரு நொடிநேரம் தேவையில்லாமல் உட்கார மாட்டார். உழைப்பு... உழைப்பு... அவருக்குத் தெரிந்தது அது ஒன்றுதான். இப்போது பழையபடி ஓட முடியவில்லை. ஓய்விலிருப்பது பெரிய கொடுமை. தனியா ஒண்ணுக்கு ரெண்டுக்குப் போயி வர்றதே பெரும்பாடு. அவருக்கு இருக்குற ஒரே நிம்மதியும் சந்தோசமும் ஓசி வெத்தலபாக்கு சாம்பசிவம். அப்பப்போ வருவார். ஒரு டீ. வெத்தலபாக்கு... ஊரு கதையெல்லாம் ஒண்ணு விடாம ஒப்பிப்பார். அவருக்கு வேறு வேல கெடையாது. வெத்தலபாக்கும் டீயும் கெடைக்குதுன்னா சும்மாவா. இவருக்கும் கொஞ்சம் நேரம் போகும். சாம்பசிவம் போயிட்டா இவருக்குக் கஷ்டமாயிடும். மறுநாள் அவரு வரும் வரைக்கும் இவர் ஆவலோட இருப்பார். கொஞ்சம் வரத்தாமதம் ஆனாலும்,

“என்னாச்சி இந்த சாம்பசிவம் பயலக் காணும்” என்று குரல் கொடுப்பார். அவர் வரும் நேரத்தில் வேறு யாரும் வந்தாலும்.

“ஆரு சாம்பசிவமா?” என்பார். அவர் இல்லையென தெரிந்தால் முகம் வாடிவிடும்.

முதுமையில் தனிமை மகா கொடுமை.

மருமகள்கள் அவரைக் கிண்டல் செய்வதுண்டு. சாம்பசிவம் கிருஷ்ணப்ப தாத்தாவின் சின்ன வீடென்று. கையிலிருந்த பையைப் பிரித்து அதிலிருந்த சிறுசிறு பொட்டலங்களை எடுத்து அவரிடம் கொடுத்தான் செல்லமுத்து. வாங்கிய பொட்டலங்களைத் தடவிப் பார்த்தார்.

“என்னடாப்பா இதெல்லாம்?” என்றார்.

“எல்லாம் வெதைங்க தாத்தா” என்றான்.

“இவ்ளோ பொட்டலம் இருக்குது... எல்லாமே வெதைங்கதானா?” என்றார்.

“ஆமா தாத்தா” என்றான்.

“எங்கடாப்பா கெடைச்சுது இதெல்லாம்?”

“திருச்சிக்குப் பக்கத்துல முசிறியில யோகநாதன்னு ஒரு சிநேகிதன் இருக்காரு. நம்மாழ்வார் ஐயா கூட இருந்தவரு. நம்ம பழைய

வெதைகளயெல்லாம் தேடிக் கண்டுபிடிச்சி நாடுமுழுக்க தர்றாரு. அவருகிட்ட வாங்கி வந்தேன். போட்டுப்பாத்தேன் எல்லாம் நல்லா வளர்ந்திருக்கு. காய்ப்பு எப்படியிருக்குன்னு பார்க்கணும். நீங்களும் பேரன்கிட்ட கொடுத்து போட்டுப்பாருங்க. எப்படி வருதுன்னு சொல்லுங்க தாத்தா."

"ரொம்ப சந்தோசம்டாப்பா... ஏன் நம்ம ஊர்ல எதப் போட்டாலும் நல்லாத்தான் வரும். எருவ போட்டு வெளைய வெச்சதுவரைக்கும் எல்லாம் நல்லாத்தேன் வெளைஞ்சது. இப்பதான் இவனுங்க எத எதையோ போட்டு மண்ணைப் பாழாக்கிபுட்டாய்ங்க. நேத்து சாம்பசிவம் வீட்டுக்கு வந்தப்ப சொன்னான். எதேதோ பேரு தெரியாத மரக்கன்னெல்லாம் கொல்லையில நட்டு வெச்சிருக்கியாமே. வரப்போரத்துல நெறைய அகத்திச்செடியெல்லாம் நட்டு வளக்கிறியாம்."

"ஆமா தாத்தா, இப்ப எல்லாரும் யூரியா போடுறாங்களே அது நமக்கு இயற்கையா கெடைக்கனும்னா அகத்தி போதும். காத்துல இருக்குற நைட்ரஜன புடிச்சி பூமிக்கு தரும். நம்ம நாட்டுல ரசாயன ஒரம் வந்தப்ப ஜே.சி. குமரப்பா அதெல்லாம் வேண்டாம். அகத்திய நட்டு வெச்சாலே போதும்னு சொன்னார். யாரும் கேக்கல. அதான் இப்ப அனுபவிக்கிறோம். இப்ப பூமித்தாய காப்பாத்த நமக்கு ஆடு, மாடு, அகத்தி வளர்க்குறதுதான் ஒரே வழி."

"என்னமோப்பா சாம்சிவம் சொன்னதும் ஒங்கொல்லைய வந்து பாக்கணும்னு ஒரே ஆச. வயசாயிடுச்சி. கண்ணும் தெரியல. மண்ணும் தெரியல. அதான் ஒன்னைய வரச்சொன்னே."

"தாத்தா ஒங்களுக்கு என்ன வயசிருக்கும்?"

"யாருக்குடாப்பா தெரியும். வீட்ல இருக்குறவங்க தொண்ணூத்தியஞ்சின்னு சொல்றாங்க."

"ஒங்க வயசுக்கெல்லாம் நாங்க உயிரோட இருப்பமான்னே தெரியாது. புதுக்கோட்ட பக்கம் ஞானப்பிரகாசம்னு ஒரு ஐயா. காங்கிரஸ்காரரு. மரம் வளர்க்குறதுல ரொம்ப ஆர்வமானவரு. அவரு வாழ்நாள் முழுக்க மரங்கள உருவாக்குறதையே வேலயாச்செஞ்சாரு. அவரப் பார்க்கப்போயிருந்தப்ப அவருதான் செம்மரம், மகோகனி, ஈட்டி, மஞ்சகடம்பு இதெல்லாம் நடச்சொன்னாரு. கன்னுங்க வாங்கி வந்து நட்டேன். எல்லாம் நல்லா வளருது. தழைங்க ஒரமாயிடும். பின்னாடி வெட்டி விக்கும்போது பெரிய தொகையா கெடைக்கும்."

“ம்… நாங்கல்லாம் எங்க காலத்துல பூவரசு, ஒதியன், வேம்புன்னு நடுவோம். அதுவும் இருக்குறவரைக்கும் ஆட்டுக்கு தழையுமாச்சி, வெட்டி வித்தா நல்ல வெலைக்குத்தான் போகும்.”

“உண்மதான் தாத்தா. ஆனா நீங்க சொன்ன வேம்பு பூவரசல்லாம் இருபத்தைஞ்சி வருசம் வளர்க்கனும். அதிக வெலைக்கு போகாது. ஆனா நான் நட்டு வளர்க்குற மரங்களெல்லாம் அஞ்சி வருசத்துலயே வெட்டலாம். அதிக வருசம் வெச்சிருந்தா ரொம்ப அதிக வெலைக்கு விக்கலாம். மரங்கள மட்டுமே நட்டு வளத்தா நீண்ட நாளுக்கப்பறம் நம்பவே முடியாத அளவுக்கு வருமானம் வரும். ஆனா நாம குடும்பம் நடத்த அப்பப்ப வருமானம் வேணுமே. அதான் வெள்ளாமையும் பண்ணிக்கிட்டு மரமும் வளக்கறேன்.”

“என்னமோப்பா ஊர்ல அவனவன் செய்யிற வெவசாயத்த பார்த்தா எனக்குப் பயமா இருந்திச்சி. நீ செய்யறதப் பாக்கும்போது கொஞ்சம் நம்பிக்க வருது. எக்காரணங்கொண்டும் இதக் கைவிட்டுடாத. நீ செய்யறதப் பார்த்து நாலுபேரு ஒம்பின்ன வரனும். பூமாதேவிய காப்பாத்தனும்டா. இல்லன்னா அவ சாபம் நம்ம புள்ளயொல சும்மா விடாது. ரொம்பப் பொறுமையாத்தான் போயிக்கிட்டிருக்கா அவ.”

கிருஷ்ணப்ப தாத்தா பேசுறத கேக்குறப்ப மகிழ்ச்சியாத்தேன் இருந்துச்சி. ஆனா பயமாவும் இருக்கு. நம்ம மேல எம்புட்டு நம்பிக்கை வெச்சிருக்காரு மனுசன். அதுவும் நம்மால முடியலயே. அது செய்ய எவனாவது வருவானான்னு ஏங்கிகிட்டிருந்த மனுசன். இவரோட ஆசய நெறவேத்தனும். அது கத்திமேல நடக்குற வேலதான். கொஞ்சம் பெசகினாலும் எல்லாம் வீணாயிடும்.

நான்கு

"சரி தாத்தா நான் கௌம்பறேன்" சொல்லிக்கொண்டு புறப்பட்டான் செல்லமுத்து.

"சரிடாப்பா... வந்த புள்ளைக்கு ஒரு டீ தண்ணி போட்டுக்கொடுக்கக்கூட ஆளில்ல. எல்லாரும் கெழக்க ஆடுபுடிச்சிக் கட்டிக்கிட்டு நிக்கிறாங்க. சரி... சரி... நீ போயிட்டு வா. அடிக்கடி இந்தத் தாத்தன வந்து பாத்துக்க" விடை கொடுத்தார் கிருஷ்ணப்ப தாத்தா.

சைக்கிளை எடுத்துக்கொண்டு புறப்பட்டான் செல்லமுத்து. போகுற வழியிலதான் சாம்பசிவத்தின் வீடு... அவரப் பார்த்துட்டுப் போக ஆசை. நம்ம செய்யுற வேலய ஊருக்குள்ள நல்லபடியா கொண்டு சேர்க்கும் நபர். பிரச்சாரப் பீரங்கி. இனி செய்யப்போகும் இயற்கை விவசாய வேலைக்கு இவர்தான் இலவச விளம்பர பிரதிநிதி. அவர விட்டுடக்கூடாது. அப்படியொரு விளம்பர பிரதிநிதிய எப்படி சும்மா வெறுங்கையோட போய் பாக்குறது. என்ன வாங்கிகிட்டு போகலாம்?. யோசித்தபோது அவன் மனதில் வந்தது அவர் பெயர்.

ஓசி வெத்தல சாம்பசிவம். யோசித்துக்கொண்டே வரும்போது நடராசன் மாமா கடை வந்தது. பக்கத்துலதான் செல்லமுத்து படிச்ச ஹைஸ்கூல். நடராசன் மாமாவ செல்லமுத்துக்கு புடிக்காது. அப்ப ஏழாவதோ எட்டாவதோ படிச்சிக்கிட்டிருந்ததா ஞாபகம். நடராசன்

மாமா கடையிலதான் அவசரத்துக்கு பேனா பென்சில் வாங்கறது. பேனாவுக்கு இங்க் போடுறது. அஞ்சி காசு கொடுக்கணும். இங்க் பில்லர்ல இங்க் எடுத்து பேனாவுல ரொப்பிக்கொடுப்பாரு. பக்கத்துல ஒரு பழைய கைலி துணியோ கிழிஞ்ச பொடவத் துணியோ இருக்கும். மூடுன பேனாவுல இங்க் கசிஞ்சா அதுல தொடச்சிக்கலாம்.

கடைக்கி போறப்பெல்லாம் வரிசையா ஜவ்த்தாள் பாக்கெட்டுல போட்டு அடுக்கி வெச்சிருக்க ஜூஸ்பரி, பால்பன்னு, தேன் மிட்டாயின்னு நாக்குல எச்சூறும். அப்பா கொடுக்கற காசுல இதெல்லாம் வாங்கி சாப்பிடமுடியாது. இங்க் போட காசு கேட்டா பெல்ட்டுலேர்ந்து அஞ்சி காசு எடுத்துக் கொடுப்பாரு. சில்லற இல்லன்னு பத்துக்காசு கொடுத்தா சாங்காலம் பள்ளிக்கொடம் முடிஞ்சி வீட்டுக்குப் போனதும் பாக்கி அஞ்சிகாசு எங்கன்னு கேட்டு வாங்கிக்குவார்.

கூடப் படிக்குற பசங்க ஆளுக்கு அம்பதுகாசு சேர்த்து ரெண்டு ரூபாய்க்கு பாக்கெட் எடுப்பாங்க. அதுல பெரும்பாலும் பால்பன் பாக்கெட்டுதான் எடுப்பாங்க உதிரியா வாங்குனா ஒண்ணு அஞ்சி காசு. பாக்கெட் எடுக்குறப்ப நாலு பால்பன் கூடுதலா இருக்கும். பெரும்பாலும் வெளயாட்டு பீரியடுதான் பாக்கெட் எடுப்பாங்க. வெளையாட்டு பீரியடுல யாராவது நாலு பேர காணலன்னா பாக்கெட் எடுக்க போயிட்டாங்கன்னு புரிஞ்சிக்கலாம்.

செல்லமுத்துக்கும் அதுமாதிரி பாக்கெட் எடுக்குறவங்ககூட கூட்டணி வெச்சிக்கணும்னு ஆச. ஆனா ஐம்பது காசுக்கு எங்க போறது? பத்துகாசுக்கு கணக்கு கேக்குற அப்பாகிட்ட ஐம்பது காசு எப்படி கேட்கமுடியும்.

அதுக்கும் ஒரு வழி கெடைச்சது. பேனா பென்சில் வாங்க அப்பா பணம் கொடுக்காத போது அந்தச் செலவுக்குக் கொட்ட பொறுக்குற காசு ஒதவும். கிராமத்துல வேப்பமரம். புன்னமரம். புங்க மரம் நெறயவே இருக்கும். புங்கமரம் தழைய வெட்டி வயல்ல போட்டு ஒரமாக்க ஒதவும். அதோட மாட்டுக்கொம்பு சுட்ட குழிப்புண்ணுக்குப் புங்கவேர்லேந்து எடுக்குற சாறு நல்ல மருந்து. கிராமங்கள்ல காள மாட்ட, வண்டியில பழக்குவதற்கு முன் அதன் கொம்பச் சுடுவாங்க. அப்படி சுடும்போது அங்க புண்ணாயிடும். புண்ணுன்னா ஒரு கட்டவெரல் உள்ள போகுறமாதிரி புண்ணு.

அதுலயும் காக்கா மாட்டோட தலையில ஒக்காந்து புண்ண கொத்தி கொத்தி ஆறவிடாம பண்ணிடும். காக்கா புண்ண கொத்துறது மாட்டுக்கு ஒனக்கையா இருக்குறதால மாடு அப்படியே அசையாம நிக்கும்.

அந்தமாதிரி நேரத்துல புண்ண ஆத்துறத்துக்கு புங்க வேர் எடுத்துவந்து கருக்கருவாளால சொரண்டுனா தேங்காப்பூபோல வரும். அத ஒரு துணியில வெச்சிப் புழிஞ்சா இளமஞ்ச நெறத்துல சாறுவரும். அந்தச் சாற குழிப்புண்ணுல சொட்டு சொட்டா விட்டுட்டு, ஆலமரத்து பால் எடுத்து வந்து பருத்தி துணியில தடவி குழிப்புண்ணு மேல மூடுறமாதிரி ஒட்டிடுவாங்க. அது குழிப்புண்ண நல்லா மூடிக்கும். இப்ப காக்காவால கொத்தவும் முடியாது. ஒரு வாரத்துல புண்ணு இருந்த எடமே தெரியாத மாதிரி சரியாயிடும்.

வேப்ப மரத்துல தழை ஓடிச்சி ஆட்டுக்குப் போடுவாங்க. வேப்பந்தழைய மனுசன் கரும்பு சாப்பிடுறமாதிரி ஆடு விரும்பி சாப்பிடும். கோடையில ஆட்டுக்குக் கடலகொடியக் காயவெச்சி போரு போட்டு வெச்சிருப்பாங்க அத எடுத்துப் போடுவாங்க. மழக்காலத்துல வேப்பந்தழதான். வேப்பந்தழ ஓடிச்சிப்போட்டா தழைய சாப்பிட்டுட்டு குச்சியில இருக்குற தோலயும் சேத்து சாப்பிட்டுட்டு வெள்ளையா குச்சிய மட்டும் போட்டு வெச்சிடும்.

சுகப்பிரசவமாயி வீட்ல அம்மாவும் கொழந்தையும் படுத்திருக்குற அறையில நல்ல வெளக்கு ஏத்தி வெப்பாங்க அதுக்கு புன்ன எண்ணெய்யத்தான் ஊத்தி எரியவிடுவாங்க. அதுலேர்ந்து வர்ற புகை கொழந்தைக்கும் தாய்க்கும் நல்லதாம்.

அப்பறம் இலுப்பமரம். இதோட கொட்டைய எடுத்துத் தரையில பரப்பி ஒரலமேல வெச்சி சுத்துவாங்க. இலுப்ப கொட்டையோட தோலு ஒன்னுரெண்டா தெரிப்பு விடும். அப்பறம் அந்தத் தோல கையால உறிச்சி எடுத்து பருப்ப தனியா பிரிச்சி காயவெச்சி செக்குல கொடுத்து எண்ணையாட்டி எடுத்துவந்து, அந்த எண்ணெய இருப்பு சட்டியில ஊத்திக் கொதிக்க வெச்சு. நல்லா கொதிக்கும்போது நெத்துதேங்கா பாலப் புழிஞ்சி அதுல விடுவாங்க. அது முறிஞ்சி கசடு கீழ தங்கிடும். எண்ணெய் தெளிவா மேல நிக்கும். இப்படி முறிக்கலன்னா எண்ணெய் கசக்கும். முறிச்ச எண்ணெய பெரிய மண்பாத்திரத்துல வெச்சி எரவானத்துல வெச்சிடுவாங்க தேவையானபோது எடுத்துப் பயன்படுத்துவாங்க. புன்ன மரத்தோட வேர்லதான் மம்பட்டிபுடியும் நொகத்தடியும் செய்வாங்க.

இந்த வேப்பமரம், புங்கமரம், இலுப்பமரம், புன்னமரம் இப்படி வீட்டுக்கு உபயோகமா இருந்தாலும் செல்லமுத்துமாதிரி சின்னப் பசங்களுக்கு வேறு விதத்துல பயன்படும். இந்த மரங்களோட வெதைகளப் பொறுக்கிக் காயவெச்சி ஒடைச்சி பருப்பத் திருப்பிக் காயவெச்சி சந்தைக்குக் கொண்டு போனா வித்துட்டு புடிச்சமாதிரி பேனா பென்சில்னு வாங்கிக்கலாம். வெளவா தெரவடிச்ச எடுத்துல இந்தக் கொட்டைங்க கெடைக்கும். இதப் பொறுக்குறதுல அண்ணந்தம்பிக்குள்ள போட்டி. யாரு நேரத்தோட எழும்புறாங்களோ அன்னிக்கு அவங்களுக்கு லாபம்.

இந்த வெதைங்களக் கொண்டு போய் ஞாயித்து சந்தையில செட்டியார்கிட்ட வித்துட்டு வந்து எவ்வளவுக்கு வித்தோமுன்னு வீட்ல கணக்கு சொல்லணும்.

ஒருமுற இப்படித்தான் பின்னகொட்ட விக்க ஒரு மூட்டையில சந்தைக்கு எடுத்துட்டு போனான் செல்லமுத்து. ஒன்பது ரூவாய்க்கு இருந்தது. எட்டு ரூவா அம்பது காசுக்கு இருந்தது. அதுல ஹீரோ பேனா வாங்கிக்கப்போறேன்னு சொல்லிட்டு அம்பது காச அமுக்கிட்டான். மறுநாளு சிநேகிதனுங்களோட சேர்ந்து ஆளுக்கு அம்பது காசு போட்டு நடராசன் மாமா கடையில பாக்கெட் எடுத்து சாப்பிட்டாச்சி. செல்லமுத்துதான் பாக்கெட் வாங்கி வந்தான்.

நடராசு மாமாவுக்கு செல்லமுத்துமேல கொஞ்சம் சந்தேகம். அவங்க வீட்ல அவ்வளவு ஈசியா அம்பது காசு வாங்கமுடியாதே. இந்த சந்தேகத்த மாரியப்ப வாத்தியார் காதுல போட்டு வெக்க. அவரு பேச்சோடபேச்சா செல்லமுத்து அப்பா காதுல போட. மறுநாள் பள்ளியொடம் விட்டு வீட்டுக்குப் போனா வீட்டு வாசல்ல சவுக்குக் குச்சிய வெச்சிகிட்டு ஒக்காந்திருக்கார் செல்லமுத்து அப்பா.

இவன் வீட்டு வாசல மிதிக்குறத்துக்கு முன்ன "ஏதுடா அம்பது காசு?"ன்னாரு.

செல்லமுத்துக்கு ஒண்ணும் புரியல. ரகசியமாத்தானே திருட்டு வேல செஞ்சோம். யாரு சொல்லியிருப்பா? சந்தயில பின்னகொட்ட வாங்குன ராசேந்திரன் செட்டியாரு சொல்லியிருப்பாரா? அவரு வீட்டுப்பக்கம் வர வாய்ப்பில்ல. அப்பாவும் ரெண்டு நாளா வெளியில போகல. யோசிக்குறதுகுள்ள சவுக்கு குச்சி முதுவுல சடாருன்னு எறங்கிட்டுது.

“அப்பா”ன்னு அலறினான் செல்லமுத்து. ட்ராயர் வழியா சொடசொடன்னு ஒண்ணுக்கு ஊத்துது. திரும்பவும் அப்பா கேக்குறாரு,

“நேத்திக்கு பள்ளியொடத்துல கூட்டாளிகூட சேர்ந்து பாக்கெட்டு எடுத்து தின்னியாமே. ஏதுடா காசு?”

வசமா மாட்டிகிட்டோம். ஆனா என்ன செய்யறதுன்னு தெரியல செல்லமுத்துக்கு. அப்பாவோட சோத்தாங்கையில சவுக்கு குச்சி. பீச்சாங்கையில அவனோட சட்டபின்னங்காலரு. ஓடவும்முடியல. அப்பா அடிக்கடி அடிக்க மாட்டாரு. எப்பயாவதுதான் அடிப்பாரு. அதுவும் ரொம்ப கோவம் வந்தா.

ஒருதடவ ஏதோ வேல சொன்னதச் செய்யாம கொல்லப்பக்கம் சாய்ப்புல கடந்த திருவமேல ஒக்காந்திருந்தான். வண்டிமாட்டக் கொண்டுபோய் கட்டிப்புட்டு தாருகுச்சியோட வந்து முதுகுல ஓங்கி ஒண்ணு வெச்சாரு. அப்பயும் இப்படித்தான் ட்ராயரோட ஒண்ணுக்குப் போயிட்டான். ஒக்காந்திருந்த திருவ முழுக்க மூத்திரம். அப்பறம் அம்மா திருவயக் கழுவிக் காயவெச்சாங்க.

அப்பாவோட பிடி விடுறமாதிரி தெரியல. உண்மைய ஒத்துக்க வேண்டியதுதான். வேற வழியில்ல.

“முந்தாநேத்து சந்தைக்குப் பின்ன கொட்ட கொண்டு போயி ஒன்பது ரூவாய்க்கு வித்தன். அதுல ஐம்பது காசு எடுத்துகிட்டேன்” அடி தாங்காம உண்மைய ஒத்துகிட்டான்.

“மொளச்சி மூணு எல வரல இந்த வயசுலயே பொய் சொல்லி வாங்கித் திங்கறியா? அதுதான் தீவாளிக்கு பலாரம்சுட்டு வெச்சித் திங்குறம்ல. அப்பறம் என்ன கடையில வாங்கி திங்கறது?”

அடுத்த அடி விழுறதுக்குள்ள வாசல்ல எதார்த்தமா வந்த பக்கத்துவீட்டு மாரிமுத்து தடுத்துவிட்டாப்ல. அழுதுகிட்டே கொல்லப்பக்கமா போனான். அவன் அழுவுறத யாரும் கண்டுக்கல. ஐம்பது காசு திருடுனா பின்ன என்ன பண்ணுவாங்க. ஆனா இது எப்படி அப்பாவுக்குத் தெரிஞ்சதுங்குற கேள்வி மட்டும் அவனுக்கு உறுத்திகிட்டேருந்தது. ராத்திரி தூங்கப்போகும்போது அம்மாவபெத்த ஆத்தா அவனத் தனியா கூப்பிட்டு மாரியப்ப வாத்தியாருதான் அப்பாகிட்ட சொன்னதா சொன்னிச்சி.

மாரியப்ப வாத்தியார் தெனமும் ரெண்டு தடவ கடைக்குப் போவாரு. அவருகிட்ட கடகார நடராசன் சொல்லியிருக்காரு.

அதுலேர்ந்து நடராசன் மாமா கடைக்கு செல்லமுத்து போறதுல்ல. எதனாச்சும் வேணும்னா சிநேகிதனுங்கள விட்டு வாங்கிக்குவான். அவருக்கும் செல்லமுத்து கடைக்கு வராத காரணம் தெரிஞ்சி போச்சு.

★★★

சைக்கிளை நிறுத்தினான். பாக்கெட்டில் இருந்த பத்துரூபாயை எடுத்து கடைகாரரிடம் கொடுத்து,

“வெத்திலைபாக்கு கொடுங்க” எனக் கேட்டான்.

கடக்காரர், “யாருக்கு தம்பி வெத்தல பாக்கு?” என்றார்.

“சாம்பசிவம் சித்தப்பாவுக்குத்தான்” என்றதும்,

“அவரு ரங்கவிலாஸ் போயிலதான் போடுவாரு” என்றபடி வெத்திலை பாக்கு பொட்டலத்தைக் கட்டத் துவங்கினார். செல்லமுத்துவுக்கு ஆச்சர்யமாக இருந்தது. ஊரில் யார்யாரு என்ன புகையில போடுவாருன்னு தெரிஞ்சி வெச்சிருக்காரே. கிராமத்துக் கடைக்காரர்கள் வெறும் வியாபாரிகள் மட்டுமல்ல. மக்களின் தேவைகளைச் சரியாக பூர்த்தி செய்பவர்கள். வெத்திலை பாக்கை வாங்கிக்கொண்டு புறப்பட்டான்.

ஐந்து

சைக்கிள் சாம்பசிவம் சித்தப்பா வீட்டு வாசலில் நின்றது.

சித்தப்பா என்றால் அப்பாவின் உடன்பிறந்தவர் அல்ல. மூன்றாம் கிளை பங்காளிங்க. அவர் கத பேச எங்கயும் போகாம வீட்லயே இருக்கணும்னு நினைத்துக்கொண்டு வெத்தல பாக்கு பொட்லத்த எடுத்துகிட்டு வீட்டுக்குள்ள போனான்.

ரெண்டடி ஒயர செவத்துல தரையோட தழைஞ்சிருக்கும் கூர. ரெண்டு பொம்பளயாள் படுக்கலாம். ஓரமா ஒரு தொம்பக்கூடு. அவ்வளவுதான் வீடு. வீட்டுக்குப் பின்னாடி ஒரு சமயகொட்டக. முன்னாடி ஒரு முன்கொட்டக. முன்கொட்டக நாலு காலு ஊணி கொஞ்சம் ஒசரமா.

காத்து வந்து போற மாதிரி. நாலு பேரு தாராளமா ஒக்காரலாம். களிமண்தர சாணத்தோட கரிசால. கையாந்தர. கரி இடிச்சுப்போட்டு மொழுகுனதால கருப்பு நெறத்துல ஜில்லுன்னு இருந்தது. எண்ணம்தான வாழ்க்க. வீட்ல இருந்தாரு சாம்பசிவம். படிச்சிக்கிட்டுருந்த செய்தித்தாள மடிச்சி வெச்சிட்டு,

“வாங்க தம்பி... வாங்க...” வாய்குளிர வரவேற்றார்.

“தெனமும் பேப்பர் வாங்குவீங்களா?”

“நான் எங்க வாங்குறது. நம்ம மேஸ்திரியார் இல்ல. அவருத்தான் வாங்குவாரு. அவருகிட்ட வாங்கி வந்து படிச்சிட்டுக் கொண்டுபோய் கொடுப்பேன்” சொல்லிக்கொண்டே பனம்பாயை எடுத்து விரிக்கப் போனவரை தடுத்தான்.

“மண் தரையே நல்ல குளிர்சியாத்தானே இருக்கு பனம்பாய் எதுக்கு. ஊரவுட்டு போனதுலேர்ந்து சிமென்ட் தரையும் டைல்ஸ்லயும் நாற்காலியிலயும் ஒக்காந்து பழகியாச்சு. நான் இப்படியே ஒக்காந்துக்கறேன்” என்று சொல்லிவிட்டு மண்தரையில் அமர்ந்தான்.

கையிலிருந்த வெத்தலை பாக்கு பொட்டலத்தை அவரிடம் கொடுத்தான்.

“எனக்கா?” எனக்கேட்டு வாங்கி பொட்டலத்தை பிரித்தவரின் முகத்தில் அப்படியொரு சந்தோசம்.

“இருங்க தம்பி வர்றேன்” என்று சொல்லிக் குனிந்து வீட்டுக்குள் சென்றவர் ஒரு தட்டில் சில கொய்யாப் பழங்களோடு திரும்பினார். நமக்கு எதோ ஒண்ணு கொடுத்தவருக்கு நாமும் ஒண்ணு கொடுக்கணும்ங்கற மனித மாண்பு.

“பக்கத்துல நம்ம சம்பத் தம்பி வீட்டுக்குப் போயிருந்தேன். அவரு கொடுத்தாரு. அவரு கொய்யா, சப்போட்டா, நெல்லி, ஒட்டு நாவல்னு செல பழ மரங்க வெச்சிருக்காரு. கொய்யாத்தான் காய்ப்புக்கு வந்திருக்கு. கொறைஞ்ச வெலையில அதிக சத்துக்களோட கெடைக்கிற பழம். இதெ நாட்டு ஆப்பிளுன்னு சொல்வாங்க. ஒங்களுக்கு தெரியாததா?”

எல்லார் வீட்லயும் போய் நெறைய கதை பேசுவது. கொஞ்சம் பேப்பர் படிக்கிறது. அதனால அவரின் பேச்சில் எப்போதும் கூடுதல் தகவல் இருக்கும். அதுல அப்பப்ப எதாவது எடுத்துவிடுவாரு.

“கத்தி இருந்தா கொடுங்க” என்றான் செல்லமுத்து.

“க்கும்... பழத்த எதையும் வெட்டி, தோல்சீவி சாப்டகூடாது. அப்படியே கடிச்சி சாப்பிடணும். அதுதானே சத்து” என்றார். வெவரமாக எதையோ சொல்லிவிட்டதைபோல.

ஒரு பழத்தை எடுத்து, கடித்து, ருசித்து சாப்பிட்டான் செல்லமுத்து. மிகவும் ருசியாக இருந்தது. மொத்தமும் பழுக்காத செங்காய். கொஞ்சம் இனிப்பு. கொஞ்சம் துவர்ப்பு. பல்லில் மாட்டிக்கொண்ட சில விதைகள் நுனிநாக்குடன் போராட்டம் நடத்திக்கொண்டிருந்தது.

சாம்பசிவத்திடம் மாட்டிக்கொண்ட செல்லமுத்து போல.

அவன் கொய்யாப்பழம் சாப்பிட்டதை அவர் ரசித்துக்கொண்டிருந்தார்.

“என்ன அப்படி பாக்குறீங்க?”

“மெட்ராசில இருந்த புள்ள. எல்லாப் பழமும் நெறைய சாப்புடுவீங்க. நாங்கல்லாம் பொங்கலுக்குப் பொங்கல் வாழப்பழம் மட்டும் சாப்பிடுறவங்க. கொய்யாப்பழத்தப் போய் இப்புடி ரசிச்சி சாப்பிடுறீங்களேன்னு பார்த்தேன்.”

“ருசியா இருந்தா ரசிச்சித்தானே சாப்புடணும். இது பழமில்ல செங்கா. இப்படி மரத்துலேர்ந்து பறிச்சி சாப்பிடறதெல்லாம் இங்கதான் முடியும். மெட்ராசில பளபளன்னு தண்ணி தெளிச்சி வெச்சிருப்பாங்க. பறிச்சி செல நாளுக்குப் பின்னதான் கெடைக்கும். இந்த ருசி வராது. அது சரி, எதுக்கு இதுக்கு கொய்யா பழம்னு பேரு வந்தது தெரியுமா?”

யாரு என்ன கேட்டாலும் எதாவது ஒரு பதிலத் தயாரா வெச்சிருப்பார். அதோடு ஒரு தகவல் அவர் வாயிலேர்ந்து வந்தா அத உண்மைன்னு நிரூபிக்க வருந்திப் போராடுவார்.

“தான் புடிச்ச மொசலுக்கு மூணு காலுன்னு சொல்வான். கையில கொரங்குத்தான் இருக்கும்.”

சாம்பசிவத்தப் பத்திப் பேசும்போது செல்லமுத்துவின் அப்பா இப்படித்தான் சொல்லுவார். அந்த சாம்பசிவம் செல்லமுத்துவின் கேள்விக்குப் பதில் தெரியாமல், “தெரியலையே தம்பி” என்றார் பாவமாக. அதோடு நல்லவேளை யாரும் பார்க்கல என்ற தொனியில் இருந்தது அவர் பதில்.

“கொய்தல் அப்படீன்னா பறித்தல்னு அர்த்தம். கொய்யா அப்படீன்னா அதுக்கு எதிரான வார்த்த. யாரும் பறிக்காத, பறிக்கக்கூடாத பழம்னு அர்த்தம்.”

“பறிக்காம எப்படி சாப்புடறதாம்?”

இந்தக் கேள்வியில் நமக்குத் தெரியாத ஒரு விசயத்த சொல்லப்போறானே இந்தப் பொடிப்பய என்கிற ஆதங்கம் இருந்தது. ஆச்சரியத்தோட செல்லமுத்தை பார்த்துக்கொண்டிருந்தார்.

“அவசரப்பட்டா எப்படி. சொல்வோம்ல.” என்றான் செல்லமுத்து.

அதில் ஊர்லயே பெரிய புத்திசாலிய பேசவிடாம பண்ணிட்டோமே என்கிற உற்சாகம் இருந்தது.

“இப்பதான நாம ஒரமும் மருந்தும் வெச்சிகிட்டு வெவசாயம் செய்யுறோம். இதெல்லாம் இல்லாம வெவசாயம் செஞ்ச காலம் ஒன்னு இருந்ததுல்ல. அப்ப புழு பூச்சிங்களக் கட்டுப்படுத்த வரப்பு ஓரங்கள்ல, ஆலமரம். அரசமரம் இதுமாதிரி பழமரங்கள நட்டு வெப்பாங்க. அந்த மரத்துக்கு வர்ற பறவைங்களும் சின்னச் சின்ன அணில் ஓணான் மாதிரி உயிரினமெல்லாம் மரத்துல இருக்குற பழங்களச் சாப்டுட்டு அப்படியே வயல்ல இருக்குற புழு பூச்சிங்களையும் சாப்டுட்டு போயிடும். அதோட மரத்துலயே அதுங்களுக்கு சாப்பாடு கெடைச்சிடுறதால வெளைஞ்சிருக்குறத ஒண்ணும் பண்ணாது.

நெறைய நெலம் வெச்சிருக்கிறவங்க ஆலமரம் அரசமரம்னு நடலாம். கொஞ்சமா நெலம் வெச்சிருக்குறவங்க நட்டா வெவசாய நெலமெல்லாம் அந்த மரங்களே ஆக்கரமிச்சுக்கும். அதனால சின்ன வெவசாயிங்கள்ளாம் நெறையா பழமிருக்குற சின்ன மரமாத் தேடிக் கண்டுபுடிச்சிக் கொண்டு வந்து வரப்போரங்கள்ல நட்டாங்க. அப்படித் தேடிக்கண்டுபிடிச்சி நட்ட மரத்துல கொய்யாமரமும் ஒண்ணு. அதுக்கு என்ன பேரு வெக்கிறதுன்னு யோசிச்சப்ப, இந்தப் பழம் குருவிக்கும் அணிலுக்குமானது. மனுசன் பறிக்கிறதுக்கு இல்ல. அந்த அர்த்தத்துல கொய்யான்னு பேரு வெச்சாங்க.”

செல்லமுத்துவை வெச்ச கண்ணு வாங்காம பாத்துகிட்டிருந்தார் சாம்பசிவம். செல்லமுத்து தொடர்ந்தான்.

“நாகரிகம் வளர வளர... கொய்யாப்பழத்துல இருந்த சத்துக்களப் பார்த்து மனுசன் அதப் பறிச்சிசாப்பிட ஆரம்பிச்சான். இப்ப அணிலையோ குருவியயோ சாப்பிட விடுறதில்ல. மனுசன் சாப்பிடறதுக்குன்னே வளர்க்குறாங்க. நாடு முழுக்க சர்க்கர நோயாளிங்களாயிட்டாங்க. அவங்ககூட இந்த பழத்தமட்டும் சாப்பிடலாம்.”

என்னடா இவனப் போய் எளக்கரமா பேசிபுட்டோம். ஒரே கேள்வியில சாய்ச்சிபுட்டான் என்று நினைத்துக்கொண்டார் சாம்பசிவம்.

“நானும் என்னன்னவோ கேள்விபட்டிருக்கேன். இது நம்ம கவனத்துக்கு வராமப் போச்சே. படீர்னு அடிச்சுப்புட்டீங்க தம்பி. நாம இனிமே அடிக்கடி பேசணும். நீங்க என் வீட்டுக்கு அடிக்கடி வாங்க. நானும்

ஓங்க வீட்டுக்கு அடிக்கடி வர்றேன்.''

"சரி... சரி... நான் வீட்டுக்குக் கௌம்புறேன்.''

சைக்கிளை எடுத்துக்கொண்டு புறப்பட்டான் செல்லமுத்து. இவருக்கு இன்னும் ஒரு வாரத்துக்கு பேச விஷயம் கொடுத்தாச்சு. ஊர்ல எல்லார்கிட்டயும் சொல்லி முடிச்சாத்தான் நிம்மதியா தூக்கம் வரும்.

செல்லமுத்து சென்றதும் மனைவியை அழைத்துப் பொட்டலத்திலிருந்த வெத்திலையை எடுத்து ஈரத் துணியில் சுத்தி வெக்கச் சொன்னார். ஒரு வாரத்துக்கு மெல்ல வெத்தலையும் விஷயமும் சேர்ந்தே கிடைத்ததில் அவருக்கு மிகப்பெரிய சந்தோசம்.

இருந்தாலும் நமக்குத் தெரியாத விசயத்த சொல்லிட்டானேன்னு ஆதங்கம். வீட்டுக்குச் சென்றான் செல்லமுத்து. வாசலில் சிமெண்ட் மூட்டை கிடந்தது. அவனின் மனைவி, "யாரோ கடகார பரமசிவம்னு ஒருத்தர் வந்தாரு. சிமெண்ட் மூட்டைய வெச்சிட்டுக் கொல்லயப் பாக்கப்போயிருக்கார்'' என்றாள்.

கொல்லைக்குச் சென்றான் செல்லமுத்து. ஆச்சரியமா பாத்துக்கிட்டு நின்னாரு பரமசிவம்.

"அன்னிக்கு என்னென்னமோ சொன்னீங்க. ஒண்ணும் புரியல. இன்னிக்கு வயல வந்து பாத்தா எக்கச்சக்கமா கள மண்டிக்கெடக்கு. கொஞ்சம் களக்கொல்லி அடிக்கப்புடாதா'' வாயில் வெத்தலப்பாக்க கொதப்பிக்கொண்டே கேட்டார் பரமசிவம்.

"மாமா... இது கள இல்ல... பலதானிய வெதப்பு... இருவத்து நாலு வகையான தானியங்கள கலந்து வெதைச்சிருக்கேன். எண்ணவித்து, தானியம், பருப்புங்க, வாசன பயிருங்கன்னு வகைக்கு நாலஞ்சி கலந்தது.

இதெல்லாம் பூக்க ஆரம்பிச்சுதுன்னா அப்படியே மடக்கி ஒரு சாலு ஓட்டிடுவேன். பதினைஞ்சி நாளு அப்படியே போட்டு வெச்சிருந்தா மக்கி நல்ல ஒரமாயிடும். யூரியா, பொட்டாசு, டி.ஏ.பி எல்லாம் இது பக்கத்துல நிக்க முடியாது. அதோட ஏற்கனவே பூமியில இருக்குற வெஷத்தன்மையெல்லாம் எடுத்துடும்.''

செல்லமுத்து சொல்லி முடித்ததும் அடுத்த கேள்வியைக் கேட்டார்.

“மாப்ள... அதென்ன வரப்போரத்துல ஏதேதோ செடியெல்லாம நட்டு வெச்சிருக்கீங்க?”

“இது சீம எலந்த, இது சிங்கப்பூர் செர்ரீ, இது கொட்டமுத்து.”

“இதெல்லாம் எதுக்கு?”

“கொட்டமுத்து எல பெரிசாயிருக்கா, அதனால செடிக்கு வர்ற பூச்சிங்கல்லாம் மொதல்ல இங்கதான் வரும். அப்பறம் சிங்கப்பூர் செர்ரி இதோட பழம் சின்னதா சுண்டைக்கா அளவுல இருக்கும். அதச் சாப்பிட வர்ற பறவைங்க வயல்ல இருக்க புழு பூச்சிங்கல சாப்பிட்டுடும். சீம எலந்தையும் பறவைங்கள வரவைக்கத்தான். அதோட நெறைய காய்க்கும் அதையும் பறிச்சி வித்துக்கலாம். இவையெல்லாம் மருத்துவ குணம் கொண்டவை. அதோட இதுலேர்ந்து கொட்டுற தழையெல்லாம் ஒரமாவும் பயன்படும். ஒரே கல்லுல பல மாங்கா.”

“ஆகா... இதெல்லாம் ரொம்ப நல்லாருக்கே” பரமசிவம் செல்லமுத்த ஆச்சர்யமாகப் பார்த்தார்.

“இங்க வர்ற குருவிங்கல்லாம் பழத்தத் தின்னுட்டு வெதைங்கள கக்கா போற எடத்திலெல்லாம் போட்டுட்டுப் போயிடும். அங்கயெல்லாம் இந்த மரங்க தானா உருவாகும். ஆல், அரசு, அத்தி, சிங்கப்பூர் செர்ரி இது மாதிரி மரங்கள் எல்லாம் நாம வெத போட்டா மொளைக்காது. பறவைங்க தின்னுட்டு எங்கெல்லாம் எச்சம் போடுதோ அங்கெல்லாம் மொளைக்கும். பறவைங்களோட கொடல்ல போயிட்டு வர்ற வெதைங்களுக்கு அவ்ளோ பவரு.”

“உண்மையாவா?”

“ஆமா... மாமா... உசரமான பன மரத்துலல்லாம் ஆலங்கன்னு, அரசங்கன்னு, அத்திக் கன்னு மொளைச்சிருக்கே... அங்கபோயி நாமா வெத போட்டோம்?”

“இதைப் பார்றா நல்ல வெவரமாத்தேன் பேசுறீங்க மாப்ள...”

“அதுமட்டுமில்ல மாமா. நம்ம எச்சிக்கும் அந்த பவரு இருக்கு. எலந்த பழத்த தின்னுட்டு கொட்டயத் துப்பிப் பாருங்க. நல்லா மொளைச்சிடும். பேரீச்சப் பழத்தத் தின்னுட்டு கொட்டையத் துப்பி வெச்சா எப்படி மொளைக்குது? அவ்வளவு ஏன், நாம ஆயி போற எடத்துல தக்காளி, மணத்தக்காளி, சொடக்கு தக்காளியெல்லாம் தானா

மொளச்சிருக்கே எப்படி? அங்க போயி நாம வெதயா போட்டோம்? எல்லாம் நம்ம வாயிலேர்ந்து கொடல்வழியா வந்தது.

இதத்தான் உயிர்ச்சூழல்னு சொல்வாங்க. ஒரு பழத்த சாப்பிடுற பறவ தான் போடுற எச்சம் மூலமா அதோட சந்ததிங்களுக்குப் பல ஆயிரம் மரங்கள உருவாக்கிடும். அந்த உயிர்ச்சூழலத்தான் நாம ரெண்டு தலமொறையா ரசாயன ஒரமும் பூச்சிக்கொல்லி மருந்தும் போட்டு அழிச்சிக்கிட்டிருக்கோம்.''

பேசிக்கொண்டிருக்கும்போது செல்லமுத்துவின் மனைவி செல்போனை கொண்டு வந்து கொடுத்தாள்.

''அலோ!''

''வணக்கம், செங்கல்பட்லேர்ந்து மாசிலாமணி பேசறேன்.''

''வணக்கம், வணக்கம் சொல்லுங்கண்ணே!''

''வெதக்கடல கேட்டிருந்தீங்க.''

''ஆமாண்ணே.''

''வேதாரண்யம் வர்ற பஸ்ல போட்டு விட்டிடுறேன். டிரைவர் நமக்கு தெரிஞ்ச பையன்தான். அவன் நெம்பர் ஓங்களுக்கு அனுப்பியிருக்கேன். பேசிட்டுப் போயி வாங்கிக்குங்க.''

''ரொம்ப நன்றிண்ணே. எவ்வளவு பணம் கொடுத்துவிடணும்?''

''அதெல்லாம் ஒண்ணும் வேண்டாம். அறுவட பண்றப்ப வெதைங்கள மத்தவங்களுக்குக் கொடுத்து வெதைக்க வைங்க. இது நம்ம பாரம்பரிய ரகம்னு எல்லார்கிட்டேயும் போய்ச் சேரணும்.''

''நல்ல விசயமண்ணே. அப்படியே செஞ்சிடுறேன்.''

''சரி. வெதைக்கும்போது எதுவும் சந்தேகம் இருந்தா போன் பண்ணுங்க.''

''சரிண்ணே!''

''யாரு மாப்ள அது?'' பரமசிவம் கேட்டார்.

''மாசிலாமணின்னு பேரு செங்கல்பட்டுக்குப் பக்கத்துல இயற்கை விவசாயம் செய்யுறாரு. நான்கு ஏக்கர்ல மரம் வளர்க்குறார். இயற்கை அங்காடி நடத்துறார். அவர்கிட்ட கடல வெத கேட்டிருந்தேன். அனுப்பியிருக்கார்.''

“என்ன மாப்ள இது. நம்ம ஊர்ல இல்லாத கடல வெதயா? எல்லார்கிட்டயும் கடல வெத இருக்குதே. மாமா காலத்துலத்தான் கடல வெத இங்க கெடைக்காது. மாட்டு வண்டியில பட்டுக்கோட்டபோயி வெத வாங்கி வந்தத கததயா சொல்லும்.”

“இது காந்தி கடல மாமா.”

“என்ன மாப்ள எதாவது புது ரகமா? நெறைய வெளையுமா?”

“இல்ல... இல்ல... பழைய ரகம்தான். காந்தி காலத்துல குஜராத்துல போட்டு அறுவட பண்ணது. நாம வெதைக்கிற கடலமாதிரி கொத்தா இல்லாம கொஞ்சம் கொடியாப் படரும். காய்ங்க சின்னதா அதிகமா இருக்கும். நல்ல ருசியாவும் சத்தாவும் இருக்கும். காந்தி ஆட்டுப்பாலோட சேர்த்துச் சாப்பிட்டதா சொல்வாங்கள்ள அது இதுதான்.”

“ஓ… கொடிகடலன்னு ஒண்ணு பயிர்பண்ணதா எங்க அப்பா சொல்லும்… அது சரியா வெளையலன்னு அரசாங்கம் கொடுத்த புதுரகங்களப் போட்டாங்களாம்.”

“ஆமா… இது இயற்கை வெவசாயத்துக்கு ஏத்த ரகம். ரசாயன ஒரமும் பூச்சிகொல்லி மருந்தும் வந்த பிறகு இயற்கை ஒரத்தோட இந்த ரகமெல்லாம் சேர்ந்து அழிஞ்சி போச்சி.”

“மாப்ள பாத்து செய்யுங்க எதனா புதுசா செஞ்சி நட்டமாக போவுது.”

பரமசிவம் சொன்னதும் செல்லமுத்து சிரித்தான். இவங்களையெல்லாம் இயற்கை விவசாயத்துக்கு மாத்துறது பெரிய சவாலா இருக்கும் போலவே என செல்லமுத்து நினைத்தான்.

“நாங்க சொல்றதெல்லாம் ஒங்களுக்குச் சிரிப்பாத்தான் இருக்கும்” அடுத்த தலைமுறை புதுசா ஏதாவது செய்யறதாச் சொல்லி சிக்கல்ல மாட்டிக்கக்கூடாது என்கிற அக்கறை அவரின் பேச்சில் இருந்தது.

“சரி மாமா... நீங்க கடலய அறுவட பண்ணி என்ன பண்ணுவீங்க?”

“மொதல்லயெல்லாம் காயவெச்சி அப்படியே மூட்டபோட்டு கொடுப்போம். இப்பக் காய வெச்சி… மில்லுக்கு எடுத்துட்டுப்போயி ஒடைச்சி… பருப்பப் பிரிச்சி எட போட்டு வித்துடுவோம்.”

“கிலோ என்ன வெல போகும்?”

“என்ன... ஒரு நாப்பதிலேர்ந்து அதிகபட்சம் அம்பது ரூபாய்க்குப் போகும்.”

“நான் எழுபதிலேர்ந்து எண்பது ரூபாய்க்கு வித்துடுவேன்” செல்லமுத்து சொன்னதும் பரமசிவம் சிரித்தார்.

“என்ன மாப்ள என்னப் பாத்தா ஒங்களுக்குக் கிறுக்கன் மாதிரி தெரியுதா?”

“நீங்க பருப்ப மொத்தமா விப்பீங்க. நான் மொத்தமா விக்கமாட்டேன். அர கிலோ. ஒரு கிலோ பாக்கெட்டா போட்டுடுவேன்.”

“போட்டு?”

பரமசிவத்தின் அந்த ‘போட்டு’வில் ஆச்சரியம் கலந்த நக்கல் இருந்தது.

“பார்சல்ல மெட்ராசுக்கு அனுப்பிடுவேன்.”

“அனுப்பி... அங்க யாரு இருக்கா ஒங்களுக்கு?”

“அங்க இதெயெல்லாம் பெரிய பெரிய டிபார்ட்மென்ட் ஸ்டோர், இயற்கை அங்காடின்னு வித்துக்கொடுக்க ஏஜென்டுங்க இருக்காங்க.”

“அவங்களுக்கு என்ன லாபம்?”

“எல்லா எடத்திலேர்ந்தும் வெளையிற பொருள மொத்தமா வாங்கி, பாக்கெட் போட்டு கடையில கொடுக்குறது அவங்க வேல. அதுல நல்ல லாபம் இருக்கும். அதோட மெட்ராசில கூலியெல்லாம் அதிகமில்லயா? நாமளே பாக்கெட் போட்டு அனுப்பிட்டா அவங்களுக்கு பாக்கெட் போடற வேலயும் மிச்சம். அதனால அந்த பாக்கெட் போடற செலவுக்கான காசுல பாதியும் கொடுத்திடுவாங்க. அவங்க பெயர் போட்ட கவர நமக்கு அனுப்பி வெப்பாங்க. அதுல நாம பாக்கெட்போட்டுக் கொடுக்கணும்.”

“ஓ... பரவாயில்லயே.”

“அதுமட்டுமில்ல மாமா... வறுத்து பாக்கெட் போட்டா இன்னும் நல்ல லாபம். அதயும் நம்ம பேர்ல கூட பாக்கெட்ல போடலாம். அடுத்து அதுதான் செய்யணும். அதோட நம்மூர்ல தேங்கா வெளையுது. அதயெல்லாம வாங்கித் தேங்கா எண்ணெயா மாத்தி பாட்டில்ல அடைச்சி விக்கலாம்.”

பரமசிவத்துக்குக் கொஞ்சமா தலைய சுத்திச்சு. இவன் புத்திசாலியா இல்ல கிறுக்கனா தெரியலயே. இருவது வருசத்துக்கு முன்ன வெவசாயம் பண்ண பயந்துகிட்டு மெட்ராசுக்கு ஓடுனவன். இப்ப என்னடான்னா ஊருக்கு திரும்ப வந்து ஏதேதோ சொல்றான்.

“சரி மாப்ள... ஏதோ புதுசு புதுசா சொல்றீங்க. புரிஞ்சிக்குறது கஷ்டமாத்தான் இருக்கு. அப்பறம் வீட்டுக்கு வந்தப்ப நீங்க இல்ல. பாப்பா நாற்காலிய எடுத்துப்போட்டு ஒக்காரச்சொல்லி ஒரு கசாயம் போட்டுக்கொடுத்தது. ரொம்ப நல்லா இருந்தது. நான் வரட்டுமா?”

பரமசிவம் புறப்பட்டார். பரமசிவம் கடையில் எப்போதும் ஒரு கூட்டமிருக்கும். சாம்பசிவம் வீடு வீடாகச் சென்று செய்தி வாசிப்பவர். பரமசிவம் இருந்த இடத்திலேயே அதைச் சிறப்பாய் செய்பவர். மளிகை சாமான் வாங்க வருபவர்களை விட கதைபேசவென்று வரும் கூட்டம் அதிகம். அவர்கள் மூலம் காந்தி கடலை விசயம் ஊர் முழுக்கப் பரவியது.

ஆறு

வாசலில் யாரோ வந்து நிற்பதைப் பார்த்து குடிசையை விட்டு வெளியில் வந்தார் அவயம்பா. உயரத்துக்கேத்த தாட்டியான தேகம். காவியேறிய பற்கள். உழைத்து வளர்ந்ததன் வனப்பு. நெத்தியில பெருசா குங்குமபொட்டு. வகுந்தெடுத்த முடிய கோடாலி கொண்ட போட்டிருந்தார்.

"யாரு புள்ள நீங்க... ஆருன்னு தெரியலையே!"

"காசிநாதன் மகன் சின்னவன். காளியம்மன் கோவிலுக்கு பக்கத்துல வீடுருக்குல்ல."

"அட... வாங்கபுள்ள. அப்பாபேர சொன்னாத் தெரியாதா? காளியம்மன் கோயிலுக்கு பக்கத்துவீடுன்னு வேற சொல்லனுமா? மெட்ராசிலல்ல இருந்தீக! எப்ப வந்தீக... நான் வீட்டுக்கு வர்றப்ப எல்லாம் அம்மாகிட்ட கேப்பேன். சின்னபுள்ள எப்படியிருக்குன்னு. நீங்கதான் வந்தா கால்ல வெண்ணிய ஊத்திக்கிட்டே வருவீக. ராத்தங்காம ஓடிப்புடுவீங்களே!"

"என்ன பண்றது? நான் பாத்த வேல அப்படி. சம்பளம் கொடுக்குறவங்களுக்கு உண்மையா இருக்கணும்ல. இனிமே அது மாதிரி ஓட மாட்டேன். இங்கேதான் இருப்பேன்."

"வீடுதேடி வந்தபுள்ளய நிக்க வெச்சிப் பேசிக்கிட்ருக்கேன். ஒக்காருங்க

புள்ள!”

கூரையில் சாத்திவைத்திருந்த பழைய பனம்பாய எடுத்துக் கீழே போட்டார். அது பனம்பாய் என்கிற பெயரில் கிழிந்துபோய் பாதிபாய்தான் இருந்தது. செல்லமுத்து அந்த பனம்பாயின் கிழியாத ஒரு பகுதியில் அமர்ந்தான்.

“வரத்தண்ணி கொஞ்சம் போடவா புள்ள?”

“ம்... போடுங்க.”

அவர் ஒரு சம்பிரதாயத்துக்குத்தான் கேட்டார். அவன் ‘வேண்டாம்’ என்று சொல்வான் என்ற எதிர்பார்ப்பில். அவன் ‘போடுங்க’ என்று சொன்னது அவயம்பாவுக்கு ஆச்சர்யம் தந்தது.

“புள்ள ஒங்க வீட்ல எப்போதும் கறவ மாடு இருக்கும். நீங்க வரக்காப்பியெல்லாம் குடிக்க மாட்டீங்க.”

“ம்... நல்லாருக்கு... சின்ன வயசுல மாடு கறவயில்லாத நேரத்துல அம்மா எப்பயாவது போட்டு கொடுக்கும். மெட்டராஸ் போனதுக்கப்பறம் குடிச்சதுல்ல.”

அவயம்பாவுக்கு ஆச்சர்யமாகவும் சந்தோசமாகவும் இருந்தது.

குடிச்சி குடிச்சி ஒடம்பு வீணாப்போயி படுத்த படுக்கயா கெடக்குற புருசன். பொறம்போக்கு நெலத்துல ஒரு குடுச. சோத்துக்கு வழி என்ன பண்றதுன்னு தெரியாம நின்னப்ப, பக்கத்து தெருவுல முல்லையம்பா ஊர்ல வெளயுறத வாங்கிகிட்டு போய் பொய்யூர் சந்தயில வித்துகிட்டு வரும். அதுகிட்டபோயி, “முல்லையம்பாக்கா நானும் ஒங்கூட சந்தைக்கு வரட்டுமா”ன்னு கேக்க.

நாமளும் தனியாத்தான போறோம் ஒத்தாசைக்கு இருக்கட்டுமேன்னு, “வாடிம்மா. ரெண்டு பேரும் சேர்ந்தே வாங்கிகிட்டு போய் விப்போம்”னு முல்லையம்பா கூட சேர்த்துகிட்டு ஊர்ல அதிக அளவுள்ள தென்னந்தோப்பு, மாந்தோப்பு வெச்சிருப்பவங்கெல்லாம் குத்தகைக்கு விட்டுடுவாங்க. அத பெரிய வெயாபாரிங்க குத்தகைக்கு எடுத்து வெளைஞ்சத அறுவடபண்ணி, மாட்டுவண்டியில ஏத்திக்கிட்டு போயி டவுன்ல மொத்தமா வித்துடுவாங்க. ஓரளவுக்கு லாபம் கெடைக்கும். எடையில ஊர்ல கள எடுக்க, நாத்து நடன்னு எதாவது வேல வந்தா அப்ப மட்டும் வேலக்கி போகும். நாமுழுக்க

ஒழைக்கணும் இருந்தாலும் கூலி அதிகமா கெடைக்கும். வேலக்கி கூப்பிட யாரும் வருவாங்க. வந்தா தூரமா நின்னு ‘அவயம்பா’ன்னு கொரல் கொடுப்பாங்க. குடுசய விட்டு வெளிய வந்தா, வேலருக்கு வான்னு சொல்லிட்டு போவாங்க. மற்றபடி குடுச வாசல்ல ஒக்கார மாட்டாங்க. யாருக்கும் டீயெல்லாம் போட்டு கொடுத்ததில்ல. இந்தப் புள்ள பாட்டுக்கு வாசல்ல ஒக்காந்து வரக்காப்பி குடிக்குதேன்னு சந்தோசம்.

கொஞ்சமா மர மட்ட வெச்சிருக்குறவங்களுக்கு வண்டி சத்தம் குடுத்து ஏத்திகிட்டு போக முடியாது. அதனால முல்லையம்மா மாதிரி ஆளுங்க கிட்ட வித்துடுவாங்க. அவங்க கொஞ்சமா கெடைச்சா உள்ளூர்ச் சந்தையில விப்பாங்க. கொஞ்சம் அதிகமா கெடைச்சா பஸ் ஸ்டான்டுக்குத் தூக்கிக்கிட்டு போயி அங்கேர்ந்து பஸ்ல ஏத்தி பொய்யூர் எடுத்துகிட்டு போவாங்க. பஸ் கன்டக்டர் பழக்கமானதால நின்னு ஏத்திகிட்டு போவாங்க. அவங்களுக்கு ரெண்டு காய்கறி அள்ளிக் கொடுக்கணும்.

பொய்யூர் பெரிய சந்தை. மொத்த வெயாபாரிங்கல்லாம் வருவாங்க. மொத்தமா வாங்கி பக்கத்துல இருக்குற டவுனுக்குக் கொண்டுபோய் விப்பாங்க.

ரெண்டு பேரும் சேர்ந்து ஊர்ல வெளையிற தேங்கா, மாங்கா, பனங்கெழங்கு, கடாரங்கா, நார்த்தங்கா, இன்னும் காய்கறின்னு என்னவெல்லாம் கெடைக்குதோ எல்லாத்தையும் வாங்கி போய் பத்துமைல இருக்க பொய்யூர் சந்தைக்கு எடுத்துக்கிட்டு போவாங்க. அங்க வித்துடுவாங்க. நல்லாவே லாபம் கெடைக்கும்.

ஒருநாளு, அவங்ககிட்ட காய்கறி வாங்குற வியாபாரி. பேரு சொக்கலிங்கம். ஆளு ரொம்ப கட்டையா இருப்பாரு. அதனால கட்டையருன்னு சொன்னாத்தான் எல்லாருக்கும் தெரியும். அவங்ககிட்ட வந்தாரு,

“ஏம்மா பத்து மைலேர்ந்து வர்றீங்க. கொண்டு வந்தத மொத்தமா வித்துட்டு போறீங்க. இன்னும் ஒரு நாலு மைலு தள்ளிப்போனா நாகப்பட்டணம். அங்க கொண்டு போய் ரோட்ட போட்டு வித்தா நல்லா லாபம் கெடைக்கும். அதுவும் நீங்க கொண்டு வர்றது பசுமையா இருக்கு. ஒட்டஞ்சத்திரத்துலேர்ந்து வர்ற காய்கறிங்க காய்ஞ்சி போய்

வருது. நீங்க கொண்டு வர்றத ரோட்டுல போட்டு வித்தா பத்தே நிமிசத்துல பஞ்சா பறந்துடும்.''

கட்டையரு நல்ல மனுசன். கொண்டு வர்ற பொருளு விக்க கொஞ்சம் லேட்டாச்சின்னா ரெண்டு பேருக்கும் டீயும் பன்னும் வாங்கிக் கொடுப்பாரு. ரொம்ப லேட்டாச்சுன்னா பக்கத்து கௌப்பு கடையில ஆளுக்கு நாலு இட்லி வாங்கிக் கொடுப்பாரு. இவங்களும் கொண்டு வரும் காய்கறிங்கள கட்டையருகிட்டதான் விப்பாங்க.

அவரு பொய்யா சொல்வாரு. நாகப்பட்டணம்தான் போய் பாப்போம்னு அவயம்பாவுக்கு ஆச. ஆனா கொண்டு வந்தமா மொத்தமா வித்தமா, வீட்டுக்குப் போனமான்னு இருக்கணும்னு முல்லையம்பாவுக்கு ஆச. அவங்க வயசும் கொஞ்சம் அதிகம். அவயம்பா மெல்ல தன்னோட ஆசய முல்லையம்பாகிட்ட சொன்னுது,

“தாராளமா போடி, நான் என்ன ஒங்கைய புடிச்சி நிக்கவெக்கப்போறனா என்ன. நீ நல்லாருந்தா எனக்குத்தான் சந்தோசம். ஆனா என்னால முடியாதும்மா. ரெண்டு பேரும் ஒன்னாவே ஒரே பஸ்ல எடுத்துகிட்டு வருவோம். நான் பொய்யூருல எறங்கிக்கிறேன். நீ நாகப்பட்டணம் போ. கட்டயரு சொல்லுற மாதிரி சில்லறயா வித்துக்கோ. விக்கிறதுல எதாவது பிரச்சனையிருந்தா திரும்ப இங்கயே வந்திடு.''

மறு நாளு பொய்யூரு வந்தப்ப கட்டயருகிட்ட இதப்பத்தி பேசுனாங்க.

“இன்னிக்கி ஒன்னைய அழைச்சிக்கிட்டுப்போயி எங்க கடபோடலாம்னு காமிச்சிடுறேன். நாளையிலேர்ந்து நீயே கடய போட்டுக்க.''

முல்லையம்பாவ வீட்டுக்கு அனுப்பிட்டு அவயம்பா மட்டும் ஆலமரத்தடியில ஒக்காந்திருந்துச்சி. பொருளெல்லாம் வாங்கி லாரியில ஏத்திவிட்டு கணக்குவழக்கு பார்த்த பின்ன கட்டையரு வந்தாரு ரெண்டு பேரும் நாகப்பட்டணம் பஸ்ல ஏறுனாங்க. கோட்ட வாசப்படிகிட்டயே எறங்கினாங்க. ரோட்டோரமா ஒரு பெட்டிக்கட இருந்திச்சி. அங்க கூட்டிகிட்டு போனாரு. அந்த கடகாரரக் கூப்பிட்டு,

“யப்பா... இந்தம்மா நாளையிலேர்ந்து இங்க காய்கறி கட போட போவுது. ஆப்பீஸ்லேர்ந்து வந்து யாரும் கேட்டா கட்டையருதான் போடச்சொன்னாருன்னு சொல்லு.''

கடகாரரு தலையாட்டிக்கிட்டாரு. அவயம்பாகிட்ட திரும்பி, “இங்க

பாரும்மா. இங்கயே கடய போட்டுக்க. கோணி கீணி தராசு வெச்சிட்டு போவனும்னா அந்த பெட்டிக்கடக்கி பின்னால ஒரு கொடவுனு இருக்குல்ல அங்க வெச்சிக்க. காக்கி அரக்கால் சட்ட போட்டுகிட்டு ஆப்பீஸ்லேர்ந்து வருவானுவோ அவங்ககிட்ட மட்டும் இருவது ரூவா கொடுத்துடும்மா. பத்து ரூவாய்க்கு ரசீது கொடுப்பாங்க. பத்தரமா வெச்சிக்க. வேற ஏதாவது ஒதவின்னா அந்தப் பெட்டிகடகாரருகிட்ட கேட்டா செய்வாரு. எதனாச்சும் வேணும்னா அவரு கடையில வாங்கிக்க.''

கட்டையரு சொல்லச்சொல்ல அவயம்பாவுக்கு சந்தோசமா இருந்திச்சி. நாளையிலேர்ந்து தனியா கட போடப் போறோம்ங்கிற சந்தோசம். ஒரு நிமிசம் ஒலகத்துல எல்லோரும் நல்லவங்களாத் தெரிஞ்சாங்க. அந்த கோவில்பத்து தொரபத சாமிதான் பாத்து முல்லையம்பாவையும் கட்டையரையும் நமக்கு ஒதவி செய்ய அனுப்பியிருக்கு. இந்த வருசம் தீமிதி திருவிழாவுல தீமிதிக்கணும்னு மனசுக்குள்ள வேண்டிக்கிட்டு அவயம்பா ஒரு நிமிசம் கண்ணமூடி தொரபத சாமிய நெனைச்சிகிட்டு.

கட்டையருக்கு ஒரு கும்புடு போட்டுட்டு கெளம்புன அவயம்பா மறுநாள்ளேர்ந்து நாகப்பட்ணத்துக்கு காய்கறி எடுத்துகிட்டு வர ஆரம்பிச்சது. காலையில கொண்டாந்து காய்கறிய எறக்குனா கொஞ்ச நேரத்துல மனுசமக்க ஈமொய்க்கிறமாதிரி மொய்க்கும். கட்டயரு சொன்ன மாதிரி பத்தே நிமிசம்தான். எல்லாம் பஞ்சா பறந்திடும்.

பொய்யூருக்கு கொண்டு போய் மொத்தமா கொடுக்கணும் நாகப்பட்டணத்துல எட போட்டு கூறுகட்டி விக்கணும். ஆனா நாகப்பட்டணத்துல கட போட்டப்பறம் நல்ல யாவாரம். காசு கொஞ்சம் கையில தங்க ஆரம்பிச்சுது. கழுத்துல காதுல கொஞ்சம் ஜொலிக்க ஆரம்பிச்சது. சந்தோசத்துல மொகமும் கொஞ்சமா ஜொலிச்சது. ஒழப்பு அதிகமாச்சுது. சந்தோசமா ஒழச்ச அவயம்பாவுக்கு ஓய்வில்லாம போச்சு. அதுக்காக கவலப்படல.

★★★

செல்லமுத்துக்கு நாம உற்பத்தி பண்ணுறத நேரடியா விற்பனை பண்ணனும்னு ஆச. ஆனா அதுக்கு நாளாகும். இப்ப சோதன முயற்சியா உற்பத்தி செய்யறத விக்க அவயம்பாவ பயன்படுத்திக்கலாம். அதுக்காகத்தான் வந்திருக்கான். வரகாப்பிய குடிச்சுபுட்டு டம்ளர

அவயம்பாவிடம் கொடுத்தான் செல்லமுத்து. எதுக்காக வந்திருக்கான் என்பதை அவனே சொல்வான் என அவயம்பா எதிர்பார்க்கும்போதே,

“ஒண்ணுமில்ல கொல்லயில கொஞ்சம் காய்கறி போடலாம்னு இருக்கேன். அதெல்லாம் வித்துதரமுடியுமான்னு கேட்கத்தான் வந்தேன்.”

“அதுக்கென்னபுள்ள… தாராளமா கொடுங்க… நம்ம ஊரு காய்கறிய கொண்டு போனா ஒடனே வித்திடுது. நீங்க எவ்வளவு வேணும்னாலும் கொடுங்க புள்ள நான் வித்துக்கொடுக்குறேன்.”

“சரி… காய்கறி எல்லாம் போட்டுருக்கேன். வெளைய ஆரம்பிச்சதும் நான் வந்து சொல்றேன்.”

“புள்ள கொஞ்சம் அறுவட பண்ணிக் கொடுத்துடுங்க. அப்பதான் எனக்கு ஈசியா இருக்கும்.”

“அந்த செரமமெல்லாம் ஒங்களுக்கு வேண்டாம். நீங்க சொல்ற நேரத்துக்கு, தயாரா நான் பஸ்டாண்டுக்குக் கொண்டு வந்து கொடுத்திடுறேன்.”

செல்லமுத்து இப்படி சொன்னதும் அவயம்பாவுக்கு இன்னும் சந்தோசமாப் போச்சு. நாம தலையில வெச்சி சொமக்குற வேல மிச்சம்.

★★★

பலதானிய வெதப்பு நல்லாவே வளந்திருந்தது. அங்க அங்க ஒண்ணுரெண்டு செடிங்க பூக்க ஆரம்பிச்சிருந்தது. இடுப்பளவுக்கு இருவத்திநாலுவகையான செடிங்க அடர்ந்து வளந்திருக்குறத பாக்க அவ்வளவு பசுமையா அழகாருந்தது.

செல்லமுத்து நேரா பிரிஞ்சிமூல வெவசாய ஆப்பீசுக்கு போனான். ஒரு அதிகாரி ஆடி அசஞ்சி பதினொரு மணிக்கு ஆபீசுக்கு வந்தாரு. ரெண்டு ஏக்கர் ஒழவு ஓட்ட ரோட்டோவீட்டர் வாடகைக்கு வேணும்னு மனு எழுதிக் கொடுத்தான். அங்கிருந்த ஆபீசரு ஒரு மாதிரியாப் பார்த்தாரு. இதுவரைக்கும் இந்த ஆபீசுக்கு வந்த யாரும் மனு எழுதி எதுவும் கேட்டதில்ல. இது அவருக்குப் புதுசு.

“இங்க நம்மகிட்ட ரோட்டோவீட்டரு இல்லயே!” அப்பாவியா சொன்னாரு.

“சார் வெவசாய ஆப்பீசுன்னா டிராக்டர் வாடகைக்கு இருக்கணுமே.”

“அதெல்லாஞ்சரிதான். இங்க ஒரு டிராக்டரு இருந்திச்சி. யாரும் வாடகைக்கு எடுக்கல. அதான் திருப்பி அனுப்பிட்டோம்.”

“யாரும் வாடகைக்கு எடுக்கலையா? இல்ல நீங்க வெவசாயிங்களுக்கு டிராக்டர் கொடுக்க ஆர்வம் காட்டலையா?”

வழக்கமா செல்லமுத்து இப்படி பேசறவன் இல்ல. ஆபிசரோட அலட்சியப் பேச்சி அவன் இது மாதிரி பேச வேண்டியதாயிட்டு. என்னடா இது வம்பா போச்சு? காலையிலேயே ஒரு வெவகாரம் புடிச்சவன் வந்து சிக்கியிருக்கான்னு நெனைச்சிகிட்டே,

“இதுமாதிரில்லாம் இங்க பேசக்கூடாது. நீங்க எங்கேர்ந்து வர்றீங்க?” அவரின் குரலில் அதிகார தொனியிருந்தது.

“அப்பறம் எப்படி பேசறதாம். நான் எங்கேர்ந்து வர்றேன்னு மனுவுல எழுதியிருக்கேன். இந்த மனு கொடுத்ததுக்கான ரசீதி கொடுங்க.”

என்னடா இது வெவகாரமா போச்சி. ஆபீசுக்கு வந்தமா கொஞ்ச ஒரமூட்ட வித்தமா, பக்கத்துல போயி டீ வட சாப்புட்டமான்னு ஒழுங்கா வேல பாக்குற நம்மளப்போயி இந்தாளு வம்புக்கிழுக்கிறானே. என அந்த அதிகாரி யோசிச்சிட்டு.

“நீங்க கெளம்பி ஊருக்குப் போங்க. இன்னும் ஒரு வாரத்துல வண்டிய ரெடி பண்ணி அனுப்பி வெக்கிறோம்.”

“சார்... ஒரு வாரம்னு பொத்தாம் பொதுவா சொன்னா எப்படி? என்னோட போன் நெம்பர எழுதியிருக்கேன். எப்ப வண்டி வரும்னு சொன்னாத்தானே நான் வீட்ல இருக்கமுடியும்.”

“அது மாதிரியெல்லாம் சொல்ல முடியாது. நீங்க மண்ணு டெஸ்ட்டுக்கு கொடுத்துட்டீங்களா. மொதல்ல மண்பரிசோதனை செய்யணும். அப்பறம் ரிசல்ட் வந்ததும் நாங்க என்ன ஒரம் போடணும்னு சொல்வோம். அதுக்கப்பறம்தான் நீங்க எங்ககிட்ட டிராக்டர்லாம் கேட்க முடியும். நீங்கபாட்டுக்கு வந்தீங்க. நீங்கபாட்டுக்கு மனுகொடுத்தீங்க. என்னென்னவோ பேசறீங்க.”

என்ன பேசறோம்னு தெரியாம ஏதோ சொல்லி சமாளிச்சிகிட்டிருந்தாரு அந்த வெவசாய அதிகாரி.

“சார் மண் பரிசோதனையெல்லாம் நானே பண்ணிட்டேன். என்ன ஒரம் போடணும்னு எனக்குத் தெரியும்.”

“என்னது? மண்பரிசோதனை நீங்களே பண்ணிட்டீங்களா? நீங்க லேப் எதும் வெச்சிருக்கீங்களா?” நக்கலாகக் கேட்டார் அந்த அதிகாரி.

“மண் பரிசோதனை லேப்லதான் பண்ணனும்னு யார் சொன்னது? ரெண்டு அன்னக்கூட இருந்தா போதும். நாமளே பண்ணலாம்.”

“என்னது? அன்னக்கூடைய வெச்சிகிட்டு மண்பரிசோதன பண்றதா?” இன்னிக்கு யாரு மொகத்துல முழிச்சோம். இப்படி மாட்டிக்கிட்டோமே.

நாம சீரியசா பேசிகிட்டிருக்கோம் இந்தக் கிறுக்கன் காலையிலயே வந்து தொல்ல பண்றானே. யோசித்துக்கொண்டிருந்தார் அந்த வெவசாய ஆபீசர்.

“சார் வீட்டுல நாட்டு பசுமாடு இருக்கா?”

“கிராமத்துல எல்லார் வீட்லயுந்தான் இருக்கும்.”

“ஒங்க வீட்ல இருக்கா?”

“இருக்கு.”

“வீட்டுக்குப் போனதும் ரெண்டு அன்னக்கூடய எடுத்துக்குங்க. ரெண்டும் ஒரே அளவா இருக்கட்டும். சோதன பண்ண மண்ணு எடுக்கறது எப்படின்னு ஒங்களுக்குத் தெரியும். மேல்மண்ணக் கொஞ்சமாத் தள்ளிட்டு ஒண்ணர அடி ஆழத்துக்குச் சரிவா ஒரு குழி எடுங்க. அதுல மேலேர்ந்து குழியோட அடிவரைக்கும் உள்ள மண்ண சொரண்டி எடுங்க. ஒரு ஏக்கர்ல நாலு எடத்துல எடுத்து ஒரு அன்னக்கூடையில போட்டுக்கோங்க.

எவ்ளோ மண்ணு எடுத்தீங்களோ அவ்ளோ அளவுக்குப் பசுஞ்சாணத்த எடுத்து இன்னொரு அன்னக்கூடையில போடுங்க. ரெண்டையும் தண்ணி ஊத்தி தோசமாவு பதத்துக்கு கலக்குங்க. ரெண்டுலயும் கைய உள்ள விட்டு எடுங்க. பின்ன கைய தண்ணிவிட்டு அலசுங்க. கையத் தேச்சி கழுவக்கூடாது. லேசா தண்ணிய மேல ஊத்தி அலசணும்.

இப்பக் கைய மோந்து பாருங்க. பசுமாட்டு சாணத்தோட வாசம் வந்தா பூமியில உயிர் இல்லன்னு அர்த்தம். சாணவாசன வல்லன்னா பூமி உயிரோட இருக்குதுன்னு அர்த்தம். சாணவாசன வந்த மண்ணு

எந்த வயல்ல எடுத்ததோ அந்த வயல்ல ஒரு பலதானிய வெதப்பு போட்டு நாப்பதாவது நாளு மடக்கி உழுதுடுங்க. ஒரு தண்ணி கட்டி பதினைஞ்சிலேர்ந்து இருவதுநாள் கழிச்சி இதே போல ஒரு மண் பரிசோதன செஞ்சி பாருங்க. அப்ப மண்ணுல உயிர்ப்பு உண்டாகி இதே போல சோதன செஞ்சி பாத்தா சாண வாசன வராது."

என்ன இவன் வெவகாரமான ஆளுன்னு பார்த்தா விவரமான ஆளாவும் இருப்பாம்போலருக்கே. வெவசாய ஆபீசர் யோசித்தார்.

"இப்ப எனக்கு ஒழவு ஓட்ட சட்டி கலப்ப உள்ள டிராக்டர் பிரைவேட்ல கெடைக்கும். நான் பலதானிய வெதப்பு போட்டிருக்கேன். ரோட்டோ வீட்டர் இருந்தாதான் செடிய நொறுக்கி விட்டு மண்ணக் கௌறி விடும். மனுவுல என்னோட போன் நெம்பர் இருக்கு ஒரு எஸ்.எம்.எஸ். போட்டு வண்டிவரும் நேரத்த சொல்லிடுங்க.

பலதானிய வெதப்பு ஒண்ணு ரெண்டு பூக்க ஆரம்பிச்சிட்டு. இன்னும் ஒரு வாரத்துல மடக்கிடணும். இன்னும் ஒரு வாரத்துக்குள்ள வண்டி வல்லன்னா அடுத்த வாரம் நாகப்பட்டணம் போறேன். அப்ப கலெக்டர் கிட்ட ஒரு மனு கொடுத்திடுவேன் ஆமா பாத்துக்கோங்க."

சொல்லிட்டு சைக்கிளை எடுத்துக்கொண்டு புறப்பட்டான் செல்லமுத்து.

"இவன் கொஞ்சம் வெவரமான ஆளுதான். கலெக்டர் ஆபீசுக்கு மனு கொடுத்தாலும் கொடுத்திடுவான். எதுக்கும் கொஞ்சம் உசாரா இருக்கணும். இப்ப இருக்குற கலெக்டர் வேற வெவசாயிங்க கிட்டேர்ந்து எதுவும் மனு வராதமாதிரி பாத்துக்கோங்கன்னு மீட்டிங்ல சொல்லியிருக்காரு. எதுக்கும் உயரதிகாரிங்க காதுல போட்டுவெப்போம்."

ஏழு

மனு கொடுத்து நாலு நாள் ஆயிட்டுது. இன்னும் வெவசாய அதிகாரிகிட்டேர்ந்து ஒரு பதிலும் வரல. பலதானிய வெதப்பு பாதி செடிகளுக்குமேல பூக்க ஆரம்பிச்சிருந்தது. இன்னும் ரெண்டொரு நாள்ல மடக்கி உழுதுடணும். இல்லாட்டி செடியெல்லாம் முத்திடும். ட்ராக்டர் ஓட்ட முடியாது.

ஒடம்பு அசட்டையா இருந்திச்சு. ஒரு குளியல் போடணும்போல இருந்துச்சு செல்லமுத்துக்கு. மெட்ராசுல இருந்தவரைக்கும் பாத்ரூம் குளியல்லயே வாழ்க்க ஓடிட்டு.

ஊர்ல தோட்டத்துக்கு ஒரு குட்டயிருக்கும். பத்தடியில நல்ல தண்ணி. தண்ணி எறச்சா ஒரு மணிநேரத்துல ஊறிடும். ஒரு நாளைக்கு நாலஞ்சி மொற எறச்சாலும் ஊறிடும்.

குளிக்கணும்னு நெனைச்சதும் அவன் ஞாபகத்துக்கு வந்தது வாழக்கொல்ல குட்ட. பதினைஞ்சி அடி விட்டமிருக்கும். நாலு பக்கமும் தென்னமரமும் அடர்த்தியா மருதாணிமரமும். அஞ்சாறடி ஆழமிருக்கும் ஒரு ஆளு உள்ள போனா தல வெளியில தெரியும். அவ்வளவுதான் ஆழம்.

ஆனா குளிர்ச்சின்னா குளிர்ச்சி அப்படியொரு குளிர்ச்சி. நாலு பக்கமும் மரமிருக்குறதுனால வெய்யிலே தண்ணியில படாது. மேமாசம் அக்னி

வெயில்ல மதியானம் ரெண்டு மணிக்குப் போனாலும் தண்ணி குளிரும். புதுசா யாராவது அந்த குட்டயில குளிச்சா சளி புடிச்சுக்கும்.

நீரில் கால் வைத்ததுமே சில்லனெ உச்சந்தலை வரை குளிர் தொட்டது. கொஞ்சம் கொஞ்சமாக நடுக்குளத்துக்குச் சென்று தண்ணீரில் அமர்ந்து இரண்டு கைகளையும் அகல விரித்து கையினால் அலையை உருவாக்கி, அலைகுவியும் இடத்தில் தலையை நிறுத்தி, தலையை ஒரு சிலிப்பு சிலிப்பினான். மொத்தக்குளிரும் உடலில் குடிகொண்டது. குட்டை ஓரத்திலிருந்து ஒரு ஆமை நீரில் குதித்து மறைந்தது. அதே போல் சில முறை செய்தான். அப்பா இதை அலறக் குளிப்பது என்பார்.

அப்பா... அவர் குளிக்கும் விதம் அழகானது. அவருக்கு வீட்டுக்கருகில் இருக்கும் ரெட்டைகுளத்தில் குளிப்பதுதான் பிடிக்கும். அரை ஏக்கர் பரப்பளவு கொண்டது ரெட்டக்கொளம். குளத்தின் மத்தியில் மக்கள் குளித்துக் குளித்து ஒரு பாதை உருவாகியிருக்கும். இரண்டு பக்கமும் நீலப்பச்ச பாசி படர்ந்திருக்கும். அதனாலே அதற்கு ரெட்டக்குளமென்று பெயர்.

பெரிய குளம். சூரிய ஒளியை அதிகம் உள் வாங்குவதால் எப்போதும் வெது வெதுப்பாயிருக்கும் தண்ணி. அப்பா உடுத்துவது கதராடைதான். துண்டை இடுப்பில் கட்டிக்கொண்டு வேட்டியை அவுத்து இருபுறமும் படர்ந்திருக்கும் நீல பச்சப் பாசியில் விரித்துவிட்டு கழுத்தளவு நீரில் அமர்ந்துவிடுவார். மீன்கள் வந்து கொத்தும். பாசியில் பச்ச தவளை ஓடுவதை பார்க்கலாம். தண்ணிரில் முங்கி கண்ணை விழித்து பார்த்தா மண்ணில் இருக்கும் கிளிஞ்சல் துண்டுகள் காசுகளைப்போல் ஜொலிக்கும். அவ்வளவு சுத்தமான தண்ணி.

வேட்டியை பாசியிலிருந்து எடுத்துத் துணிதுவைக்கும் கல்லில் அடித்துக் கும்மினால் அழுக்கு போய்விடும். வேட்டிய புழிஞ்சி இடுப்புல கட்டிக்கிட்டு, துண்ட எடுத்து நீட்ட வாக்கில் இருகையால் பிடித்து முதுகில் முன்னும் பின்னும் இழுப்பார். அப்படியே கீழும் மேலுமாக போய்வரும் துண்டால் அழுக்கு போய்விடும். அதுவும் கோடக்காலம் வந்துடக்கூடாது. தன்னோட வயசுல இருக்குற சில பேரோட, இரவு ஏழு மணிக்குமேல கழுத்தளவு தண்ணியில ஒக்காந்து ஒருமணி நேரம் கத பேசுவாங்க. வயசு பசங்க அந்த பக்கம் போக முடியாது. ஆனா செல்லமுத்துக்கு அப்பாமாதிரியில்ல. குளிக்கிற தண்ணியில குளிர்ச்சி இருக்கணும்.

ஆச தீர தண்ணியில ரெண்டு மூணு மொற முங்கி எழுந்ததும் ஒடம்பு இயல்பவிடக் குளிர்ச்சியாயிடுச்சி. மனசுக்கும் எதமா இருந்தது. ஒடம்ப தொவட்டிக்கிட்டு கைலிய மாட்டிக்கிட்டு வீட்டுக்கு வந்தான். பசி தலதூக்கிப் பாத்துச்சி. சென்னையில கம்பெனியில வேல பாக்கும் போது, காலையில ஆறு மணிக்கே டிபன் சாப்பிட்டுப் பழகிய வயிறு. சென்னைய விட்டு ஊருக்கு வந்தபின்ன காலையில ஒன்பது மணிக்கு மேலதான் டிபன். இந்த வயிற நெனைச்சா செல்லமுத்துக்கு ஆச்சரியமாக இருந்துச்சி. ஒரு காலத்துல ஆறுமணிக்கு கவா கவான்னு கத்துன வயிறு இப்ப ஒன்பதர மணிவரைக்கும் கம்முன்னு கெடக்குது. வயித்துக்கிட்டேர்ந்து நாம நெறய கத்துக்கணும். கோழி பிரியாணிய போட்டாலும் வாங்கிக்கும். மோரு சோறு போட்டாலும் வாங்கிக்கும்.

வீட்டுக்கு வந்ததும் இட்லி தயாரா இருந்துச்சி. கொள்ளு இட்லி. கல்வாழ எலயப் போட்டு கொள்ளு இட்லிநாலு வச்சி, பக்கத்துல பெரண்ட தொவய இட்லியோட ஒறவாடிகிட்டிருந்தது. பொன்நிற சட்னியில மெதந்த எண்ணெயப் பாக்கும்போது நாக்கு துடிக்க ஆரம்பிச்சது.

இட்லிய புட்டு வாயில போட்டான். சூடு கொஞ்சம் அதிகமாயிருந்தது. சென்னைக்கு வர்றதுக்கு முன்ன இதே ஊர்ல அவனுக்கு ரொம்ப புடிச்சது தேங்கா சட்னிதான். ஆறாயிரம் ஏழாயிரம் தேங்கா குவிச்சி வெச்சிருந்தாலும் சட்னிக்கு தேங்கா வேணும்னா அம்மா அப்பாகிட்ட கேப்பாங்க. அப்பா மூங்கி அலக்க எடுத்துகிட்டுபோயி பதமா, எளசா ஒரு காயி பறிச்சிகிட்டு வருவாரு. அதுல சட்னி அரைச்சாத்தான் ருசியா இருக்கும். பறிச்சி போட்ட காயில எண்ணெய் எறங்க ஆரம்பிச்சிருக்கும்.

சென்னைக்கு வந்த பொறவு தேங்கா வெலயக் கேட்டு சட்னி சாப்பிடுற ஆசையே போயிட்டு. அப்படித்தான் வெல கொடுத்து வாங்குறமே அது ருசியா இருக்கான்னா பறிச்சி ரெண்டு மூணு வாரம் ஆன காயி. அதனால தக்காளி சட்னிக்கு மாறியாச்சி. கல்யாணம் ஆன புதுசுல ஒருதடவ செல்லமுத்து வீட்டம்மா தக்காளி சட்னி அரைக்க, அவன் அத சாப்ட்டுட்டு ஆகா ஓகோன்னு புகழ, அவனுக்குத் தக்காளி சட்னி புடிக்கும்னு நெனைச்சிகிட்டு தொடர்ந்து தக்காளி சட்னியே அவனுக்கு புடிச்ச சட்னின்னு வீட்டம்மா மனசுல பதிஞ்சிடுச்சி. ஒரு வகையில அந்த பழைய தேங்காயிலேர்ந்து தப்பிச்ச மாதிரியும் ஆயிடுச்சி.

சென்னை வாழ்க்கை இயல்புக்கு மாறானதா இருந்துச்சி. ஆசபட்டு சென்னைக்கு வந்து பரபரப்பா ஓடிக்கிட்டிருந்தாலும் எதோ ஒண்ண எழந்ததுபோல எப்போதும் ஒரு உணர்வு.

பதினைஞ்சி வருச சென்னை வாழ்க்கையில் கிராமத்து உணவும், வாழ்க்கைச் சூழலும் மறந்தே போச்சின்னுதான் சொல்லணும். எளனி, நொங்கு, மாங்கா, மாம்பழம் செல்லமுத்துக்கு ரொம்ப பிடிச்ச பனங்கெழங்கு, முந்திரி பருப்பு இதெல்லாம் துட்டு கொடுத்து வாங்கும்போது செல்லமுத்துக்குக் கஷ்டமா இருக்கும்.

கோடையில தென்னமரத்துக்குத் தண்ணி எறைச்சி வளக்கும்போது தென்னங்கொலகாம்பு நீண்டு போய் முறிஞ்சிடும். ஒருகொலைக்குப் பத்துப் பதினைஞ்சு எளனி கெடைக்கும். வெட்டி வயிறுமுட்டக் குடிக்கலாம். வெட்டும்போதே சோடா ஒடைக்குற மாதிரி எளனித் தண்ணி பீச்சிகிட்டு அடிக்கும். பறிச்ச ஒடனே வெட்னா மட்டுமே அந்தமாதிரி அடிக்கும். குடிச்சி முடிச்ச கொஞ்ச நேரம் கழிச்சி எளனி ஏப்பம் வரும். சென்னையில கெடைக்குற எளனி வெட்டி ஒருவாரமானதுதான் கெடைக்கும். அதுல இதெல்லாம் எதிர்பார்க்க முடியாது.

மூங்கி அலக்குல கட்டியிருக்குற வாங்கருவாவ பனங்கொலையில போட்டு இழுத்தா கொலையோட கீழ விழும். சீவித் திங்கத்திங்க எளசா அவ்வளவு ருசியா இருக்கும். பனநொங்கு திங்கறதுன்னு ஆரம்பிச்சா ரெண்டு கொலக்கி கொறையாம உள்ள போகும். சீவுன பனங்காயில கட்ட வெரல வெச்சி நோண்டி தின்னுத் தின்னு நகமே எரிச்சலாகிடும். தின்னுட்டு கழுத்தளவு தண்ணியில போய் ஒக்காந்துக்குவாங்க. அப்பதான் செரிக்கும். சென்னையில பத்து ரூவாய்க்கு மூணுன்னு வாங்கி வர்ற பனஞ்சொள. வெட்டி வெயில்லபோட்டு எடுத்துவருவாங்க. முத்தலா இருக்கும். அப்பதான் வெட்டி சொள எடுக்க வசதியா இருக்கும்.

வீட்டச்சுத்தி நாப்பதுக்கு மேல மாமரம். ஒவ்வொண்ணும் ஒரு மரபு ரகம். ஒட்டுக்கா நீலம், செந்திரிக்கன், பச்சரிசி காச்சி, கிளிமூக்கு, ஊறுகாய்க்கு மட்டுமே பயன்படும் நாறுகாச்சி. ஒவ்வொண்ணுக்கும் ஒவ்வொரு பேரு. எல்லாம் வேற வேற ருசி. அதுவும் அணில் கடிச்சி விழுந்த மாம்பழத்த வெட்டிச் சாப்பிடும்போது கெடைக்கிற இனிப்பும் புளிப்பும் கலந்த ருசி. சென்னையில அழகா பளபளன்னு

அடுக்கி வெச்சிருக்க மாம்பழருசியில இருக்காது.

அதுவும் மாம்பழ சீசன் முடிஞ்சி, மரத்துக்கு கீழ அணிகடிச்சி போட்ட மாங்கொட்டைய நெருப்புல போட்டு சுட்டுத் திங்கறதுல அவ்வளவு ருசி.

பனங்கெழங்கு இடுப்பளவுக்கு மண்ணப் பெரட்டி எடையில சாம்பலும் ஆட்டெருவும் கலந்து தன்வீட்ல அவ்வளவு பக்குவமா மண்ண தயாரிச்சி செல்லமுத்தோடு அப்பா பன வெதய வெதப்பாரு. வெளைஞ்சதும் வெட்டி எடுத்து வட்டமா மண்ணக் குவிச்சி அதுல பனங்கெழங்க ஊணி செத்த சருவ போட்டுக் கொளுத்தி விடுவாங்க. நெருப்பு அணைஞ்சதும் அப்பிடியே விட்டுட்டு ஒருமணி நேரம் கழிச்சிப் போயி ஒரு கெழங்க எடுத்துத் தோல உரிச்சி கெழங்க வளைச்சிபாக்கும்போது சுருக்கம் சுருக்கமா வந்தா நல்லா வெந்திருக்குன்னு தெரிஞ்சிக்கலாம். அப்படி சுருங்கலன்னா இன்னும் கொஞ்சம் குப்பைங்களப் போட்டு கொளுத்திவிடுவாங்க. வெந்துடும். இது அதிகமா கெழங்கு சுடுவது.

கொஞ்சமா சுடனும்னா வீட்ல சமைக்கப் பயன்படுத்துற அடுப்புல ராவுக்கு படுக்கப்போம்போது நெருப்புக்குள்ள கெழங்க வெச்சிடணும். காலையில எழுந்திரிச்சி பார்த்தா கெழங்கோட தோலு சுருங்காம நல்லா வெந்திருக்கும். அத ரெண்டாப் பொளந்து தேங்காதுருவுற துருவியால துருவி அதோட துருவுன எளந்தேங்காவையும் சேர்த்து சாப்டா யப்பா அந்த ருசிக்கு செல்லமுத்து அடிம. இப்ப சென்னையில துட்டு கொடுத்து வாங்குற பனங்கெழங்கு அவ்வளவு பெருசாவோ. அவ்வளவு ருசியாவோ இருக்காது.

வெளையிற முந்திரிய அறுவட பண்ணும்போது பழுத்த துண்டாக்கி உப்பு போட்டு குலுக்கிச் சாப்பிடும்போது அனுபவித்த ருசி மறந்தே போச்சி. விக்கிறதுக்கு முன்னயே நல்ல கொட்டையா பொறுக்கி காய வெச்சி மண்பானையில போட்டு மடக்கு போட்டு மூடி வெச்சிடுவாங்க. வீட்ல எதாவது விசேச நாள் வர்றப்ப, பாயசம் சக்கரபொங்கலுக்கு செல்லமுத்தோட அப்பா முந்திரி கொட்ட சுடுவாரு. அதில திங்கறத்துக்கும் கொஞ்சம் கெடைக்கும். குப்பையப் போட்டு கொளுத்தி, அது நல்லா எரியிறப்ப அதுல முந்திரி கொட்டய போட்டுடுவாரு. அதக் கௌற ஒரு மூங்கி குச்சியிருக்கும். சூடாகி முந்திரி கொட்ட வேக ஆரம்பிக்கும்போது அதுலேர்ந்து புஷ்வானம்மாதிரி நெருப்பு சீறிக்கிட்டு போகும். முந்திரிக்கொட்ட

தோலுல இருக்குற எண்ணெதான் அப்படி நெருப்பா சீறும். அந்த எண்ணெய எடுத்து கால் ஆணியில வெச்சா சரியாயிடும்.

எண்ணெ சீறுறது நின்னுட்டா நல்லா வெந்துட்டுன்னு அர்த்தம். கொஞ்ச நேரம் சூடாறவிட்டு ஒரு செங்காங்கல்லுமேல வெச்சி இன்னொரு செங்காங்கல்லால தட்டுனா முந்திரிகொட்ட ரெண்டாப் பொளந்து உள்ள ஒரு சின்னத் தோலோட முந்திரிப் பருப்பு கெடைக்கும். கையில வெச்சி கக்குனா அந்தத் தோலு உதிர்ந்துபோயி தங்க நெறத்துல முந்திரிப் பருப்பு கெடைக்கும். மெசின்ல ஒடைச்சி பாக்கெட்ல விக்குற முந்திரியில கொஞ்சம் எண்ணெபச இருக்கும். நெருப்புல போட்டு சுட்டெடுக்குறதுல அது இல்லாம செம ருசியா இருக்கும்.

சென்னைல அப்பப்ப இந்த ருசியெல்லாம் நெனைச்சிப் பாத்துக்குவான் செல்லமுத்து. சென்னை வாழ்க்கையும் அவனது வயதும் உடல்நிலை பிரச்சினைகளும் செல்லமுத்தோட உணவுப் பழக்கத்த மொத்தமாக மாத்தியிருந்தது. சிறுதானியம், பாரம்பரிய அரிசி, மொட்டைமாடியில் தொட்டியிலிருந்த மூலிகைகள் என அவன் உணவில்.

“ஒடம்புக்கு நல்லதுன்னா எங்க வீட்டுக்காரரு எத வேணும்னாலும் திம்பாரு” என வீட்டம்மா கிண்டல் செய்யுமளவுக்கு அவன் மாறியிருந்தான்.

இவ்வளவுக்கும் கல்யாணம் கட்டிக்கிறதுக்கு முன்ன சென்னையில அவன் சாப்ட்டதெல்லாம் பாஸ்ட்புட்டு சமாச்சாரம்தான். அதுலதான் அவன் ஒடம்புக்கு நெறைய பிரச்சினையாச்சி.

எட்டு

"ஏங்க... அக்ரி ஆபீசிலேர்ந்து மெசேஜ் வந்திருக்கு பாத்திங்களா?"

கைபேசியை வாங்கிப் பார்த்தான் செல்லமுத்து. மறுநாள் காலையில் ரோட்டோவீட்டர் வருவதாகவும், வீட்டில் இருக்கும்படியும் தகவல் இருந்தது.

சொன்னபடி மறுநாள் காலையில் சரியாக டிராக்டர் வந்தது. ரோட்டோவீட்டர் ஊருக்குப் புதுசு. வேடிக்கை பார்க்கப் பலபேர் கூடிவிட்டனர். இடுப்பளவுக்கு வளந்துநின்ற பல தானியவெதப்பு பலநிறத்தில் பூக்கள் பூக்க ஆரம்பித்திருந்தது. ட்ரைவர் டிராக்டரை இறக்கி ரோட்டோவீட்டரை ஓடவிட்டார். வலது கையில் உள்ள ஒரு கம்பியைக் கீழ்நோக்கி அழுத்தியதும் ரோட்டோவீட்டர் பாதி மண்ணுல பதிஞ்சி சுத்திச்சி.

என்ன ஆச்சரியம்? இடுப்பளவு வளந்து நின்ன இருவத்தி நாளு வகையான செடிங்க அப்படியே துண்டு துண்டாகி மண்ணோட கலந்துச்சி. ட்ரைவர் டிராக்டர மெதுவா முன்னே நகர்த்தினார். டிராக்டருக்கு முன்னே இடுப்பளவில் பசுமையான செடிகள். டிராக்டருக்கு பின்னே அப்படியே துண்டு துண்டாகி மண்ணோடு கலந்துக்கிட்டிருந்தது. வழக்கமா புழுதி ஒழவு ஓட்டுறதவிட மெதுவாத்தான் டிராக்டர ஓட்டுனாரு. வெட்டிப் போட்ட செடிங்க

மண்ணோட கலந்து பஞ்சு மெத்த மாதிரி இருந்துச்சி. டிராக்டர் முன்னபோக சத்தத்துல வண்ணத்துப்பூச்சிகளும் வண்டுகளும் செடியிலேர்ந்து பறக்க ஆரம்பிச்சிடிச்சி.

கொஞ்ச நேரத்துக்கெல்லாம் ஒரு டி.வி.எஸ் பிப்டியில வெவசாய ஆபீசர் வந்தாரு. அன்னைக்கு ஆபீஸ் போனப்ப வெறப்பா பேசுன மனுசன். அவர பார்த்ததும் செல்லமுத்து.

“வாங்க சார்... வாங்க...” என வரவேற்றான்.

“வீட்ல போய் நாற்காலி எடுத்து வரட்டுமா?” எனக் கேட்ட செல்லமுத்துவிடம் வேண்டாமென கைகாட்டிவிட்டு அருகில் கிடந்த சிமென்ட் கல்லில் அமர்ந்து கொண்டார்.

“சார்... டீ, காபி ஏதாவது சாப்பிடுறீங்களா?” என்றான் செல்லமுத்து.

“வேல முடியட்டும். சாப்பாடே சாப்பிடுறேன்” என்று அந்த வெவசாய ஆபீசர் சொன்னதும் செல்லமுத்துக்கு ஒரே சந்தோசம். அன்னிக்கு வம்பு புடிச்ச மனுசனாச்சே. என்ன இப்படித் தன்மையா பேசுறாரு? செல்லமுத்துக்குப் புரியல.

ரோட்டோவீட்டர் ஓடஓட மண்ணும் செடியும் கலந்து ஒருவித வாசம் நாசிய தொட்டுது. செடிங்க நசுங்கின பச்ச வாசம். கூடவே மண்வாசனையும். மைனாவும் இன்னும்சில குருவிகளும் திடீர்னு குவிய ஆரம்பிச்சதுங்க. டிராக்டருக்குப் பின்னயே போயி எதையோ கொத்திக் கொத்திச் சாப்பிட ஆரம்பிச்சது. அதுங்க தவ்வித் தவ்வி குதிச்சி தலையக் குனிஞ்சி கொத்தி எதையோ சாப்பிட்டது அவ்வளவு அழகா இருந்துச்சு.

“ரோட்டோவீட்டர் வேணும்னு ஹெட்டாபீசுக்கு போன்பண்ணா யாருக்குன்னு அவங்க ஆச்சரியமா கேட்டாங்க. நம்ம மண்டலத்துக்கு ஒரே ரோட்டோவீட்டர்தான். இதுவரைக்கும் யாரும் கேட்டதில்ல. நாம கேட்டதும் அவங்களுக்கு ஆச்சரியமாப் போச்சு. பயன்படுத்தாம இருந்ததால அத சுத்தம்பண்ணி, ஓட்டிப் பாத்து அனுப்பி வெச்சிருக்காங்க. மேலதிகாரி டிராக்டரோட நீயும் போய் பாத்து எனக்கு தகவல் அனுப்புன்னு சொன்னாரு.”

வெவசாய ஆபீசர் சொன்னதும், ‘ஓ அதிகாரிங்க சொல்லித்தான் இவரு வந்திருக்காரு.’ அதான் அன்னிக்கு பேசினதுக்கும் இன்னிக்கு

பேசறதுக்கும் வித்தியாசம் இருக்கு. செல்லமுத்து யோசித்துக் கொண்டிருக்கும் போதே அவன் மனைவி குடிக்க கொண்டு வந்து கொடுத்தாள். வாங்கி குடித்த வெவசாய ஆபீசர், “என்னயிது? தேங்காப்பால்தானே? இவ்வளவு ருசியா இருக்கு?” எனக் கேட்டார்.

“ஆமா... இப்பத்தான் பறிச்ச தேங்காவுல எடுத்த பால்ல நாட்டு சர்க்கரையும் ஏலக்காயும் போட்டது” செல்லமுத்து மனைவி சொன்னாள்.

“நல்லாருக்கும்மா” என்றார் வெவசாய அதிகாரி. அது இன்னொரு டம்ளர் கெடைக்குமா என்பதாக செல்லமுத்து மனைவியின் காதில் விழுந்தது. இன்னொரு டம்ளர் கொடுத்தார். குடித்து முடித்த ஆபீசர் “இனிமே எதுவும் ஒதவி வேணும்னா ஒரு போன் பண்ணுங்க. நான் பாத்துக்கறேன்” என்றார்.

மேலதிகாரி யாரோ சரியான ஆளா இருந்துருக்கார் என்பது மட்டும் செல்லமுத்துக்குப் புரிந்தது. பலதானிய வெதப்பு மண்ணோடு மடங்கியிருந்தது. மெதுமெதுவென்று அதில் நடக்கும்போது மெத்தையில் நடப்பதாய் ஓர் உணர்வு.

மதியம் வாழைப்பூவில் பிரியாணி செய்து ஆபீசருக்கும், ட்ரைவருக்கும் கொடுத்தனர். தோட்டத்தில் கெடந்த கயித்துக்கட்டிலில் அமர்ந்து இருவரும் சாப்பிட்டனர். பிரியாணியோடு வெள்ளரிப் பிஞ்சு சாலட்டும் மிக அருமையாக இருந்தது.

“சார், இப்படி சாப்பிடறதுக்காவது அடிக்கடி ஒங்க தோட்டத்துக்கு வரணும். இப்ப இந்தச் செடியெல்லாம் வெட்டி மண்ணோட கலந்துட்டீங்க. அடுத்தது என்ன செய்வீங்க?” வெவசாய ஆபீசர் சார்னு சொன்னதும் செல்லமுத்துக்கு உள்ளுக்குள் சந்தோசமானது.

“சார் இத மக்க வெக்கணும். இது மேல தண்ணி விடணும். வழக்கமா இங்க புழுதிங்கறதால தண்ணி நிக்காது. செடிகள மடக்கி போட்டிருக்கறதால கொஞ்சம் ஈரத்தப் பிடிச்சி வெச்சிக்கும். அதுல இந்தச் செடியெல்லாம் மக்கிடும். அப்படியே விட்டுட்டா பதினைஞ்சி நாள்ள ஒணந்து நல்ல ஓரமாயிடும். அப்பறம் வெவசாயம் செய்ய வேண்டியதுதான். அறுவட முடியற வர அந்தப் பயிருக்குத் தேவையான சாப்பாட இந்த மக்குன செடிங்க கொடுத்திடும்.”

வெவசாய ஆபீசரும், ட்ரைவரும் கௌம்பிட்டாங்க. தோட்டத்துக்கு

தேவையான தண்ணிய கொழா போட்டு நல்லா ஈரம் நிக்கிறபடி பிடிச்சான் செல்லமுத்து.

பதினைஞ்சி நாள் ஆச்சி. மண்ண கையால கௌறிப் பாத்தான். ஈரமில்லாம நல்ல பொலபொலப்பா இருந்துச்சு. இது சரியான பக்குவம். வெதைச்சிடலாம்.

★★★

பந்தல் போட்டதுபோல் அடர்ந்திருந்த மாமரத்தின்கீழ் அமர்ந்து சணல் கோணியைப் பிரித்துக்கொண்டிருந்தான் செல்லமுத்து. நாய் குலைத்தது. திரும்பிப் பார்த்தான். தூரத்தில் ஓசி வெத்தலபாக்கு சாம்பசிவம் வந்தார்.

“வாங்க... வாங்க...”

“தம்பி சௌக்கியமா இருக்கீங்களா? பொழுது போகல அப்படியே ஒங்களப் பாத்துட்டும்போலாம்னு வந்தேன். வீட்டுக்கு வந்தேன். பாப்பா வெத்தலபாக்கு கொடுத்தது. நீங்க இங்க இருக்கதா சொன்னிச்சி.”

“ம்... நல்லாருக்கீங்களா?”

“ஏன்? எனக்கென்ன கொறைச்சல் நல்லாத்தான் இருக்கேன். என்ன பண்றீங்க? எதுக்கு கோணியப் பிரிக்கிறீங்க?”

“கடல வெதைக்கணும். அதுக்கு வெதநேர்த்தி பண்ணணும்ல. அதுக்குத்தான்...”

தலைய மேல தூக்கி வாயில இருக்குற வெத்தலபாக்கு கீழ சிந்தாம, “ம்... ஒங்களப் பாத்தாலே ஏதாவது புதுசாச் சொல்லுவீங்க. வெத நேர்த்தி பண்ணக் கோணி எதுக்கு?” ஆர்வம் பொங்கக் கேட்டார்.

“இதுல கடலயப் போட்டு அத சாணிப்பால்ல முக்கி எடுக்கணும்.”

“அதென்ன தம்பி சாணிப்பாலு? ஆட்டுப்பாலு தெரியும். மாட்டுப்பாலு தெரியும். புதுசா இது?”

கேட்கும்போதே திரும்ப நாய்குலைத்தது. நான்கைந்து நபர்கள் கையில் மண்வெட்டி கத்தியுடன் வந்தனர். செல்லமுத்துதான் வேலைக்கு வரச்சொல்லியிருந்தான்.

“வேலைக்கு ஆளுங்க வந்துட்டாங்க. அவங்கட்ட வேலயச் சொல்லிட்டு

வந்து சொல்றேன்'' என சொல்லிவிட்டு வந்த ஆட்களோடு வயலுக்கு சென்றான் செல்லமுத்து. சாணிப்பால்குறித்துத் தெரிந்துகொள்ளும் ஆவலோடு உடன் சென்றார் சாம்பசிவம்.

முனையில் கூராக இருக்கும் இரண்டு குச்சியை நீண்ட கயிறின் இரு முனையிலும் இணைத்தான். கொல்லையின் இரு முனையிலும் இரு நபர்களை நிக்க வைத்து அவர்களிடம் அந்தக் குச்சியைக் கொடுத்தான்.

"அண்ணா... நாலடிக்கு ரெண்டடி பார்புடிக்கணும். மொதல்ல ஓரத்துல நாலடி விட்டுடலாம். அடுத்து தொடர்ச்சியா பார் புடிக்கணும்.''

கொல்லயில அந்தக் கடைசியில ஒரு குச்சி. அதுல கயிற எணைச்சி கொல்லையோட அந்தக் கடைசியில ஒரு குச்சி. கயிறு கோணலா இல்லாம நேரா இருக்குறமாதிரி இழுத்துப் புடிச்சி, மண்ணுல படுறமாதிரி முன்னும் பின்னும் இழுக்கவெச்சான். நேரா ஒரு கோடு கெடைச்சிச்சி. அடுத்து ரெண்டடிக்கு ரெண்டு குச்சியும், நாலடி அளவுல ரெண்டு குச்சியும் தயாரா இருந்துச்சி.

ரெண்டடி குச்சிய வெச்சி அளவெடுத்து அதுக்கு நேரா கயிறு கட்ன குச்சிய வெச்சி திரும்ப ஒரு கோடு. இப்ப ஏற்கனவே போட்ட கோட்டுக்கு இணையா ரெண்டடியில ஒரு கோடு.

திரும்ப ரெண்டாவது கோட்லேர்ந்து நாலடி குச்சி அளவு வெச்சி நாலடி இடைவெளியில ஏற்கனவே இருக்குற கோட்டுக்கு இணையா இன்னொரு கோடு. இப்படியே வரிசயா ரெண்டடி, நாலடி இடைவெளியில கயித்த வெச்சி கோடு போட்டாங்க.

இடது கைய மார்புக்கு குறுக்க கட்டிக்கிட்டு, அதுல வலது கைய முட்டுக்கொடுத்து ஆள்காட்டி வெரலால ஒதட்ட தட்டிக்கிட்டே வேடிக்க பாத்துக்கிட்டிருந்தாரு சாம்பசிவம்.

கொல்ல முழுக்க கோடு போட்டு முடிஞ்சுது. மண்வெட்டிய எடுத்தான் செல்லமுத்து. ஊரு மம்புட்டி. நாட்டு மம்புட்டிபோல இல்லாம அகலமா இருந்தது.

ரெண்டடி கோட்டுக்குள்ளேர்ந்து மண்ணெடுத்து ரெண்டுபக்கமும் நாலடி கோட்டுக்குள்ள மண்ண போட்டான். ரெண்டடி கோட்டுக்குள்ள முக்காலடி பள்ளமாச்சி. நாலடி கோட்டுக்குள்ள ஒரு அடி உயரமாச்சி.

செல்லமுத்து செஞ்சதப் பாத்துட்டு ஆளுங்க அதே மாதிரி செய்ய ஆரம்பிச்சாங்க.

கடல வெதைக்க போறதா சொல்லிட்டு பார் புடிக்கிறானே இதுல எப்படி கடலய வெதைக்கிறது. மேட்டுலயா? இல்ல பள்ளத்துலயா? இல்ல ரெண்டு எடத்துலயுமா? ரெண்டு எடத்துலயும் வெதைக்கணும்னா எதுக்கு மேடும் பள்ளமுமா பார் புடிக்கணும்? கேட்கலாம்னா சாணிப்பால பத்தி கேட்டதுக்கே இன்னும் பதில் வரல. யோசிச்சிக்கிட்டே இருந்தாரு சாம்பசிவம்.

அர அடி அகலத்துக்கு ஒரு அடி நீளத்துக்கு இருந்த பலகயில மத்தியில ஒரு ஆள் உயரத்துக்கு ஒரு கைத்தடிய செங்குத்தா சொருகி ஆணியடிச்சிருந்தது. அத வெச்சி நாலடி அகலத்துக்கு புடிச்ச பார்ல இருந்த பள்ளம் மேட சரி செஞ்சான்.

வேலை பரபரப்பா நடந்துச்சு. நாலடிக்கு ரெண்டடி அகலத்துல பார் அழகா உருவாச்சி. பாக்கவே அழகா இருந்துச்சி.

இப்ப சாம்பசிவத்துகிட்ட வந்தான் செல்லமுத்து.

“சாணிப்பாலுன்னா என்னான்னு கேட்டீங்கல்ல... அப்ப போட்ட சாணி ஒரு கிலோ அளவுக்கு எடுத்துக்கணும். மாட்டு மூத்திரம் ஒரு லிட்டர் அளவுக்கு எடுத்துக்கணும். இதுல பத்து லிட்டர் அளவுக்கு தண்ணி சேத்து கரைச்சிக்கணும். அதோட வேப்பெல, நொச்சியெல, புங்கயெல, குப்பமேனியெல, தும்பயெல, தொளசி எல, அருவம்புல்லு இதெல்லாம் ஒரல்ல போட்டு இடிச்சிக்கணும். இடிச்சத எடுத்து சாணி கரைச்சி வெச்சிருக்கதுல சேத்துக்கணும். நல்லா கலக்கிக்கணும்.

ஒடைச்சி பொக்கு நீக்கி வெச்சிருக்க கடல வெதய சணக்கோணியில போட்டு இந்தக் கரைசல்ல முக்கிப் பத்து நிமிசம் வெச்சிருக்கணும். சணக்கோணியில போட்டா கடலவெத தோலு வயலாது. பின்ன எடுத்து கோணிக்குள்ளிருக்குற கரைசல் வடிஞ்சதும் காத்துல ஒலரப்போட்டு, ஈரம் கொஞ்சமா இருக்கறப்பவே, கோணியில சாம்பலப் போட்டு ஒரு குச்சியால கோணியத் தட்டுனா சாம்ப வெதமேல பொகமாதிரி படியும். அப்படியே கொஞ்ச நேரம் வெச்சிருந்து மறுநாளு வெதைக்கலாம். இப்படி செஞ்சா பூச்சி பூஞ்சாணம் தாக்காது. நாளைக்குக் காலைல வெதக்கப்போறேன். வந்துடுங்க.”

செல்லமுத்து சொல்றத வச்ச கண்ணு வாங்காம பாத்துக்கிட்டிருந்தாரு சாம்பசிவம்.

பாரு புடிக்குறதப்பத்தி இப்ப ஒண்ணும் கேட்க வேண்டாம். நாளைக்கி பாத்துத் தெரிஞ்சிக்கலாம். அங்கேர்ந்து புறப்பட்டாரு சாம்பசிவம். நேரா பரமசிவம் கடைக்குப் போனாரு. ஏற்கனவே ஏழெட்டு பேரு அங்க ஒக்காந்து பேசிகிட்டிருந்தாங்க.

இவரப் பாத்ததும் கத பேச ஒரு ஆளு கூட கெடைச்சதும் எல்லாருக்கும் சந்தோசம். அதுவும் சாம்பசிவம் கண்டிப்பா ஏதாவது ஒரு நல்ல தகவலோடு வந்திருப்பாரு.

“என்ன மாமா என்ன விசேச செய்தி” பேப்பர் படிச்சிட்டு எதாவது புதுத் தகவலோட வருவாருன்னு நெனைச்சிகிட்டு கேட்டாரு பரமசிவம்.

சொவத்துல சாஞ்சிகிட்டு சப்பணக்கால் போட்டு ஒக்காந்தார் சாம்பசிவம். பக்கத்துல வெத்தலத் தட்ட நகர்த்தி வெச்சாரு சற்குணம். மெலிசா ஒரு ஏப்பம் விட்டபடி ஆரம்பித்தார் சாம்பசிவம்.

“நம்ம காசிநாதண்ணே மவன் செல்லமுத்துல்ல. அவன் என்னமோ இயற்கை வெவசாயம்னுகிட்டு என்னென்னமோ செஞ்சிகிட்டு அலையிறான்.”

இது ஒண்ணும் புதுத்தகவல் இல்லையே என்பதுபோல எல்லாரும் மொகத்த வெச்சிருந்தாங்க. செல்லமுத்துவப் பாக்கப் போனப்ப நடந்த எல்லாத்தையும் ஒண்ணுவிடாம சொல்லிமுடிச்சாரு.

“நாளக்கிக் காத்தால போயி அவன் என்ன பண்றான்னு பாக்கணும்.”

செல்லமுத்து செய்யுறதாச் சொன்ன விசயங்க மாறுபட்டதா இருந்ததோட மட்டுமில்லாம அத சாம்பசிவம் சொன்ன விதம் எல்லோரையும், என்ன பண்றான்னு போயி பாக்கணும்னு தோண வெச்சிச்சி.

மறுநாளு காலையில செல்லமுத்து கடல வெதைக்கத் தயாராகி கிட்டிருந்தப்ப வாயில வேப்பங்குச்சியோட எங்கயோ போறமாதிரி சற்குணம் வந்தாரு. பின்னாடியே பரமசிவமும் சாம்பசிவமும் வந்தாங்க. பாத்தா ஒருத்தர் பின்ன ஒருத்தரா நேத்து பரமசிவம் கடையில பேசிக்கிட்டிருந்த எல்லாரும் வந்துட்டாங்க.

ஒன்பது

செல்லமுத்துக்கு சந்தோசமா இருந்துது. நம்மளப்பத்தி தப்புதப்பா பேசினவங்கள எப்படி எல்லாரையும் நம்மகிட்ட கூட்டிகிட்டு வர்றதுன்னு பயந்துகிட்டிருந்தான். இது மொதல் வெற்றி. வெதைச்சது வளரும்போதும், அதுலேர்ந்து வரும் வருமானத்தப் பார்க்கும்போதும் இன்னும் பலபேரு நம்மகிட்ட வருவாங்கன்னு நம்பிக்க வந்துச்சி.

கயித்துக் கட்ல எடுத்து வந்து மாமரத்து நெழல்ல போட்டான். மத்தியில பனநார்ல பின்னி சாணம் மொழுகுன தட்ல வெத்தலபாக்கு நெறைய இருந்துச்சி. யாரும் கயித்து கட்ல ஒக்காரத் தயாரா இல்ல. செல்லமுத்து என்ன செய்யப்போறான்னு பாக்குற ஆர்வத்துல இருந்தாங்க.

பக்கத்துல விரிச்சிருந்த தார்பாயில சின்னச் சின்ன பனஓல கொட்டான்ல கலர்கலரா என்னென்னவோ வெதைங்க இருந்துச்சி.

"கடலதான வெதைக்க போறதா சொன்னான். இதென்ன என்னென்னவோ வெதயெல்லாம் இருக்கு" பரமசிவத்து காத கடிச்சாரு சற்குணம்.

"என்னமோப்பா எனக்கென்ன தெரியும். ஒங்கள மாதிரிதானே நானும் வேடிக்க பாத்துகிட்டிருக்கேன்"ன்னாரு பரமசிவம்.

செல்லமுத்தோட மனைவி ஒரு சில்வர் வாளியில எதையோ கொண்டு வந்து வெச்சாங்க. கூடவே கொஞ்சம் சில்வர் டம்ளரும் இருந்துச்சி.

குடிக்க எதுவோதான்குறது எல்லாருக்கும் தெரிஞ்சிச்சி. ஆனா வழக்கமான காப்பிதண்ணியில்லங்கறது மட்டும் சாம்பசிவத்துக்கு தெரியும். ஏன்னா இதுவர ஒரு தடவகூட செல்லமுத்துவீட்டுல காப்பிதண்ணி கொடுத்ததில்ல. வித்தியாசமா எதாவது மூலிக டீ தண்ணி இல்ல மூலிகச்சாறுதான் கெடைக்கும். ஆனா நல்ல ருசியாருக்கும். இன்னிக்கு என்ன வந்துருக்கோ தெரியலன்னு சாம்பசிவத்தோட நாக்கும் மூளையும் யோசிக்கும்போதே நாலஞ்சி பொம்பளயாளுங்க வந்தாங்க.

ஒரு சாண் நீளத்துக்குக் கட்டவெரலு தடிமனுக்கு நாலஞ்சி குச்சிங்கள எடுத்து ஒரு முனைய கூராக்கி வெச்சிருந்தான் செல்லமுத்து. அத ஆளுக்கொண்ணு கொடுத்தான். அந்தக் குச்சியால நாலடி மேடான பாருல குத்தியெடுத்து அந்தக் குழிக்குள்ள கடல வெதய போட்டு அந்தக் குச்சியாலயே அந்தக் குழிய முடினான்.

ரெண்டடி பார்ல நிக்கணும். நாலடி பார்ல கால்படாம வெதைக்கணும். எவ்வளவு எடவெளிவிட்டு வெதைக்கணும் எல்லாமும் தெளிவா சொல்லிக்கொடுத்தான். சோத்தாங்கையில குச்சியயும் பீச்சாங்கையில வெதையையும் வச்சிக்கிட்டு வெதைக்க ஆரம்பிச்சாங்க பொம்பளையாளுங்க.

நாலடி பாருக்கு ரெண்டுபக்கமும் இருக்குற ரெண்டடி பாருல நின்னுக்கிட்டு வெதைக்க ஆரம்பிச்சாங்க. ஆரம்பத்துல அவன் சொன்ன அளவு எடவெளியில வெதைக்குறது கஷ்டமா இருந்தாலும் நேரம் ஆக ஆக பழகிட்டுது.

பக்கத்துல இருந்த குட்டையில கையக் கழுவிட்டு வந்தான் செல்லமுத்து. டம்ளர எடுத்து வாளியில இருந்த சாற எல்லாருக்கும் ஊத்திக் கொடுத்தான். லேசான இனிப்பு. நல்ல சுவையா இருந்துச்சி.

“என்ன தம்பியிது?”

இன்னொரு டம்ளர் கெடைக்குமாங்குற ஏக்கத்தோட சாம்பசிவம் கேட்டாரு.

“கொத்தமல்லிச்சாறு. கொத்தமல்லி எலையோட தேங்கா போட்டு அரைச்சி சாறெடுத்து, அதுல நாட்டுச்சக்கர கலந்தது. கரூர்ல சரோசாக்கான்னு ஒருத்தர் இருக்காங்க. அவங்க சொல்லித் தந்தது. இதக் காலையில ஒரு வேளக்கி சாப்பாடா எடுத்துக்கலாம்.

வயிறுமுட்டக் குடிச்சிட்டு மத்தியானமா சாப்டுக்கலாம். தொடர்ந்து இதக் காலையில சாப்ட்டா உள்ளூறுப்புல இருக்குற அழுக்கெல்லாம் வெளிய போயிடும்.''

"உள்ளூறுப்புன்னா?'' அவசரமாக் கேட்டாரு சற்குணம்.

"இதயம், நுரையீரலு இல்லாம கல்லீரலு, மண்ணீரலு, கணையம், சிறுநீரகம்னு சொல்வாங்கல்ல அதெல்லாம்தான்.''

"ஒடம்புமேல அழுக்கு படும் சரி. ஒடம்புக்குள்ள இருக்குற உறுப்புக்குள்ள எப்படி அழுக்கு போகும்?''

"யூரியா, பொட்டாசு, டி.ஏ.பி, மானோகொரட்டோபாசு, பால்டாயிலுன்னு வாங்கிக் கொட்றோம்ல. அதுல வெளைஞ்சத சாப்டா பின்ன என்ன ஆகும்?''

"இதெல்லாம் போடுறதால பாதிப்பு வருமா என்ன?''

"நம்ம சுப்ரமணியம் மருமகன் தாயுமானம் புத்து நோயிவந்து செத்தாரே... அவருக்கு என்ன கெட்ட பழக்கம் இருந்துச்சி. அவரு குடிப்பாரா? பொகைப்பாரா? பொகையலதான் போடுவாரா?''

"ஒரு கெட்டபழக்கமும் இல்ல தம்பி. நம்ம சுத்துபட்டுல அப்படியொரு தங்கமான புள்ள கெடைக்குமா?'' சொல்லி முடிச்சாரு சற்குணம். அப்பறம் அவருக்கு புத்து நோயி எப்படி வந்தது? ஸ்பிரயரு வெச்சிகிட்டு கூலிக்கு மருந்தடிக்கிற வேலயத்தான பாத்தாரு? அந்த மருந்து அது வேலய காட்டிடிச்சி.''

செல்லமுத்து கேட்ட கேள்விக்கு யாராலயும் பதில் சொல்லமுடியல.

"இப்ப நான் வெதநேர்த்தி செஞ்சிருந்த வெதய கையாள எடுத்தனே. கைய சும்மாத்தான் கழுவிட்டு வந்தேன். கையில என்ன வாசன இருக்கு மோந்து பாருங்க.''

முன்ன நின்னவங்க பக்கம் கைய நீட்டினான் செல்லமுத்து. வழக்கமா சாப்பிட்டு வந்துதான் இதுமாறி கைய நீட்டி, நான் என்ன சாப்ட்டுவந்துருக்கேன்னு சொல்லு? கைய நீட்டி கேக்குறது வழக்கம். இவன் என்னடான்னா கடல வெதகலந்த கைய மோந்து பாக்கச் சொல்லி நீட்டுறானேன்னு யோசிச்சிக்கிட்டே எல்லாரும் அவன் கைய மோந்து பாத்தாங்க.

“அடடா... தொளசி வாசனையும், நொச்சி வாசனையுமில்ல வருது. நாம கடையில வாங்குன பவுடர வெச்சி வெதநேர்த்தி பண்ணா, கையில ஒட்டியிருக்குற மருந்த எத்தன தடவ சவுக்காரகட்டி போட்டுக் கழுவுனாலும் நாத்தம் கொடலபுடிங்கிட்டு வரும்ல” கொமட்டலோடு சொல்லிமுடித்தார் பரமசிவம்.

டம்ளர போயி கழுவிக்கிட்டு வந்தான் செல்லமுத்து.

“ஏந்தம்பி இதக் கழுவி, கழுவிட்டு வெச்சி குடிக்கணும்? வேட்டருப்பு கடத்தெருவுக்குப் போனா பேப்பர் கப்பு கெடைக்கும். வாங்கி வந்து வெச்சிக்க வேண்டியதுதானே? அப்ப அப்ப குடிச்சமா? தூக்கிப் போட்டுட்டு போனமா? னு இல்லாம” புத்திசாலித்தனமாக சதாசிவம் கேட்டதும்,

“மரத்த வெட்டித்தானே பேப்பர் கப்பு செய்யுறாங்க. ஒரு மரத்த நாம உருவாக்க எவ்வளவு கஷ்டப்படுறோம். டவுன்ல இருக்கிறவங்க சோம்பேறிங்க. அதோட அங்க தண்ணியும் கெடைக்காது. கழுவிக் கழுவி பயன்படுத்த முடியாது. பேப்பர் கப்ப பயன்படுத்தறாங்க. அதோட இந்த பேப்பர்கப்புல ஒழுகாம இருக்க ஒரு மெழுகு தடவுவாங்க. இதுல சூடா எதானாச்சும் ஊத்திக் குடிச்சா அந்த மெழுகு உருகி வயுத்துக்குள்ள போயிடும். அடிக்கடி பேப்பர்கப்புல காப்பிதண்ணி குடிச்சா... ஒரு நாளைக்கி வயித்துவலி வந்துடும்.”

நாலு ரோல் பேப்பர்கப் வாங்கி வீட்ல வெச்சிருந்த சற்குணத்துக்கு வயித்த வலிக்குறமாதிரி இருந்துச்சி.

சாம்பசிவத்துக்கோ, இவன்கிட்ட எதக் கேட்டாலும் ஏதாவது ஒரு பதிலத் தயாரா வெச்சிருக்கான். இனிமே இவங்கிட்ட எதுவும் கேட்கக்கூடாது. அதுவும் மத்தவங்கள வெச்சிகிட்டு கண்டிப்பா கேட்கக்கூடாது. நம்ம கெளரத என்னாவறது?

கடல வெதச்சிகிட்டிருந்த ஆளுங்கள செல்லமுத்து கூப்பிட்டான். அவங்க பக்கத்துல இருந்த குட்டையில கையக் கழுவிட்டு வந்தாங்க. ஆளுக்கொரு டம்ளர் கொத்தமல்லிச்சாற சாம்பசிவம் ஊத்திக் கொடுத்தார். மீதம் வாளியில இருந்த சாற அண்ணாந்து வாயில ஊத்திக்கிட்டாரு சாம்பசிவம். கடைசி சொட்டுகூட விடல. ரசிச்சிக் குடிச்சாரு மனுசன். சாப்பிடறதுக்குன்னே பொறந்தவரு. மறுபடியும் ஆளுங்க கடல வெதக்க போயிட்டாங்க. ஒரு பன ஓல

கொட்டான்ல இருந்த ஆமணக்கு வெதய எடுத்து ஒரு ஆளுகிட்ட கொடுத்து, கொல்ல ஓரத்துல நாலடிக்கு ஒரு வெதய வெதைக்கச் சொன்னான். பக்கத்துல குட்ட ஓரத்துல எதோசெடிங்க கத்த கத்தையா மண்ணணைச்சி இருந்தது. அத ஒருத்தர்கிட்ட கொடுத்து, ஆமணக்கு வெதைச்ச வரிசையில ஓரடிக்கு ஒரு செடி வெதைக்கச் சொன்னான்.

இன்னொரு பன ஓலக் கொட்டான்ல கீர வெதைங்க இருந்துச்சி. அத எடுத்து சாம்பசிவத்துகிட்ட கொடுத்தான். இதுல அரக்கீர, சிறுகீர, சிகப்பு தண்டுக்கீர, பச்சத் தண்டுக்கீர, மொளக்கீர வெதையெல்லாம் கலந்திருந்திச்சி.

"இத அகலமா இருக்குற பார்லமட்டும் தெளிக்கணும். அகலம் கொறச்சலா இருக்குற பார்லதான் நீங்க நடக்கணும். கடல வெதசாச்சி. இனி அகலமா இருக்குற பார்ல கால் படக்கூடாது."

விதையை வாங்கிய சாம்பசிவத்துக்கு சந்தோசமா இருந்துச்சி. மந்திரிச்சிவிட்ட கோழி மாதிரி அவன் சொன்னத கேட்டாரு. என்னதான் வெவசாயம் செய்யுற கிராமத்துல இருந்தாலும் வெவசாய வேலங்க செஞ்சி ரொம்ப நாளாச்சி. தனக்குன்னு எந்த நெலமும் கெடையாது. குடியிருக்குற குச்சி மன மட்டும்தான் சொந்தம். அப்ப அப்பா விட்டுட்டு போனது. ஆரம்பத்துல கூலிக்கு விவசாய வேல பார்த்ததுண்டு. பின்ன கொஞ்சம் வயசானதும் எந்த வேலையும் செஞ்சதில்ல. இப்ப கீர வெதய செல்லமுத்து வெதைக்கச் சொன்னதும் வாங்கி கையில அள்ளி வீசப் போனாரு.

"அதுல இருக்குற வெதைய இந்தக் கொல்ல முழுக்கத் தூவணும். அதுவும் மேட்டு பாத்தியில மட்டும். இது ஊடு பயிர்தான்."

சாம்பசிவத்துக்கு கொஞ்சம் சவாலாத்தான் இருந்துச்சி. கொஞ்சம் வெதைய நெறைய எடத்துல தூவணும். அதும் பார்புடிச்ச எடத்துல மட்டும் தூவணும். மொத்த எடத்துலயும் வீசணும்னா அது ஈசி. நிதானமா தூவுனார்.

அத பாத்துக்கிட்டிருந்த சற்குணத்துக்கும் ஏதாவது செய்யணும்போல இருந்தது. "இரும்பெடுத்தவன் கையும் துரும்பெடுத்தவன் கையும் சும்மாருக்காதுன்னு" ஒரு பழமொழி சொல்வாங்க.

"தம்பி ஏதாவது வேல இருந்தா கொடுங்க நானும் செய்யறேன்"ன்னாரு.

இன்னொரு பன ஓல பெட்டியில உளுந்தும் பயரும் கலந்து வெச்சிருந்தான். அத எடுத்து சற்குணத்துகிட்ட கொடுத்தான் செல்லமுத்து.

“இத சின்ன பார்ல மட்டும் படும்படியா வெதக்கணும்.”

அவன் செய்யறது ஒண்ணும் புரியல. இருந்தாலும் மகுடிக்கு ஆடுற பாம்பா செஞ்சாங்க.

மிச்சம் ஒரு பன ஓலப் பெட்டி இருந்திச்சி. அதுல காராமணி வெதைங்க இருந்துச்சி. அத எடுத்துக்கிட்டு போய் வரப்பு ஓரத்துல கட்டவெரலையும் ஆள்காட்டி வெரலையும் சேர்த்து, அதுக்கெடையுல வெதைய எடுத்து, ரெண்டு வெரலையும் பூமியில நொழச்சி ஒவ்வொரு வெதயா ஊணிக்கிட்டே போனான். வரப்போரத்துல கொஞ்சம் வெள்ளரி வெதையும் கொம்புட்டி வெதையும் அங்கங்க ஊணிவிட்டான்.

இப்ப பரமசிவத்தத் தவிர யாரும் சும்மால்ல. எல்லாரும் வேல செஞ்சாங்க. அவருக்குக் கால் பிரச்சனையால எதுவும் வேல கொடுக்கல. அவருக்கு கால்லயும் கையிலயும் வெரல்கள் சரியா வளரல. சின்ன வயசிலேர்ந்து அப்படித்தான். தத்தித் தத்தி நடப்பாரு.

காராமணி வெதைச்சிட்டு வந்ததும் பக்கத்துல பனங்குத்து இருந்தது. அதுல வெடலி பன கன்னுலேர்ந்து மூணு மட்டைய காம்போட வெட்டிக்கிட்டு வந்தான். கருக்குகைல பட்டுக் கிழிக்காம கழிச்சிவிட்டான். பழக்கம் இருந்தாத்தான் செய்ய முடியும். சின்ன வயசுல ஆடு மேய்க்கப் போகும்போது அணிகடிச்சி விழுந்த மாம்பழத்த பொறுக்கி அணி கடிச்ச பக்கத்த காய்ஞ்ச கருக்கால வெட்டிப் போட்டுட்டுச் சாப்பிட்ட ஞாபகம் வந்தது. எடையில கொஞ்சம் இந்த வேலையெல்லாம் செய்யாம விட்டுப் போனதால கருக்க கழிக்குறது கொஞ்சம் செரமமாத்தான் இருந்துச்சி. யோசிச்சிகிட்டே கழிக்கும்போது கருக்கு கட்டைவெரல்ல பட்டு லேசா ரத்தம் வந்துட்டு.

“ஸ்... ஆ” கைய ஒதறினான்.

பக்கத்துல இருந்த சற்குணம் ஓடிவந்தாரு. கையில இருந்த வெதப்பொட்டிய ஓரமா வெச்சிட்டு அவன் கையப் புடிச்சிகிட்டாரு.

“என்னாச்சி மாப்ள. பாத்து வெட்டக்கூடாது.”

“ஒண்ணும்ல மாமா. கருக்கு லேசா பட்டுடுச்சி. லேசாதான். விடுங்க.

விடுங்க"னு கைய அவர் கையிலேர்ந்து வெளிய எடுத்தான். பக்கத்துல இருந்த பனங்குட்டியிலேர்ந்து அடிமட்டையில இருந்த பனம்பஞ்ச எடுத்துவந்தாரு பரமசிவம். ரெண்டு உள்ளங்கைக்கும் எடையில வெச்சி நல்லா கசக்குனாரு. கருக்கு வெட்ன எடத்துல வெச்சி நல்ல அழுத்தி விட்டாரு. "பனங்கருக்கு வெட்னா பனம்கருக்குல இருக்குற பஞ்சிதான் மருந்து. ஒடனே சரியாயிடும்ல."

அவர் சொன்னது போல ரத்தம் வர்றது நின்னுடிச்சி. அடுத்து அவன் வேலயப் பார்க்க ஆரம்பிச்சிட்டான்.

அடியில ஒரு பனங்காம்ப போட்டான். அதுமேல பன ஓலைய மயில்தோகை விரிக்கிற மாதிரி பரப்பிக் காலால நல்லா மிதிச்சி விட்டான். மேல ஒரு பனங்காம்ப போட்டு ரெண்டு பனங்காம்பையும் கோர்த்துக் கட்டுனான். இப்ப மூணு பன மட்டையும் அழகா விரிஞ்சிருந்துச்சி. மூணு மட்டையோட பனங்காம்பையும் சேர்த்து ஒரு பன நார்ல கட்னான்.

விரிஞ்சிருந்த பன ஓலையில கொஞ்சம் ஈர மண்ணைத் தூவினான்.

இப்ப மூணு காம்பையும் இணைச்சிக் கட்டின கயித்துல ரெண்டு கையாலேயும் புடிச்சி இழுத்தான். ஓலைக்கிக் கீழருந்த மணல்பரப்புல இருந்த சின்னச் சின்ன மேடு பள்ளமெல்லாம் மட்டமாச்சி. மேட்டு பாத்தியில மட்டும் படும்படியா ரெண்டு பக்கமும் ரெண்டுபேர் புடிச்சி இழுத்துக்கிட்டே போனாங்க. வயல்ல பன ஓலையோட தடம்மட்டும்தான் தெரிஞ்சிச்சி.

வெதைக்கிற வேல முடிஞ்சிச்சி. எல்லாரும் மாமர நெழலுக்கு வந்தாங்க. விரிச்சிருந்த தார்பாயில வட்டமா ஒக்காந்தாங்க. பரமசிவம் மட்டும் கயித்து கட்டில்ல ஒக்காந்தாரு.

சற்குணம்தான் ஆரம்பிச்சாரு.

"ஏந்தம்பி, நாம வழக்கமா கொல்ல முழுக்கக் கடல வெதைப்போம். இப்போ நீங்க நாலடிக்கு ரெண்டடி ஒதுக்கி விட்டுட்டீங்க. அந்த எடம் வேஸ்ட்டாதானே போகும்" இது சாம்பசிவம் கேட்க நெனைச்சது. கும்பல்ல கேட்டு அசிங்கப்படக்கூடாதுன்னு யோசிக்கும்போது நல்ல வேலையா சற்குணம் கேட்டாரு. சாம்பசிவத்துக்கு உள்ளுக்குள்ள சந்தோசம்.

"இத மேட்டுப்பாத்தின்னு சொல்வாங்க. வயல் முழுக்க வெதைக்கிறப்ப தண்ணி ஊத்த. ஒரம் கொடுக்கன்னு நம்ம வயல் முழுக்க நடப்போம். இதுல நாம ரசாயன ஒரம் எதுவும் போடல. இருவத்தி நாலு வகையான செடிங்கள வளத்து மடக்கி உழுதுருக்கோம். இங்க மண்புழு. இன்னும் சில நுண்ணுயிரிங்கல்லாம் வரும். அதெல்லாம் நமக்கு நன்ம செய்யறதுங்க. நம்ம கால வெச்சி மிதிச்சா அதெல்லாம் செத்துப்போகும். அதத்தான் நம்மாழ்வார் 'வெதைக்கிற எடத்துல நடக்காத. நடக்குற எடத்துல வெதைக்காத'ன்னு சொல்வார். அதுக்குத்தான் நடக்கறதுக்குன்னு ரெண்டடி விட்டது. அந்த ரெண்டடியில வெளைய வேண்டியது சேத்து இந்த நாலடி பார்ல வெளைஞ்சிடும். கடல அரிக்கும்போது பாருங்க ஓங்களுக்கே புரியும்."

"அந்த ரெண்டடியிலயுந்தான் உளுந்து பயிரு வெதைச்சிருக்கீங்களே. அங்கதானே நடக்கணும்."

"ஆமா... நடக்குற எடத்துலயும் வெதைச்சத்துக்குக் காரணம். அந்த எடத்துல சூரிய ஒளி படக்கூடாது. அப்ப பூமி சூடாகும். நுண்ணுயிரிங்களுக்குப் பிரச்சினையாயிடும். அந்த எடத்துல வளர்ற உளுந்து பயறு ஓரளவுக்கு வளந்துட்டா செடிங்களுக்கு எடையில பக்குவமா கால வெச்சி நடந்துக்கலாம். அதுலேர்ந்து நமக்கு வீட்டுக்குத் தேவையான உளுந்து பயறும் கெடைச்சிடும்."

செல்லமுத்து சொல்லி முடிச்சதும், "கடல வெதைக்கும்போது கடல மட்டும்தானே வெதைக்கணும். நீங்க என்னென்னவோ வெதைக்கிறீங்க?"

"வழக்கமா வெதைக்கிற கடல குத்துக்கடல அதிக எடவெளி இல்லாம வெதைப்போம். இது கொடிக்கடல. படர்ந்து வளரும். செடிவளர்ற வரைக்கும் ஒரு செடிக்கும் இன்னொரு செடிக்கும் நெறைய எடவெளியிருக்கும். அதுல கீரய வெதைச்சிட்டா அதலேர்ந்தும் ஒரு வருமானம் கெடைச்சிடும். சூரிய ஒளி பூமியில படாமலும் பாத்துக்கலாம்."

செல்லமுத்தோட மனைவி வெத்தலத் தட்டக் கொண்டுவந்து வெச்சிட்டுப் போனாங்க. எல்லாரும் வெத்தல பாக்கு போட ஆரம்பிச்சாங்க.

"அப்பறம் ஒரத்துல என்னென்னமோ வெதச்சீங்கல்ல. அதெல்லாம்?"

"காராமணி. பொதுவா அவர, தொவர, மொச்ச, உளுந்து, பயறு

இதெல்லாம் காத்துல இருக்குற நைட்ரஜன இழுத்து பூமிக்குக் கொடுக்கும். அதாவது, நம்ம யூரியா போட்டுக்கிட்டிருந்தோம்ல. அத காத்துலேர்ந்தே எடுத்துத்தரும்.

அப்புறம் ஆமணக்கு வெதைச்சிருக்கோம். வயலுக்கு வர்ற எலைய சாப்புடுற புழு பூச்சிங்கெல்லாம் மொதல்ல பச்சையா பெரிசா இருக்குற எலைக்குத்தான் வரும். அந்தப் பூச்சிங்களுக்கு ஆமணக்கு எலைய புடிக்கும். அதனால கடல செடிய சாப்பிடாது.

மஞ்சளா இருக்குற பூவுக்கு வர்ற சில பூச்சிங்க தீம செய்யுற பூச்சிகளப் புடிச்சி தின்னுடும். அதான் மஞ்ச சாமந்தி நாத்தயும் நட்டுருக்கேன். சூரிய காந்தி வெத ஒருத்தர்கிட்ட கேட்டுருக்கேன். கெடைச்சதும் அதையும் வெதைக்கணும். இன்னொரு விஷயம், ஆமணக்கு வெத, மஞ்ச சாமந்தி வெத, சூரிய காந்தி வெத, காராமணி இதுலேர்ந்தும் ஒரு லாபம் பாத்துடலாம். மஞ்ச சாமந்தி வெத ஒரு கிலோ எவ்ளோ தெரியுமா?"

எல்லாரும் அவன் வாய ஆன்னு பாத்துகிட்டிருந்தாங்க.

"நான் இருவது கிராம் அம்பது ரூவான்னு வாங்குனேன்."

"என்னது இருவது கிராம் அம்பது ரூவாவா?" ஆச்சரியமாகக் கேட்டார் பரமசிவம்.

"ஆமா. இப்ப எல்லாரும் வளக்குறது வீரிய ஒட்டு ரகம். நம்ம நாட்டுரக வெத கெடைக்கிறதில்ல. அது தேடிப் புடிச்சி வாங்குனேன். இதுலேர்ந்து வெத எடுத்தா நல்ல வெலைக்கு வித்துடலாம். சாமந்தியில வெத எடுக்குறது ஒண்ணுஞ் செரமமில்லயே."

"ஆமா. ஆமாம்தம்பி பூவ செடியிலயே முத்தவிட்டா இதழெல்லாம் காஞ்சி கொட்னதும் அடியில வெதைங்க கெடைக்கும் எடுத்துக்கலாம்..."

சற்குணம் சொல்லும்போதே பூ பூக்கட்டும் முத்துனதும் ஒரு பூ எடுத்துக்கிட்டு போயி நாமளும் போட்டு உற்பத்தி பண்ணணும்னு மனசுல நெனைச்சிக்கிட்டார்.

"ஓ... இம்புட்டு விஷயமிருக்கா... இதெல்லாம் எங்க கத்துகிட்டீங்க தம்பி?" மிகுந்த ஆச்சரியத்துடன் கேட்டார் பரமசிவம்.

"நான் மெட்ராசுல வேல பாத்தப்ப சனி, ஞாயிறுன்னா எங்கயாவது

ஒரு கிராமத்துல இருப்பேன். அதுவும் இயற்கை விவசாயம் செய்யுற ஏதாவது ஒரு கொல்லையில சும்மா போயி வேடிக்க பாக்குறதில்ல. அங்கயே தங்கிடுவேன். அவங்க கொடுக்குறத சாப்பிடுவேன். அவங்களோட வேல பாப்பேன். விசயமும் கத்துகிட்டமாதிரியாச்சி. ரெண்டு நாளு சிட்டியிலேர்ந்து வெளிய வந்து, நல்ல காத்த சுவாசிச்சி. நல்லா குளிச்சி, நல்லத சாப்டுட்டு நிம்மதியா இருந்த மாதிரியுமாச்சி. ரெண்டு நாளுகெழிச்சி அங்கேர்ந்து கௌம்பறது கஷ்டமா இருக்கும். அப்படித்தான் நெறைய தெரிஞ்சிகிட்டேன்.”

செல்லமுத்து தோட்டத்திலிருந்து அனைவரும் கௌம்பிட்டாங்க. மறுநாள் காலையில வாயில நொச்சி குச்சிய வெச்சிகிட்டு சாம்பசிவம் செல்லமுத்து கொல்லைக்கு வந்துட்டாரு. செல்லமுத்து என்ன செய்யறான்னு பாக்குற ஆசையில அவரு வந்தாலும் செல்லமுத்து இன்னும் கௌம்பல. நாய்குலைக்கிற சத்தம்கேட்டு செல்லமுத்து வீட்டவிட்டு வெளிய வந்தான். அதுக்குள்ள சாம்பசிவம் நாய்கிட்ட பேச ஆரம்பிச்சுட்டாரு.

“தெனமும்தான் வீட்டுக்கு வர்றேன். தெரியாத ஆளுமாதிரிக் கொலைக்கிறியே...”ன்னு நாயோட தலையக் கோதி விட்டாரு. அது நாக்கத் தொங்கப் போட்டுக்கிட்டு அவருகிட்ட வெளையாட ஆரம்பிச்சிட்டு.

“என்ன காலங்காத்தால இவ்வளவு தூரம்?”

“என்னமோ தம்பி எழுந்ததும் நம்ம கொல்லயப் பாக்கணும்போல இருந்துச்சி. அதான் வந்தேன். இந்த படுவா ராசுகோலு புதுசா பாத்தது மாதிரி என்னய பாத்து கொலைக்கிறான்.”

“அவங்கிட்ட ஒரு கெட்ட பழக்கம். வீட்டுக்கு வர்றவங்க யாராவது தென்னமரத்த அண்ணாந்து பாத்தா அவனுக்குக் கோவம் வந்துடும். கொலைக்க ஆரம்பிச்சிடுவான்.”

செல்லமுத்து சொன்னதுக்கப்பறம்தான் சாம்பசிவத்துக்கு ஞாபகம் வந்தது. வந்ததும் அந்த செகப்புகாச்சி தென்னையில கொலகொலயா தொங்குன தேங்காய ஆச்சரியமா பாத்தது.

“தம்பி அந்த செகப்புகாச்சி தென்ன ஏன் இப்புடி கொல கொலயா காச்சிருக்கு தெரியுமா?”

செல்லமுத்து சிரிச்சான்.

“தெரியுமே.”

அவரும் சிரிச்சாரு.

“என்னதம்பி கடலைக்கு தண்ணி எறைக்கலயா?”

“நேத்துதானே வெதச்சோம். படலடிச்சோமா. ஈரம் காத்துக்கும். இன்னும் ரெண்டு நாளைக்குத் தண்ணி தேவயில்ல. வெயில் அதிகமாச்சின்னா நாளைக்குத் தண்ணி கொடுக்கலாம்.”

“வெதச்சவொடன உயிர்த்தண்ணி கொடுக்கறதுதானே நம்ம வழக்கம்.”

“அதெல்லாம் ரசாயன ஒரம் போட்டாத்தான். நாமதான் பலதானிய வெதப்பு பண்ணி மடக்கி உழுதுருக்கோம்ல. ஈரம் இருக்கும். பாத்துக்கலாம்.”

பேசிக்கிட்டிருக்கும்போதே செல்லமுத்து மனைவி ஒரு லோட்டாவுல கேவுரு கூழ் கொண்டுவந்து கொடுத்தாங்க. கையில நொச்சி குச்சி இருந்ததப் பாத்துட்டு ஒரு சொம்புல வாய்கொப்பளிக்க தண்ணிகொண்டுவந்து கொடுத்தாங்க.

“அட இருப்பா. வீட்டச் சுத்தி குட்டைய வெச்சிகிட்டு சொம்பு தண்ணியில வாய்கொப்புளிக்குறதா? இந்தா வந்துர்றேன்.”

சொல்லிட்டுப் போய் நொச்சி குச்ச குறுக்க ரெண்டா பொளந்து. அத வளைச்சி, நாக்குவழிச்சி வாய்கொப்புளிச்சிட்டு வந்து லோட்டாவுல இருந்த எருமத் தயிரும், சின்ன வெங்காயம் நறுக்கிப் போட்ட கேவுரு கூழ ரசிச்சிக் குடிச்சாரு. இருவது வருசத்துக்கு முன்ன அம்மா திருவயில கேவுர ஒடைச்சி கூழ் காய்ச்சி கொடுக்கும். இந்த பாழாப்போன வேர்க்கடல வந்தபொறவு கேழ்வரகெல்லாம் அழிஞ்சி போச்சி. என்னா ருசி.

“தம்பி தண்ணி எறைக்கிறப்ப என்னயும் கூப்புடுங்க. ஒதவி ஒத்தாசைக்குக் கூட இருக்கேன்.”

கூழ் குடிச்சதும் வெத்தலபாக்கு போட்டுக்கிட்டு கெளம்பிட்டாரு.

இங்க வந்தா குடிக்க ஏதாவது நாக்குக்கு ஒனத்தையா கெடைக்குது.

நாலு எடத்துல பேச ஏதாவது தகவலும் கூடவே வெத்தலபாக்கும்.

அவரு போனதும் மாமரத்துக்குக் கீழ கிடந்த கயித்துக்கட்டில்ல வந்து ஒக்காந்தான். அவன் மனைவியும் பக்கத்துல வந்து ஒக்காந்தாங்க. வழக்கமா கிராமங்கள்ல வீட்டுக்கு வெளியில புருசன் பொஞ்சாதி ஒண்ணா ஒக்கார மாட்டாங்க. இவங்க ரெண்டு பேரும் நகரத்துல இருந்ததால அது பழகிப் போச்சி.

“ஏங்க. காலையில கேவுரு கூழ் இருக்கு. மத்தியானத்துக்கு என்ன சமைக்கட்டும்?”

மெட்ராசில இருந்தவரைக்கும் எல்லாமும் கடையிலதான் வாங்கணும். ஆனா இங்க அப்படியில்ல. வீட்டுக்கு வெளியில வந்தா ஏதாவது சமைக்கக் கெடைக்கும்.

“கலப்பு கீர கெடைஞ்சிடு. நானே பறிச்சிக்கிட்டு வந்து தர்றேன். பூண்டு தூக்கலா இருக்கட்டும்.”

கலப்பு கீரகடைஞ்சா அவனுக்கு ரொம்பப் புடிக்கும். அதுவும் பூண்டு தூக்கலா இருக்கணும் சுடச்சுட சாதத்துல போட்டு கொஞ்சமா செக்ல ஆட்ன நல்லெண்ணெய் விட்டுச் சாப்பிட்டா அம்புட்டு ருசியா இருக்கும். கீர கடையறதுக்குன்னே வீட்டுல ஒரு மண்சட்டி உண்டு. கடைசியா சட்டியில கொஞ்சம் சோத்தப் போட்டுத் தொடச்சி சாப்பிட்டுருவான். சட்டியக் கழுவவேண்டியிருக்காது.

“ஏங்க. அந்த செகப்புகாச்சி தென்னமரத்த பாத்து சாம்பசிவம் அப்பா ஏதோ கேட்டாரு. அவரும் சிரிச்சாரு. நீங்களும் சிரிச்சீங்க. அந்த மரத்துல அப்புடிச் சிரிக்க என்னயிருக்கு?”

செல்லமுத்து திரும்பவும் சிரிச்சான்.

“இந்தத் தென்னந்தோப்பு வெச்சப்ப எல்லா மரமும் நல்லாத்தான் வந்தது. அந்த செகப்புகாச்சி மரம் இப்ப இருக்குற இடத்துல அப்ப இருந்த மரத்துல காண்டாமிருக வண்டு அடிச்சிடுச்சி. குருத்துலேர்ந்து சக்க சக்கயா கொட்டுது. அப்பா அதப் பாத்துட்டாரு.

காய்ஞ்ச மூங்கில் மரத்தப் பொளந்து, கத்தி மாதிரி கூரா செஞ்சி குருத்துல விட்டு காண்டாமிருக வண்ட வெளியில எடுத்துக் கொன்னுட்டாரு. ஆனாலும் மரத்தக் காப்பாத்த முடியல. அவருக்கு என்ன செய்யறதுண்ணு தெரியல. அவருக்கு மரமுன்னா உசிரு. அவரு

கையால வெச்சமரம் செத்தப்ப அவரு பெத்தபுள்ளயில ஒண்ணு செத்துப்போனது மாதிரி கலங்கி நின்னாரு. வேற வழியில்ல. மரத்த வெட்டிட்டு, அந்த எடத்துல பெரிசா குழியெடுத்தாரு. குப்பையையும் சாணியையும் கொட்டி ஆறப்போட்டாரு. நல்லா மக்குனதும் வெவசாய ஆபீசிலேர்ந்து ஒரு தென்னங்கன்று வாங்கி வந்து வெச்சாரு. இங்க இருக்குற எல்லா தென்ன மரமும் அவரு வெதபோட்டு உருவாக்குன கன்ற நட்டது. இது மட்டும் வெளிய வாங்குனது.

எல்லா மரமும் வளந்து பாள வந்துட்டு இதுமட்டும் செவலபுள்ளமாதிரி தரையோட நிக்குது. எப்படியாவது மத்த மரங்களுக்கு ஈடா இதெயும் வளக்கணும். இந்த புதுத் தென்னங்கன்றோட ஒரு பக்கத்துல அரவட்டமா குழி எடுத்தாரு. காலையில சாயங்காலம் இங்கதான் வந்து அந்தக் குழியில ரெண்டுக்குப் போவாரு. போயிட்டு கொஞ்சம் மண்ண தள்ளி விடுவாரு. ஒரு பக்கம் குழி நெறஞ்சதும் இன்னொரு பக்கம் அரவட்டமா குழி எடுப்பாரு. அது நெறைஞ்சி வர்ற வரைக்கும் ரெண்டுக்கு போயி மண்ணத் தள்ளி விடுவாரு. அந்த மரமும் தளதளன்னு வளர்ந்துச்சி. ஒங்க மாமாவோட கழிவறையில உருவான தென்னமரம். அதுதான் அவரு அப்படிச் சிரிச்சாரு.”

“ம்… அதான் இந்த மரத்து எளனி இப்படி ருசியாயிருக்கா”ன்னு சொல்லிட்டு அந்தம்மாவும் சிரிச்சாங்க.

பத்து

சூரியனுக்கு கடுங்கோவம். இருக்காதா பின்னே? பூமி கொஞ்சம்கூட தெரியாத அளவுக்கு எல்லா எடத்துலையும் பச்சபசேல்னு செடிங்க வளந்திருந்தது. அதுவும் எல்லாம் ஒரே வக செடிங்க இல்ல. வெவ்வேறு வக செடிங்க. உயரமாவும் குட்டையாவும். சின்ன எலையும் பெரிய எலையும். அதுவும் ஆங்காங்கே மொளச்சிருக்குற செவப்புதண்டுகீர தலையில வெச்ச பூ மாதிரி அழகா இருந்துச்சி.

மொனயில சின்னச் சின்னதா ஓட்டைகள் இருக்குற டியூப் வழியா தண்ணிய செடிங்க சாயாம தெளிச்சிகிட்டிருந்தான் செல்லமுத்து. வெயில் அதிகமாகறதுக்குள்ள தண்ணி விட்டுட்டு வெளியில வந்துடணும். அவனுக்கு ஒத்தாசையா தண்ணி டியூப்ப எடுத்துப் போட சாம்பசிவம் ஓதவி செஞ்சாரு.

மொத்த கொல்லையையும் நாலாப் பிரிச்சிக்கிட்டான். ஒவ்வொரு நாளைக்கும் ஒவ்வொரு பகுதிக்குத் தண்ணி விடுறது. காலையிலேயே வேல முடிஞ்சிடும்.

இன்னிக்கி தண்ணி விட்டு முடிச்சதும் சாம்பசிவத்துக்குக் கருப்பு கவுணி இடியாப்பம் கெடைச்சது. அவர் வாழ்க்கையில வெள்ளையா இருக்குற இடியாப்பம்தான் சாப்பிட்டிருக்காரு. மொதன்மொதலா கருஞ்சிவப்பு நெறத்துல ஒரு இடியாப்பம். அதுக்கு காய்கறி எதுவும்

போடாம மொளகா கிள்ளிப் போட்ட சாம்பாரு. ஏக பிரமாதம். தெனமும் சாம்பசிவத்துக்கு காலையில சாப்பிட செல்லமுத்து வீடு என்றானது. அப்படிச் சாப்பிடுற சாப்பாடுகளப் பத்தி அவர் வெளியில எல்லாருகிட்டயும் பேசுறதும் வழக்கமாயிட்டு.

★★★

வாசலில் சைக்கிள் ஸ்டேண்ட் போடும் சத்தம் கேட்டது. எட்டிப்பார்த்தாள் செல்லமுத்துவின் மனைவி. யாரோ ஒருவர் நின்றிருந்தார். “என்னங்க வாசல்ல யாரோ நிக்குறாங்க” மனைவியின் குரல் கேட்டு வெளியில் வந்தான். பார்த்த மொகந்தான். ஆனா பெயர் ஞாபகத்துக்கு வரமாட்டேன்னு அடம்பிடிச்சுது.

“வாங்க... வாங்க...” என்று வரவேற்றான். ஆனால் மூளைமட்டும் யோசிச்சிக்கிட்டே இருந்தது. ம்... இப்ப ஞாபகத்துக்கு வந்தது.

எம்.எஸ். என்றழைக்கப்படும் எம். சுப்ரமணியன் நின்றிருந்தார். செல்லமுத்து சிறுவனாக இருந்தபோது அடுத்தடுத்த மூன்று கிராமங்களில் பட்டபடிப்பு படித்த ஒரேமனிதர். மூன்று கிராமங்களிலும் ஆங்கிலத்தில் வரும் கடிதங்களைப் படிக்க, வேலைவாய்ப்புக்கான விண்ணப்பத்தைப் பூர்த்தி செய்ய இவரிடம்தான் செல்லவேண்டும். மனிதர் பொறுமையாகப் பேசி உதவி செய்வார்.

பேருதான் பெத்த பேரு முதல் பட்டதாரின்னு. ஆனா ஒழுங்கா எதுவும் வேல கெடைக்கல. கிராமத்துல மத்தவங்க மாதிரி அழுக்கு துணிய கட்டிக்கிட்டு பொழங்கவும் முடியல. வெளியில போனா பெல்பாட்டம் பேண்ட். உள்ளூருன்னா வெள்ள வேட்டி, தெனமும் ஷேவிங் வேற பண்ணனும். நாலுபேருக்கு ஒதவி செய்ய பட்டப்படிப்பு பயன்பட்டாலும், மத்தவங்கமாதிரி இல்லாம வேஷம்போட்டுக்கிட்டு திரியுறப்பல்லாம் ஏன்டா பட்டப்படிப்பு படிச்சோம்னு தோணும்.

அவரு இப்ப செல்லமுத்த தேடி வந்துருக்காரு. விஷயம் என்னன்னா அவருக்கு கொஞ்ச நாளா கண்ணுல கொஞ்சம் பிரச்சினை. அதுக்காக அவரு உள்ளூரு வைத்தியர் முருகன்கிட்ட போயிருக்காரு.

முருகன் முடிவெட்டுறவரு. மருத்துவர்னுசொல்வாங்கல்ல. அவருக்கு எழுவது வயசு இருக்கலாம். இப்ப ஆ ஊன்னா ஆசுபத்திரிக்குப் போறாங்க. ஒரு காலத்துல எதுன்னா ஒடம்புக்கு பிரச்சனைன்னா முருகனத்தான் கூட்டி வருவாங்க. வந்தா கையப் புடிச்சிப் பாப்பாரு.

வெத்தலப் பொட்டி மாதிரி ஒரு மருந்து டப்பா இருக்கும். அதுலேர்ந்து செல உருண்டைகள எடுத்துக் கொடுப்பாரு. அது அவரே தயாரிச்ச மருந்துருண்ட. அது இல்லன்னா, ‘இந்த செத்தநாழியில வர்றேன்னு’ சொல்லிட்டுப் போவாரு. போயி ஏதோ ஒரு எலயப் பறிச்சி உள்ளங்கையில வெச்சி கசக்கிக்கிட்டே வருவாரு. அது என்ன எலன்னு நமக்கு தெரியாது. மத்தவங்களுக்கு தெரிஞ்சா மருத்துவம் பலிக்காதாம். இப்படித்தான் இந்த சித்த மருத்துவம் அடுத்த தலைமுறைக்கு வராம போயிடுச்சி. கசக்குன எலய கையில வெச்சிகிட்டு தெளுவோ, தேனோ, எளனித்தண்ணியோ வேணும்பாரு. கொடுத்தா கசக்குன எலயில சில துளி சாற அதுலவிட்டு குடிக்கக் கொடுப்பாரு. பத்தியத்த சொல்வாரு. காசு கொடுத்தா வாங்க மாட்டாரு. மத்த நேரத்துல உரிமையோட,

“ஆச்சி... ஒரு கௌாசு காப்பிதண்ணி போட்டு கொடுங்களேன்”னு கேட்டு வாங்கிக் குடிக்கிற மனுசன். மருத்துவம் பாக்க வர்றப்ப காப்பிதண்ணி கொடுத்தா கூட குடிக்கமாட்டாரு. மருத்துவம் பாத்த வீட்டுல எதுவும் வாங்குனா மருத்துவம் பலிக்காதுங்கறது அவரோட நம்பிக்க.

அவரோட புள்ளையெல்லாம் குஷன் நாற்காலி போட்டு முடி வெட்ற கட ஆரம்பிச்சிட்டாங்க. ஆனா அவரு தரையில பின்னிப் போட்ட தென்ன ஓலையில ஒக்கார வெச்சி, அவரு குந்திகிட்டு ஒக்காந்துதான் முடிவெட்டுவாரு. அதுவும் மொகச்சவரம் செய்ய ஒரு கத்தி வெச்சிருப்பாரு. அத சாணக்கல்லுல தேச்சிட்டு மொகத்துல போட்டு சொரண்டுறப்ப மொகம் அப்படி எரியும். சவரம் பண்ண பின்னாடியும் அப்படி எரியும். அப்ப அவருகிட்ட சவரம் பண்ண சின்ன பசங்க,

“அம்பட்ட முருகன்
அவன்செரைக்கும் கத்தி.
மம்பட்டி வாய்போல
மசிரிருக்க தோல் செதுக்கும்.”

அப்படின்னு கிண்டலா பாட்டு பாடுவாங்க.

அந்த படிப்பறிவில்லா முருகன்கிட்டதான் நம்ம மொதல் பட்டதாரி வைத்தியத்துக்கு போயிருக்காரு.

நாடி புடிச்சி பாத்துருக்காரு. பாத்துட்டு கண்ணுல என்ன பெரச்சனைன்னு

கேட்டு தெரிஞ்சிக்கிட்டு, ரெண்டு வைத்தியம் சொல்லியிருக்காரு. ஒண்ணு வாரத்துக்கு ஒருமொற நல்லெண்ண தேச்சிக் குளிக்கிறது. ரெண்டாவது நாட்டு பொன்னாங்கண்ணி கீரைய ஒரு மண்டலம், தெனமும் ஒரு புடியாவது சாப்பாட்ல எடுத்துக்கறது. இது ரெண்டையும் நாப்பதெட்டு நாளைக்கு செஞ்சிட்டு அதுக்கப்பறமும் கண்ல பெரச்சனையிருந்தா வாங்கன்னு சொல்லி அனுப்பிட்டாரு.

அவருக்கு நாட்டு பொன்னாங்கண்ணி கீர வேணும். அது எங்க கெடைக்கும்னு முருகன்ட கேட்டப்ப அவரு செல்லமுத்துகிட்ட இருக்குறதா சொல்லியிருக்காரு. அதுக்குத்தான் செல்லமுத்துவத் தேடி வந்துருக்காரு.

“தம்பி... என்னைத் தெரியுமா ஓங்களுக்கு?”

“நல்லாத் தெரியுமே. நான் ப்ளஸ்டூ முடிச்சிட்டு போலீசு வேலைக்கு அப்ளிகேஷன் போட்டப்போ நீங்கதான அப்ளிகேஷன் பில்லப்பண்ணி கொடுத்தீங்க. நல்லா ஞாபகமிருக்கு. அப்ப நீங்க ஒரு வெள்ளிகலரு பெல்பாட்டம் பேண்டும், சந்தனகலர்ல முட்டிக்கு மேல மடிச்சுவிட்ட ஒரு சட்டையும்போட்டுக்கிட்டு பெல்ட் போடாம இன்பண்ணிகிட்டு எங்கயோ கௌம்ப தயாரானீங்க. என்னய பாத்ததும் ஒக்கார வெச்சி பொறுமையா அப்ளிகேஷன் பில்லப்பண்ணிக் கொடுத்தீங்க. நான் செலக்ஷன்ல பெயிலாயிட்டேன்.”

பெல்பாட்டம் பேண்ட் என்றதும் அவர் மொகத்துல ஒரு வெட்கம் வந்து ஒட்டிக்கிட்டு.

“ஆமா தம்பி அதுவொரு காலம். நீங்க மெட்ராஸ் போனதுகப்பறம் தொடர்பில்லாம போயிட்டு. ஊருக்கு வந்த பின்ன நீங்க என்ன பண்ணறீங்கன்னு சாம்பசிவத்தண்ணன் அடிக்கடி சொல்வாரு.”

“நம்ம முருகன் வைத்தியர்கிட்ட கண்ணு பிரச்சினைன்னு போனேன். அவரு ஒரு மண்டலம் நாட்டுப்பொன்னாங்கண்ணி சாப்பிடச் சொன்னாரு. ஓங்ககிட்ட இருக்குன்னு கேள்விப்பட்டேன். அதான் வந்தேன்.”

“ஆமா... இருக்கு. ஆனா இப்ப பறிக்கமுடியாது. செடி வெச்சு புதுசா இருக்குது. இன்னும் வளரணும். ஒரு வாரம் போகட்டும். நானே பதியம் கொண்டு வந்து தர்றேன்.”

“சரி தம்பி. மூலிகைத் தோட்டம் வெச்சிருக்கீங்களாமே பாக்கலாமா?”

“இப்பதான் வெச்சிருக்கேன். எல்லாம் இன்னும் வளரணும். கொஞ்சம் வளந்ததும் அதுக்கு ஒரு திறப்பு விழாவும் நடத்தணும். மூலிகையப் பொறுத்த வரைக்கும் எல்லாருக்கும் இலவசமா கெடைக்கணும்ங்குறதுதான் நம்ம நோக்கம். நாம களைக்கொல்லிய தெளிச்சி, தெளிச்சி மூலிகையெல்லாம் அழிச்சிட்டோம். அதயெல்லாம் திரும்பக் கொண்டு வரணும். மூலிகைகள் கொல்லையில இருந்தா பயிர்ல பூச்சி தாக்குதல் கொறைவா இருக்கும். நமக்கு மருந்தாவும் பயன்படும். அதோட அதிக பராமரிப்பு இல்லாம விவசாயிங்க நல்ல லாபம் பார்க்கலாம்.”

அப்போது செல்லமுத்துவின் மனைவி நாட்டுச் சர்க்கரை கலந்த தேங்காய்ப்பால் கொண்டு வந்து கொடுத்தார். குடித்துவிட்டு இருவரும் மூலிகை தோட்டத்துக்குச் சென்றனர். பத்து சென்ட் அளவில் முப்பதுக்கும் மேற்பட்ட மூலிகைகள்.

பல மூலிகைகள் எம்.எஸ்க்குத் தெரிந்திருந்தாலும் சிலவகைகள் புதிதாக இருந்தது. பார்த்தபின் எம்.எஸ் புறப்பட்டார்.

“அண்ணே... நாட்டு பொன்னாங்கண்ணிக்கு எப்போதும் ஈரம் வேணும். ஆனா அதிகமா தண்ணி நின்னா அழுகிடும். சீம பொன்னாங்கண்ணி மாதிரி நேரா வளராது. தரையில படரும். ஒரு எடத்துல சின்னதா சாந்து சட்டி அளவுல பள்ளம் எடுத்துட்டு கொஞ்சமா நாட்டுச்சக்கர கலந்த பசுஞ்சாணத்த அதுல போட்டு, ஒரு சணக்கோணிய போட்டு மூடி வெய்யுங்க. பத்து நாள்ல அங்க மண்புழுவுலேர்ந்து இன்னும்பல நல்லது செய்யுற புழு பூச்சியெல்லாம் வந்துடும்.

அதுமேல கொஞ்சம் குப்பக் கூளங்களப் போட்டு மண்ணத் தூவி வைங்க. அதெல்லாம் ஈசியா மக்கி ஒரமாயிடும். அதுல நாட்டு பொன்னாங்கண்ணிய நட்டா நல்லா படர்ந்து வளரும். நான் சொன்னமாதிரி தயார்பண்ணிக்குங்க. வளந்ததும் நான் பதியம் தர்றேன்.”

“சரி தம்பி. நான் வரட்டுமா?” சொல்லிவிட்டுக் கிளம்பிப் போனார். அவர் போனதும்,

“என்னங்க, மெட்ராசுல இருக்கும்போது ஒரு மாதிரி பேசுறீங்க. ஊருக்கு வந்ததும் ஊர்காரவங்ககிட்ட இந்த வட்டார வழக்குல

பேசறீங்க. இப்ப இவர்கிட்ட பேசும்போது கொஞ்சம் ஆங்கில வார்த்தையெல்லாம் கலந்து பேசறீங்க. ம்... நல்லா நடிக்கறீங்க...''

''நடிக்கறேனா? அதெல்லாம் தானா வருது.''

★★★

கடலச் செடிக்கு மத்தியில வளர்ந்திருந்த கீரையில ஓயரமா வளர்ந்ததாப் பாத்துப் புடுங்கி கை கொள்ளற அளவுக்குக் கீரச்செடிங்கள எடுத்து, கிழிச்ச தென்னம்பாலையாள கட்டுக் கட்டா கட்டிக்கிட்டிருந்தான் செல்லமுத்து.

கட்டுங்கள எடுத்து ஓரக்கோணியில தலப்பு மாத்தி அடுக்கிகிட்டிருத்தா அவன் பொஞ்சாதி. ஒவ்வொரு அடுக்குக்கு எடையிலயும் கொஞ்சமா தண்ணிய தெளிச்சிக்கிட்டா.

ஒரு மூட்ட தேறுனதும் அந்தக் கோணியோட வாயத் தெச்சி வண்டியில முன்ன வெச்சி அவசர அவசரமா எடுத்துக்கிட்டு பஸ் ஸ்டாப்புக்குக் கெளம்புனான் செல்லமுத்து. தன் கையால வெவசாய வேல ஆரம்பிச்சு மொதல் அறுவட. நல்லபடியா விக்கணும் காளியம்மான்னு சாமிக்கிட்ட வேண்டிக்கிட்டான். பஸ் ஸ்டாப்புக்குப் போனதும் அங்க அவயம்பாக்கா மத்தவங்ககிட்ட வாங்கின மூட்டைங்களோட நின்னுகிட்டிருந்துச்சி. கீர மூட்டையக் கொண்டுபோய் அவயம்பாக்காகிட்ட கொடுத்ததும்.

''சரி. நீங்க போய்ட்டு வாங்க தம்பி''ன்னுச்சி அவயம்பாக்கா.

''இல்ல... கொஞ்ச நேரம் நின்னு பஸ்ல ஏத்தி விட்டுட்டு போறனே''ன்னான்.

''வேண்டாம் தம்பி... இது பெரவேட்டு பஸ்சு. ரெண்டு கன்டக்டரு இருப்பாவோ. அவ்வொளே தூக்கி உள்ளெ போட்டுக்குவாவோ. லக்கேசு காசு கொடுக்குறம்ள.''

அவயம்பாக்கா சொன்னாலும் அவனுக்கு வீட்டுக்குப் போக ஆசையில்ல. மொதல் அறுவட. மூட்டையா இருக்கு. அதுவும் அவன் கண்முன்ன. கட்டிக் கொடுத்த பொண்ண அப்பன் வீட்டுக்கு அனுப்பற பாசக்கார அப்பனாட்டம் அந்தக் கீரமூட்டைய விட்டுட்டு வீட்டுக்குக் கெளம்புனான்.

வீட்டுக்கு வந்ததும் வீட்டு வாசல்ல கொடவுனு மவன் நடுவுளவரு

சொக்கலிங்கம் ஒக்காந்திருந்தாரு. சாம்பசிவம்தான் அழைச்சிக்கிட்டு வந்திருந்தாரு.

பக்கத்து கிராமம். அவங்க அப்பா பொகையல கொடவுனு வெச்சிருந்தாரு. ஊர்ல வெளயுற பொகையிலயெல்லாம் வாங்கி மொத்தமா விக்கிறது. அதுக்காக பெரிய கொடவுனு கட்டி வெச்சிருந்தாரு. அதனால அவங்க அப்பாவுக்கு கொடவுனுன்னு பேரு. கடல வெவசாயம் வந்ததும் பாடு அதிகம்ங்குறதால எல்லாரும் பொகையிலைய விட்டுட்டாங்க.

அதுக்குப்பின்ன நல்லா வெளயணும், நெறைய வெளையணும்னு போட்டி போட்டு ரசாயன ஒரங்கள போட்டு மண்ணு வீணாபோச்சி. சரி தென்ன போடலாம்னு கொஞ்சம் தென்ன வாங்கி நட்டாரு. நல்லா வளந்து பலன் கொடுக்குற நேரத்துல வேர்க்கரையான் வந்து எல்லா தென்னையும் தலசிறுத்து போச்சி. இப்ப அடுத்து என்ன செய்யலாம்னு யோசிச்சிக்கிட்டு இருந்தப்ப சாம்பசிவம் அவர செல்லமுத்துகிட்ட கூட்டிகிட்டு வந்தாரு.

“நம்ம சித்தப்பா செல்வராசு ஒங்களுக்குத் தெரியும்.”

“தெரியுமே... வேட்ருப்பு கடத்தெருவுல ஒரக்கட வெச்சிருந்தாரு. நாங்கூட சின்ன வயசுல வெளியூரு போறப்ப சைக்கிள்ல போயி அவரு கடையிலதான் விட்டுட்டு போவேன். கூப்புட்டு வெச்சி ஒரு அஞ்சி நிமிசமாவது பேசாம அனுப்பமாட்டாரு. தங்கமான மனுசனாச்சே.”

“ஆமா... பீடி, சிகரெட்டு, வெத்தல பாக்குன்னு எந்தப் பழக்கமும் கெடையாது. அதிர்ந்துகூட பேசமாட்டாரு. நாலு வருசத்துக்கு முன்ன புத்துநோயி வந்துட்டு. எங்கெங்கையோ போய் பாத்தாங்க. போகாத ஆசுபத்திரி இல்ல. பாக்காத வைத்தியம் இல்ல. கடைசியில அவரக் காப்பாத்த முடியல. போன வருசம் செத்து போயிட்டாரு. ஊரே எந்த பழக்கமும் இல்லாத மனுசனுக்கு புத்து நோயி எப்படி வந்ததுன்னு பேசிகிட்டு. ஆனா சாவுறத்துக்கு மெத நாளு எங்கைய புடிச்சிகிட்டு, இந்த ஒரத்துகூடயும் மருந்துகூடயும் பழகுனதுதான்பா எனக்கு இந்த நோயி வந்தது. தயவுசெஞ்சி யாரும் இனிமே ஒரத்தையும் மருந்தையும் போட்டு வெவசாயம் செய்யாதீங்கப்பான்னு அழுதாரு.

அது இல்லாத வெவசாயம் பண்ணணும். எப்படி பண்றதுன்னுதான் பிரச்சன. அப்பதான் சாம்பசிவத்தண்ணன் இங்க கூட்டிகிட்டு வந்தாரு.”

சாம்பசிவம் மொத தடவ போட்ட வெத்தல பாக்க துப்பிட்டு ரெண்டாவது மொற வெத்தலபாக்கு போட்டிருந்தாரு.

சொக்கலிங்கத்துக்கு ஊர்ல நெறைய நெலம் இருக்கு. வசதியான வீட்டு புள்ள ஆனா நல்ல பாட்டாளி. அவரு செல்லமுத்த தேடி வந்திருக்குறதுல அவனுக்கு ரொம்பவே சந்தோசம்.

“ரொம்ப நல்லதாப்போச்சி. எனக்கும் இத பலபேருகிட்ட கொண்டுபோய் சேக்கணும்னு ஆசை. அத எப்படி செய்யணும்னுதான் யோசிச்சிக்கிட்டிருந்தேன். இங்க நம்மளசுத்தி சில பேர் ஏற்கனவே இயற்கை விவசாயம் செய்றாங்க. அவங்களயெல்லாம் கூட்டிகிட்டு வந்து. அவங்க செஞ்ச விசயங்கள சொல்லச் சொல்லி கேட்கலாம். இயற்கை விவசாயம்னா என்னன்னு விரிவா வகுப்பெடுக்குறவங்கல்லாம் இருக்காங்க. அவங்கள கூட்டி வந்து வகுப்பெடுக்கலாம். ஆனா அதுக்கு நெறைய செலவாகும். அதோட நம்ம ஊர்ல நெறையபேர் வந்து கலந்துக்கணுமே. ஒக்காந்து சொல்றத கேப்பாங்களா? அப்படீன்னு யோசிக்கவேண்டியிருக்கு.”

“தம்பி... நீங்க அதப்பத்தி கவலபடாதீங்க. ஒங்களுக்கு என்ன ஒதவி வேணும் கேளுங்க. நான் ஏற்பாடு பண்றேன்.”

அவரோட ஆர்வம் செல்லமுத்துக்கு ரொம்ப உற்சாகத்தையும் நம்பிக்கையும் தந்தது. அவரு வசதியான ஆள்னாலும் கொஞ்சம் யோசிச்சி செலவு செய்யுறவரு. அவரே ஆர்வத்தோட கேட்டதால ஒரு பயிற்சி வகுப்புக்கு ஏற்பாடு செய்யலாம்னு அவனுக்கு ஆச வந்தது.

“சரி... இது நம்ம ரெண்டு மூணு பேர் மட்டும் யோசிச்சி முடிவெடுக்குற விசயமில்ல. சாயங்காலம் வாங்க. இன்னும் சில பேரக் கூட்டிக்கலாம். எல்லாருமா சேந்து பேசி முடிவெடுக்கலாம்.”

“சரி தம்பி நல்லது. நாங்கெளம்புறேன். சாயங்காலம் செல பேர கூட்டிகிட்டு வர்றேன்.”

சொக்கலிங்கம் போனதும், செல்லமுத்து சாம்பசிவம் பக்கம் திரும்புனான் “தம்பி, சாயங்காலம் எத்தன பேர கூட்டிகிட்டு வரணும் சொல்லுங்க?” சாம்பசிவம் இப்படிச் சொன்னதும் செல்லமுத்துக்கு சிரிப்பு வந்துது. இருந்தாலும் அடக்கிகிட்டான்.

“யாரெல்லாம் வர்றாங்களோ அவங்களயெல்லாம் அழைச்சிகிட்டு

வாங்க'' செல்லமுத்து சொன்னதும் வாயில இருந்த வெத்தல மிச்சத்த துப்பிட்டுக் கொஞ்சம் வெத்தலபாக்க எடுத்து வாயில போட்டுகிட்டு அவசரமா கெளம்பினாரு.

சாயங்காலம் யாரும் வருவாங்களா? வந்தா எத்தன பேரு வருவாங்க? வர்றவங்களுக்கு சாப்பிட என்ன கொடுக்குறது? செல்லமுத்து யோசிச்சான். சரி எத்தன பேரு வர்றாங்கன்னு பாத்துட்டு ஏதாவது செய்யலாம்னு முடிவெடுக்கலாம்னு நெனைச்சிகிட்டே மனைவிகிட்ட விசயத்த சொன்னான்.

“அத நான் பாத்துக்குறேன். நீங்க மத்ததப் பாருங்கன்னு...'' சொல்லிட்டாங்க. மனைவி இப்படிச் சொன்னதுல அவனுக்கு ரொம்ப சந்தோசம். கல்யாணம் ஆகும்போது அவன் தனியார் கம்பெனியில வேல பாத்துகிட்டிருந்தான். வேல நிரந்தரமாகல. அதனால அஞ்சி நாளுதான் லீவு கெடைச்சிச்சி. கல்யாணம் ஆன மூணாம்நாளு அவங்கள மெட்ராசுக்குக் கூட்டிகிட்டு வந்துட்டான். தனிக்குடித்தனம். நாலு சுவருதான் ஒலகம். அவனுக்கு வாரத்துல ஏழு நாளும் வேல. சமயத்துல டே ஷிப்டுன்னா ஏழாவது நாளும் வேலைக்குப் போக வேண்டியிருக்கும். புதுப்பொண்டாட்டிய அவன் வெளியில கூட்டிட்டு போகனும்னு ஆசப்பட்டாலும் வேலபளுவுல முடியாது.

வேலைக்கிப் போய்ட்டு வந்து இன்னிக்கு சினிமாவுக்குப் போலாம்னு சொல்லிட்டுப் படுப்பான். எழுப்பினா எழுந்திருக்கமாட்டான். ரெண்டு தடவ எழுப்பிப் பாத்துட்டு விட்டுடுவா. இப்படியே பல வருஷங்க ஓடிட்டு. பசங்க வளர்ந்து வம்பு போட்ட பின்ன வெளிய கூட்டிட்டுப் போக ஆரம்பிச்சான். மற்றபடி நாலு சுவருக்குள்ளயே வாழ்ந்தாச்சி. அதனால அவளுக்கும் இந்த நகரத்துலேர்ந்து எப்ப வெளிய போவம்னு ஒரு எண்ணம் இருந்துச்சு. மெட்ராச விட்டுட்டு போவம்னதும் சந்தோசமா ஒத்துகிட்டா. ஊருக்கு வந்ததும் தோட்டம் தொரவுன்னு வீட்டச் சுத்தி நல்ல காத்து சுவாசிக்க கெடைச்சதுல அவளுக்கு சந்தோசம். அவன்செய்யுற வேலைக்கு கூடமாட ஒதவியா இருந்தா. மனசு சந்தோசமா இருந்தது. அதிகாலயில எழுந்து கீர பறிச்சதுல ஒடம்பு அசதியா இருந்தது. குளிச்சிட்டு வந்து சாப்பிட்டு மாமரத்துக்கு கீழ கெடந்த கயித்து கட்டில்ல படுத்தான். ஜில்லுன்னு வீசுன காத்து ஒடம்ப வருடிகிட்டே போச்சி. நல்ல தூக்கம் வந்தது. இனி, தூங்கவும் சாப்பிடவும் நேரமில்லாமல் ஓடப்போகும் வாழ்க்கை குறித்து அறியாமல் அசந்து தூங்கினான்.

பதினொன்று

நல்ல தூக்கத்துல இருந்தான் செல்லமுத்து. மனைவி எழுப்புனாங்க.

“ஏங்க மணி மூணாவுது. இன்னமும் தூங்கறீங்க. அவயம்பா அக்கா காசு கொண்டுக்கிட்டு வந்திருக்கு.”

எழுந்து லுங்கியைச் சரியாகக் கட்டிக்கொண்டு வந்தான். திண்ணையில் தூணில் சாய்ந்து ஒக்காந்திருந்த அவயம்பாக்கா புடவை நுனியில் கட்டியிருந்த சுருக்குப்பையைப் பிரித்து பணம் எடுத்துக் கொடுத்தது.

“புள்ள... கட்டுக்குப் பதினைச்சி ரூவா மேனிக்கு காசிருக்குது இதுல. இன்னைக்கு வித்தத அப்படியே கொடுத்திட்டேன். மத்தத நாளையிலேர்ந்து விக்கறத வெச்சி பேசிக்கலாம். நீங்க பஸ் ஸ்டாண்டுலயே கொண்டாந்து கொடுத்தது எனக்கு ஈசியா போச்சி. கீர நல்ல பச்சதட்டி இருந்ததால ஒடனயே வித்துட்டு. நாளைக்கும் இதமாதிரி சரியான நேரத்துக்கு கொண்டு வந்து கொடுத்துடுங்க புள்ள.”

கொடுத்த பணத்துலேர்ந்து ஒரு நூறு ரூவாய சந்தோசமா எடுத்துக் கொடுத்தான் செல்லமுத்து. வித்துட்டு வந்து கொடுத்தற்கான கூலியா? இல்ல... இனி தொடர்ந்து உற்பத்தியாகுறத வித்து கொடுக்கறதுக்கான அட்வான்ஸான்னு அவனுக்குத் தெரியல. வேண்டான்னு மறுத்துட்டுது அவயம்பாக்கா. ரொம்பவும் வற்புறுத்தியதால ஒரு பத்துரூவா

மட்டும் கேட்டு வாங்கிகிட்டுது. எங்க போயிடப் போவுது இனி வெயபாரம் நெறைய கொடுக்கபோறான். அப்ப வாங்கிக்லாம்னு நெனைச்சிருக்கலாம்.

இன்னும் ஒரு பத்து நாளைக்காவது கீர பறிக்கலாம். அப்பறம் வளந்துட்டா தண்டாயிடும். தண்டுக்கீரயாத்தான் விக்கமுடியும். அம்பது நாளுக்குள்ள மொத்தக் கீரையயும் பறிச்சிடணும். அதுக்கப்புறம் கடலவளரணும். இனி அடுத்த பதினைஞ்சிருவது நாளைக்கு கீரையிலேர்ந்து ஒரு வருமானமிருக்கு. அவயம்பாக்கா கொடுத்த பணத்த மனைவிகிட்ட கொடுத்தான். ரெண்டு பேருமே கிராமத்து சூழல்ல வளந்தாலும் கடந்த பதினெட்டு வருசமா சென்னையில வாழ்க்க ஓடிட்டு. திரும்ப கிராமத்துக்கு வந்து முயற்சி செஞ்சி கெடைச்ச மொதல் வருமானம். ரெண்டு பேருக்குமே ரொம்ப சந்தோசமா இருந்தது.

★★★

சாயங்காலம் சாம்பசிவம்தான் மொதல்ல வந்தாரு. வரும்போதே கையில தார்பாய் எடுத்துக்கிட்டு வந்தாரு. ஒரம்வாங்குன கோணியில பிரிச்சி தைச்சது. வெயிட்டாயிருக்காது. முப்பது பேரு ஒக்காரலாம்.

“தம்பி... எல்லா ஏற்பாடும் செஞ்சிட்டேன். ஆறேழுமணிக்குள்ள எல்லாரும் வந்துருவாங்க. கடகார பரமசிவம் வெத்தலபாக்கு கொண்டு வர்றேன்னுட்டாரு. சற்குணம்தம்பி ஒரு கொடம் பவுனி கொண்டுவர்றேன்னுது. வேற ஒண்ணும்வேண்டாம். பாத்துக்கலாம்.”

சாம்பசிவம் சொல்லி முடிச்சதும் செல்லமுத்துக்கு என்ன சொல்றதுன்னு தெரியல. நல்லது நடக்கணும்னா நாலு பேர் ஈசியா ஒண்ணு சேர்ந்தர்றாங்க. ஒதவிக்கு வர்றாங்க. இந்த விஷயத்துல கிராமம், நகரம்லாம் ஒன்னுமில்ல.

“ஏங்க... எல்லாரும் நம்ப வீட்டுக்கு வர்றாங்க. நாம எதாவது செய்யனும்ல. நாங்கொஞ்சம் அரிசி, காராமணி, சுண்டல் செஞ்சிடுறேன்.”

ஒடனே சாம்பசிவம் எழுந்திருச்சி, “செத்த நாழியில வர்றேன் தம்பி”னு சொல்லிட்டு எங்கையோ போனாரு. எதுக்குப் போனார்னு தெரியல.

கொஞ்சநேரத்துல கையிநெறைய பேயத்தி எலையும் சீவிலிக்கி குச்சியும் ஒடிச்சிகிட்டு வந்தாரு. ஒவ்வொரு எலயயும் சுருட்டி தொன்னை மாதிரி வெச்சி சீவிலிக்கி குச்சால தைச்சாரு. சுண்டல் கொடுக்க கப்பு தயாராயிடுச்சி.

சொக்கலிங்கம் வந்தாரு. கூடவே சில எளவட்டபசங்க வந்தாங்க. செல்லமுத்து எதிர்பார்த்தது இவங்களத்தான்.

“இந்த புள்ளைவொ எல்லாம் ஏதோ ரசிகர்மன்றம் வெச்சி நடத்துறாங்க. ஊருல நல்லதுகெட்டதுன்னா முன்னாடி நிப்பாய்ங்க. மத்தியானம் இங்க வந்துட்டு போம்போது கிரிகெட்டி வெளையாண்டுகிட்டிருந்தாங்க.”

அதுல ஒருத்தன் குறுக்க பூந்து, “அண்ணா அது கிரிக்கெட்” என்றான்.

“என்ன எழவோ... ஏன்டா புள்ளைவொளா இப்புடி வெளயாடிகிட்டிருக்கீங்க? ஏதாவது உருப்புடியா செய்யலாம்ல”ன்னு கேட்டேன். ஒடனே, “என்ன பண்ணலாம்னு ஒருத்தன் நக்கலா கேக்குறான். அதான் சாயங்காலம் வாங்கடான்னு சொல்லிக் கூட்டிக்கிட்டு வந்துட்டேன்.”

சாம்பசிவம் கொண்டுவந்த தார்பாய விரிச்சிப் போட்டாரு. வரவர எல்லாரும் ஒக்காந்து பேசிகிட்டிருந்தாங்க.

“அவ்வளவுதான். கூப்ட்ட எல்லாரும் வந்தாச்சு... ஆரம்பிக்கலாம் தம்பி” சாம்பசிவம்தான் ஆரம்பிச்சுவெச்சாரு.

“தம்பி பரமசிவம் கடையில ஒக்காந்து பேசினப்பெல்லாம் பாதிநேரம் நமக்கு வர்ற நோயப்பத்திதான் பேசிகிட்டிருப்போம். அதுக்கு நாம செய்யுற விவசாயமுறைதான் காரணம்னு தெரிஞ்சாலும் அதுலேர்ந்து எப்படி வெளியில வர்றதுன்னு தெரியாம இருந்தோம். தம்பி செல்லமுத்து இப்ப பூனைக்கு மணி கட்டியிருக்கீங்க. அதப்பத்தி பேசப்போறதா சொன்னதும் போட்டவேல போட்டபடி கெடக்குது. எம்பாட்டுக்கு கெளம்பி வந்துட்டேன். கிராமம் கிராமமாவா இருக்கு? எல்லாம் பிரசர், சுகர்னு அவதிபடுறானுவோ. என்ன பண்ணலாம்னு சொல்லுங்க. எல்லாரும் சேர்ந்து பண்ணலாம்.”

குருமூர்த்தி பேசி முடிச்சாரு. ரெண்டுமொற பிரசிடண்டா இருந்தவரு. கொஞ்சம் மைக்புடிச்சி பேசத் தெரிஞ்சவரு.

“ம்... தம்பி சொல்லுங்க...”

செல்லமுத்த பாத்து சாம்பசிவம் சொன்னாரு. எல்லாரும் செல்லமுத்த பாத்தாங்க.

“மொதல்ல, இவ்வளவு பேரு வந்ததுக்கு நன்றி. பதினெட்டு வருசமா மெட்ராசுல வேல பாத்தாலும் கடந்த ஏழெட்டு வருசமா லீவுன்னா எதாவது ஒரு கிராமத்துக்கு போயிடுவேன். யாராவது ஒரு இயற்கை வெவசாயி வீட்ல இருப்பேன். அவங்க வெளையவைக்கிறதுலேந்து விக்கிற வரைக்கும் என்ன செய்யறாய்ங்கன்னு தெரிஞ்சிக்குவேன்.

அப்படித் தெரிஞ்சத வெச்சிதான் இங்க வேலய ஆரம்பிச்சிருக்கேன். நம்மூர்ல வேலக்கி போறவங்க கொஞ்சபேர்தான். மத்தவங்கெல்லாம் வெவசாயத்ததான் நம்பியிருக்கோம். எல்லாருக்கும் கொஞ்சமாச்சும் நெலமிருக்கு. அத லாபமா பயன்படுத்தணும். நாம வெளையவைக்கிறது வெஷமில்லாமலும் இருக்கணும். அதுக்கு சிலரக் கூட்டிவந்து பயிற்சி கொடுக்கலாம்னு ஆச. சொக்கலிங்கம் அண்ணனும் கேட்டாரு. அதான் எல்லாரையும் கூட்டியிருக்கேன்.”

“தம்பீ பத்துவருசத்துக்கு முன்ன அரசாங்கத்துல கூப்பிட்டு வெவசாயப் பயிற்சி தர்றேன்னு சொன்னப்ப மீன் குஞ்சிக்கு நீந்த சொல்லி தர்றீங்களா? நாங்கெல்லாம் பரம்பரையா வெவசாயம் செய்யுறவங்கன்னு கிண்டல் பண்ணோம். ஆனா இன்னிக்கி நெலம அப்படியில்ல. குடிக்கிற தாய்ப்பால்லகூட வெசமிருக்குன்னு பேப்பர்ல படிச்சேன். அதனால நீங்க ஆரம்பிய்ங்க நாங்க கூடருக்கோம். ஆமா.”

திரும்பவும் குருமூர்த்தி சொல்லி முடிச்சாரு. சாம்பசிவத்துக்கு ஒரே ஆச்சரியம். நம்மகிட்டேர்ந்து ஓசியில பேப்பர் வாங்கி படிக்கிற மனுசன். தாய்ப்பால்ல வெசம்ங்குற செய்திய நாம படிக்காம விட்டுருக்கமே.

அதுக்குள்ள சொக்கலிங்கம் கூட்டி வந்த பசங்கள்ள ஒருத்தன் எழுந்திருச்சான்.

“இந்தப் பயிற்சி வகுப்புக்கு எங்களால பண ஒதவி எதுவும் செய்ய முடியாது. ஆனா பயிற்சி நடக்குறன்னைக்கு எங்க நற்பணிமன்ற பசங்க முழுசா ஒடல் ஒழைப்பக் கொடுப்போம்”ன்னதும் கூட வந்திருந்த எளவட்ட பசங்க டப்புன்னு கைதட்ட ஆரம்பிச்சிட்டாங்க. பெரியவங்கெல்லாம் சிரிச்சிட்டாங்க.

சொக்கலிங்கம், “தம்பி யாரக் கூப்புடணும்? எப்படி நடத்தணும்?

என்ன செய்யணும்? முடிவுபண்ணிட்டு தேதிய சொல்லுங்க. மத்தத பாத்துக்கலாம்."

வீட்டுக்குள்ளேர்ந்து பஞ்சவர்ணம் எட்டிப்பாத்து. "தம்பீ "ன்னு கூப்புட்டுது. கையில ஒரு பாத்திரத்துல சுண்டல் இருந்தது.

"அக்கா நீங்க எப்ப வந்தீங்க?" செல்லமுத்து கேட்டான்.

"அப்பவே வந்துட்டோம். நான் மட்டுமில்ல இன்னுஞ்சில பொம்பளைங்களும் வந்திருக்காங்க. நீங்க பேசினதெல்லாம் கேட்டுகிட்டிருந்தோம்."

"இங்க வந்து ஒக்கார வேண்டியதுதானே?" செல்லமுத்து கேட்டதும்,

"ஒரே ஆம்புளைங்களா இருந்தீக. அதான்."

"அதுக்காக... இங்க வெவசாயத்தப் பத்திதானே பேசிக்கிட்டிருந்தோம். அடுத்த தடவ இதுபோல செய்யாதீங்க."

சுண்டலை வாங்கி சாம்பசிவத்திடம் கொடுத்தான். அவரு பேயத்தி எலயில செஞ்ச தொன்னை ஒண்ண எடுத்து அதுல சுண்டல எடுத்துத் திங்க ஆரம்பிச்சிட்டாரு. என்னடா இவரு எல்லாருக்கும் பங்கு வெச்சி கொடுப்பாருன்னு பாத்தா அவரு திங்க ஆரம்பிச்சிட்டாரேன்னு யோசிக்கும்போதே மன்றத்துப் பசங்க தொன்னையயும் சுண்டலையும் வாங்கி எல்லாருக்கும் கொடுக்க ஆரம்பிச்சாங்க.

காராமணிபயறும் புழுங்கலரிசியும் வறுத்து செஞ்ச சுண்டலு. அவ்வளவு ருசி. நல்ல வாசம். எல்லாருக்கும் கொடுத்து முடிச்சதும் மன்றத்து பசங்க அவங்களும் சுண்டல போட்டு சாப்பிட ஆரம்பிச்சாங்க. அந்த பசங்கமேல செல்லமுத்துக்கு ஒரு நம்பிக்க வந்தது.

சுண்டல் சாப்பிட்டு முடிச்சதும் வெத்தலபாக்கு போட்டுக்கிட்டு பயிற்சி வகுப்பு நடத்த ஏற்பாடு செய்யச்சொல்லி செல்லமுத்துகிட்ட பொறுப்பக் கொடுத்துட்டு எல்லாரும் கௌம்பினாங்க. அந்த நற்பணிமன்ற பசங்கள மட்டும் இருக்கச்சொன்னான் செல்லமுத்து.

மத்தவங்க கௌம்பினதும் அந்தப் பசங்ககிட்ட பேச்சு கொடுத்தான். எல்லாருமே ஏதாவது ஒரு டிகிரி முடிச்சிருந்தாங்க. ஆனா யாரும் ஒழுங்கா வேல எதுக்கும் போகல. ஏன்னா அவங்களுக்கு ஒழுங்கா வேல எதுவும் கெடைக்கல. ஏன்னா அவங்க படிப்புக்கு என்ன

வேலைக்குப் போலாம். என்ன சம்பளம் கெடைக்கும்னு அவங்களுக்கு எதுவும் தெரியல. ஏன்னா அது கிராமம்.

“ஒங்க வயசுல நகரத்துல இருக்குற பசங்க என்ன சம்பாரிக்குறாங்கன்னு தெரியுமா?”

செல்லமுத்து இப்படிக் கேட்டதும் அதுல ஒருத்தனுக்கு கொஞ்சம் கோவம் வந்துட்டு.

“எல்லாரும் இப்படியே கேட்டா எப்புடி. நாம இருக்குறது கிராமத்துல. படிச்சது அரசாங்க பள்ளிக்கொடத்துல. அவனுவோ மாதிரி நமக்கு இங்கிலீஸ் தெரியுமா? அவனுவொளுக்கு ஈசியா வேல கெடைக்குதுன்னா அவனுங்க பிரைவேட் பள்ளிக்கொடத்துல படிக்கிறானுவோ. நல்லா இங்கிலீசு தெரியுது.”

“தம்பி ஏன் இம்புட்டு கோவம். எல்லோரும் கேக்கறதுக்கும் நான் கேக்கறதுக்கும் வித்தியாசம் இருக்கு. படிச்சிட்டு வேல இல்லாம சுத்திகிட்டிருக்கீங்களே. ஏதாவது வழி சொல்லலாம்னு கேட்டேன்.”

“யாரு வேல இல்லாம சுத்திகிட்டிருக்கா. எல்லாரும் டவுனுக்கு வேலக்கி போய்கிட்டிருக்கோம். ரெண்டு பேரு துணிக்கடையில வேல பார்க்குறாங்க. ஒருத்தன் சிட்பண்ட்ல. ஒருத்தன் காய்கறி மார்க்கெட்ல...”

ஒருத்தன் சொல்லிமுடிக்குமுன்னே செல்லமுத்து குறுக்கிட்டான்.

“சரி ஒங்களுக்கெல்லாம் சம்பளம் எவ்வளவு இருக்கும்.”

“என்ன ஒரு எட்டாயிரம், ஒன்பதாயிரம் இப்புடி...”

“இந்த சம்பளத்துக்கு யாருக்கோ ஓடி ஓடி ஒழைக்குறதுக்கு நீங்களே மொதலாளியா இருக்கலாம்ல.”

“கேக்குறதுக்கு நல்லாதான் இருக்கு ஆனா அதுக்கெல்லாம் பணம் வேணுமே.”

நாட்டின் எல்லா இளைஞனைப்போலவே அவனும் இயல்பாய் கேட்டான்.

“நம்மூர்ல தேங்கா, மாங்கா, கடலன்னு என்னென்னவோ வெளையுது. யாரு யாரோ வாங்கிகிட்டு போய் விக்கிறாங்க. பணம் சம்பாதிக்குறாங்க. அதெயே நீங்க ஏன் செய்யக்கூடாது?”

அதுக்கு ஒருத்தர்கிட்டேர்ந்தும் பதிலில்ல.

“கையெழுத்தே போடத் தெரியாத அவயம்பாக்கா ஒரு நாளைக்கு எவ்வளவு சம்பாதிக்குது தெரியுமா?”

“யாரோ ஒருத்தர் செய்யலாம். எல்லாருக்கும் எப்படி வேல கெடைக்கும்?”

“நம்மூர்ல வெளையுற தேங்காய்க்கு நாம ஒரம் எதுவும் வெக்கிறோமா?”

“நாம என்னைக்கு தென்ன மரத்துக்கு ஒரம் வெச்சோம். கடலைக்கு மட்டும்தானே ஒரம் வெக்குறது வழக்கம்.”

“நாம தென்னைக்கு ஒரம் வெக்கிறதும் இல்ல, மருந்தடிக்கிறதும் இல்ல. அப்ப அது இயற்கையா வெளையறதுதானே.”

யார்கிட்டேர்ந்தும் எதுவும் பதிலில்ல.

“நம்மூர்ல விளையிற தேங்காய வெளியூர்லேர்ந்து வந்து வெயபாரிங்க வாங்கிட்டு போய் வெளியூர்ல விக்கறாங்க. அத நம்மளே செய்யலாம்ல.”

“செய்யலாம். அதுக்கு மொதலீடு வேணும்ல.”

“அதுக்கு நான் ஏற்பாடு செய்யறேன். எடுத்துச் செய்யறதுக்கு நீங்க தயாரா இருக்கீங்களா?”

என்ன இவரு இப்படி பொசுக்குன்னு கேட்டுட்டார். எல்லாருக்கும் இவர் எப்படி பணம் ரெடிபண்ணிக் கொடுப்பார். இவருக்கு கிறுக்கு எதுவும் பிடிச்சிருக்கும்போல என யோசித்துக்கொண்டிருந்தனர்.

“நம்ம ஊர்ல கொலயிலேர்ந்து முத்தி ஒரு காய் விழுந்த தென்னங்கொலயத்தான் நாம வெட்டுவோம். மத்த ஊர்ல குலுக்குனா சத்தம் வர்ற காயயே வெட்டுவாங்க. அத வெச்சி விக்கவும் முடியாது. கொப்பர போடவும் முடியாது. குங்கும கலர்ல கொல மாறுனதும் அறுவட செய்யுற காய் நல்ல முத்துனதா இருக்கும். எவ்வளவு நாளானாலும் வெச்சி விக்கலாம். ஒடைச்சி கொப்பரையா விக்கலாம் அதுல இன்னும் லாபம். செக்குல கொடுத்து எண்ணெயா எடுத்து கொடுத்தா இன்னும் லாபம். அந்த செக்க நாமே வாங்கி ஆட்டி எண்ணெயெடுத்தா இன்னும் லாபம். ஒரு கிலோ கொப்பர ஆட்ட எவ்வளவு கூலின்னு தெரியுமா?”

“ம்... போன மாசம் தேங்கா ஆட்ட கோவில்பத்து செட்டியார் வீட்டுக்குப் போனேன். கிலோவுக்கு இருவத்தஞ்சிருவா வாங்கிக்கிட்டாரு” பெல்ட்டு மணியரு மவன் தொரராசு சொன்னான்.

“இன்னொண்ணும் சொல்றேன். அதே தேங்கா எண்ணெயில மூலிகைங்களப் போட்டுக் காய்ச்சி மூலிக எண்ணெயா சின்னச் சின்ன பாட்டில்ல அடைச்சி வித்தா நூறு மில்லி கொறைஞ்சது எண்பது ரூவாய்க்கு விக்கலாம். லிட்டர் எண்ணூறு ரூவா. கொள்ள லாபம். எல்லாத்துக்குமே கெவர்மன்ட்ல லோன் கெடைக்கும். தெரியும்ல.”

இந்தாளு ஏதோ வாயால வட சுடுறான்னு பாத்தா உண்மையிலேயே கொஞ்சம் வெவரமான ஆளாத்தான் இருப்பாருபோல.

“ஆமா சார். போன மாசம் எங்க சித்தப்பா தல முடி கொட்டாம இருக்க ஒரு தைலம் வாங்கிவரச் சொன்னாரு. எறநூறு மில்லி எறநூத்தெண்பது ரூவான்னு வாங்கி வந்தேன்.”

அவரு சொல்றது உண்மதாங்குற மாதிரி அலவாக்கர பக்கிரிசாமி மகன் சொன்னான் “அந்த தேங்காய் நம்மூருது. தானா மொளைச்சி கெடக்குற மூலிகையப் பறிச்சி அதுல போட்டு காய்ச்சி வித்து எவனோ லாபம் சம்பாதிக்குறான். அத ஏன் நாம சம்பாதிக்கக் கூடாது?”

“சார்... எல்லாஞ்சரி. இப்ப நாங்க என்ன பண்ணனும்?”

“நான் சொல்றத கேக்கத் தயாரா இருங்க. வாய்ப்ப நாம தேடிப் போகக்கூடாது. அது நம்மளத் தேடி வரணும். தேடி வரும். அதுவரைக்கும் கொஞ்சம் காத்துகிட்டிருங்க.”

செல்லமுத்து பேசினது கொஞ்சம் புரிஞ்ச மாதிரி இருந்தாலும் கிராமத்துலேயே வளர்ந்த பசங்களுக்கு கொஞ்சம் பயமாவும் இருந்துச்சி. கொஞ்சம் நம்பிக்கையோட செல்லமுத்து வீட்லேர்ந்து புறப்பட்டாங்க.

★★★

என்னதான் கொல்லை முழுக்க எல்லா பயிரும் அடத்தியா வளந்திருந்தாலும் அங்கங்க செல கெழங்கு கோர எட்டிப்பாத்தது. மாவு கோரையா இருந்தா ஈசியா அழிச்சிடலாம். கெழங்கு கோரய அவ்வளவு ஈசியா அழிக்கமுடியாது. செடி செத்தாலும் கெழங்கு மண்ணுக்குள்ள இருந்துகிட்டு ஈரம் கெடைக்கும்போது மொளைக்கும். கொடி ஓடுற எடமெல்லாம் கணுவுக்கு ஒரு கெழங்கு வந்துடும். அத

கெழங்கோட புடுங்கி காயவெச்சி கொளுத்துறது வழக்கம். ஆனா செல்லமுத்து கோரய மண்ணுக்குள்ள கையவிட்டு கெழங்கோட புடுங்கித் தர, அவன் மனைவி கெழங்கமட்டும் ஆஞ்சி தனியா வெச்சிகிட்டிருந்தாங்க. அப்பப்பாத்து சற்குணம் வந்தாரு.

“என்ன தம்பி நீங்க கொல்லயில கடல போட்டதுலேந்து இந்த சாம்பசிவம் பய இந்த கொல்லயிலதான் முழிப்பான். இன்னக்கி ஆளக் காணும்?”

“அவயம்பா அக்கா மூட்டமுடிச்சி ஏத்திகிட்டு போறதுக்கு கஷ்டமா இருக்குன்னு சொல்லிச்சி. அதான் கூடமாட ஒதவியாயிருக்குமேன்னு அனுப்பியிருக்கேன்.”

“அது என்ன புடுங்குன கோரகெழங்க காய வெச்சி கொளுத்தாம, பாப்பா ஆஞ்சிகிட்டிருக்கு? சமைச்சி சாப்பிட போறீங்களா என்ன?” கேட்டுட்டு, அவரு பெரிய ஜோக்கு சொன்ன மாதிரி தொப்ப குலுங்க… குலுங்க சிரிச்சாரு.

“சமைக்கப்போறதில்ல… வித்துடுவேன்.”

“என்னது? கோரக்கெழங்க விக்கப்போறீங்களா? இந்த எழவ எவன் வாங்குவான்?”

“இது எழவில்ல… அழகு… அழகுப் பொருட்கள் தயாரிக்கிறவங்க… நாட்டு மருந்து தயாரிக்கிறவங்க இத வாங்கிக்குவாங்க… ஒரு கிலோ எவ்வளவு தெரியுமா?”

“என்னக் கேட்டா எனக்கென்ன தெரியும்?”

“கிலோ முன்னூறு ரூவா.”

“எ..ன்..ன..து..? முன்னூறு ரூவாயா?”

ரெண்டு கையயும் எடுத்து மார்புல வெச்சிக்கிட்டு ஆச்சர்யமா கேட்டாரு.

“ஆமா… ஒரு வெவசாயி, தன் நெலத்துலேர்ந்து எதையெல்லாம் காசாக்கலாம்னு தெரிஞ்சிருக்கணும். அப்பதான் முட்டுவலி செலவ சமாளிக்கலாம். வெளையுறது நமக்கு லாபமாயிருக்கும்.”

“புரியலயே தம்பி…?”

“பயிறு வெக்க செலவுசெய்யறத வெளையிற பயிற விக்குற செலவுல

எடுக்கக்கூடாது. இங்க கடல வெதைச்சிருக்கேன். கூடவே கீர, ஆமணக்கு, காராமணி, சோளம், வெள்ளரி, கொம்புட்டியெல்லாம் போட்டிருக்கேன். இதுலேர்ந்து வர்ற வருமானம் செலவுசெஞ்சதுக்கு போதும். கடல அரிச்சி விக்கறது நமக்கு அப்படியே லாபம்."

செல்லமுத்து வெவரமானவன்னு சாம்பசிவம் சொன்னப்ப சற்குணம் நம்பல. இப்ப நம்பாம இருக்கமுடியல.

அப்ப பாத்து செல்லமுத்து முண்டாசுல சொருகி வெச்சிருந்த போன் அடிச்சது. கைய கைலியில தொடைச்சிகிட்டு போன எடுத்து பேசுனான்.

"கலெக்டர் ஆபீசிலேர்ந்து அவரு பி.ஏ பேசறேன். ஐயா ஒங்ககிட்ட பேசணும்னார். கொடுக்கறேன்."

"வணக்கம். நீங்க மிஸ்டர் செல்லமுத்துதானே?"

"ஆமாங்கையா!"

"ஆர்கானிக் பார்மிங் பண்றீங்கதானே?"

"ஆமாங்க சார்."

"நாளைக்கு காலையில ஒங்க பார்ம்க்கு விசிட் வர்றேன். மத்த தகவல் பி.ஏ. சொல்வார்."

அடுத்து அவர் பி.ஏ வாங்கி,

"நாளைக்கு காலையில ஒன்பது மணிக்கு ஒங்க வயலப் பாக்க சார் வர்றார். எங்கயும் போயிடாதீங்க."

செல்லமுத்துக்கு ஒண்ணும் புரியல. கலெக்டரா? நம்ம வயலுக்கா? யாராவது போன்பண்ணி கிண்டல் பண்றாங்களா? நம்ப முடியல. அந்த நம்பருக்கு போன் பண்ணி திரும்ப கேட்கலாமா? கேட்டாலும் அதே தகவலதான திரும்ப சொல்வாரு. பேசினது கலெக்டர்தான்னு எப்படி உறுதிப்படுத்தறது. யோசிச்சி யோசிச்சிப் பாத்தான். ஒண்ணும் பிடிபடல.

சரி பாத்துக்கலாம் நாளைக்குத்தான வர்றாரு. அந்த நம்பர கலெக்டர்னு போட்டு வெச்சிகிட்டான்.

★★★

அவயம்பா கூட அனுப்புன சாம்பசிவம் வந்து சேந்தாரு. மொகம் முழுக்க அப்படியொரு சந்தோசம். என்ன கதையோட வந்திருக்காரோ

தெரியலயேன்னு செல்லமுத்து யோசிச்சிக்கிட்டிருந்தான்.

“தம்பி அவயம்பா ஒருதடவ டீயும் பன்னும் வாங்கிக் கொடுத்துச்சு. இன்னொரு தடவ டீயும் மசால்வடையும் வாங்கிக் கொடுத்துச்சி. அந்த மசால்வட இருக்கே... ப்பா... இதுவரைக்கும் அவ்வளவு ருசியா நான் வட தின்னதுல்ல. ஓரத்துல மொறு மொறுன்னு... பெருஞ்சீரக வாசனையோட... நம்பூட்டுப் பொம்பளைங்களுந்தான் தீபாவளிக்கு வட சுடுறாங்களே. இவங்களயெல்லாம் கூட்டிட்டுப் போயி அந்த வடய வாங்கிக் கொடுக்கணும். அம்புட்டு ருசி. அடுத்த தடவ புரோட்டா வாங்கித் தர்றேன்னு சொல்லிச்சு. வரும்போது அம்பது ரூவா பணமும் கொடுத்துச்சி. நான் தெனமும் வேணும்னா அவயம்பா கூடப் போயிட்டு வர்றேன். அப்பறம் இந்தப் பணத்த ஒங்ககிட்ட கொடுக்கச்சொல்லிச்சி.”

வேட்டிய தூக்கி அன்டர்வேர்லேர்ந்து ஒரு பொட்டலத்த எடுத்து செல்லமுத்துகிட்ட கொடுத்தார். வாங்கி மனைவிகிட்ட கொடுத்தான் செல்லமுத்து.

“அப்பறம் ஒரு முக்கியமான சம்பவம் நடந்துச்சி தம்பி.”

செல்லமுத்து கத கேட்க தயாரானான்.

“அவயம்பா படுதார விரிச்சி, கொண்டு போன காய்கறிய பரப்பி வெச்சிச்சி. ஒரு ஜீப் வந்து நின்னுச்சி... ஒரு அம்மா எறங்கி வந்துச்சி. ஆளப் பாத்தா நம்மூர்மாதிரி தெரியல. வெள்ளையும் சொள்ளையுமா செம்பட்ட முடியோட. ஜீப்லேர்ந்து எறங்கி நேரா நம்ம காய்கறி கடைக்கு வந்துச்சி. ட்ரைவரும் கூட ஓடி வந்தான். நேத்தைக்கி கீர கொடுத்தீங்களே அது எங்க வெளைஞ்சதுன்னு கேட்டுச்சி. எங்கூர்ல ஒரு புள்ள புதுசா வெள்ளாம பண்ணுது. மருந்து போடாம வெளயவெக்குது. அந்தப் புள்ளகிட்டேர்ந்து வாங்கிட்டு வந்தேன்னு அவயம்பா சொல்லிச்சி... அந்தக் கீர நல்லா ருசியா இருந்துச்சி. அந்த கீர தெனமும் வேணும்னு அந்த அம்மா சொல்லிச்சு. அதுக்கென்னம்மா தனியா எடுத்துவெச்சிடுறேன்னு அவயம்பா சொல்லிச்சி. வந்த அம்மா அந்த பார்மரோட போன் நம்பர் வேணும்னு கேட்டிச்சி. ஒடனே அவயம்பா சுருக்குப் பையிலேர்ந்து அதோட செல்ல எடுத்து செல்லமுத்து தம்பியோட நம்பர எடுத்துக்கொடுய்யான்னு எங்கிட்ட கொடுத்துச்சி. அந்த எழவு எனக்கென்ன தெரியும்? நான்தெரியாதுன்னு சொல்லிட்டேன். ஒடனே ட்ரைவரு வாங்கி ரெண்டு மூணு நம்பர

சொல்லி இதுவா? இதுவான்னு கேட்டான். ஒங்க நம்பரு சொன்னதும் அவயம்பா இந்த நெம்பருதான்னு சொல்லிச்சி. அதவாங்கிகிட்டு போயிட்டாங்க. அந்தம்மா போனப்பறம் தெருக்கூட்டிகிட்டிருந்த காக்கிச் சட்டக்காரன் ஓடிவந்து அந்தம்மா என்ன சொன்னிச்சுன்னு கேட்டான். சொன்னனா... திரும்ப அவங்கிட்ட அந்தம்மா யாருன்னு கேட்டேன். கலெக்டரு சம்சாரம்னு சொல்றான்.

சுனாமி வந்தப்ப நெறையபேரு செத்துப்போனாங்கல்ல... அதுல அப்பா அம்மா இல்லாத புள்ளைவொள அந்தம்மா எடுத்து வளக்குதான்."

கலெக்டர்கிட்டேர்ந்து போன் வந்தது எப்படின்னு செல்லமுத்துக்கு இப்போது புரிந்தது.

"சரி... இவ்ளோ நேரம் நீங்க சொன்னத நான் கேட்டன்ல. இப்ப நான் சொல்றத நீங்க கேக்கறீங்களா?"

"சொல்லுங்க தம்பி."

"நாளைக்கு நம்ப கொல்லயப் பாக்க கலெக்டர் வர்றாரு."

"என்னது. கலெக்டரா?"

"ஆமா... ஆனா நீங்க இங்க இருக்கமாட்டீங்க!"

"ஏன்?"

ஏக்கத்தோட கேட்டாரு சாம்பசிவம்.

"நீங்கதான் அவயம்பாக்கா கூட போறதா சொல்லிட்டீங்களே."

"தம்பி நாளைக்கு கலெக்டர் வர்றப்ப நானும் ஒங்ககூட இருக்கனே!"

குழந்தையாகிக் கெஞ்ச ஆரம்பித்தார் சாம்பசிவம்.

பன்னிரண்டு

ஊர்ல பலபேருகிட்ட கலெக்டர் வர்ற தகவல சொல்லிட்டாரு சாம்பசிவம். கலெக்டர் இங்க வர்றாருன்னா ஏதோ முக்கியமானதாதான் இருக்கணும். ஊர்ல பாதிபேரு செல்லமுத்து வீட்டு வாசல்ல கூடியிருந்தாங்க. புதுசா அந்த வழியா போனவங்கள்லாம் என்ன கூட்டம்னு கேட்டு அவங்களும் அங்க நின்னாங்க.

“ஒன்பது மணிக்குன்னா கலெக்டர் ஒன்பது மணிக்கு வந்துடுவாரா. அப்படித்தான் சொல்வாங்க. எவ்ளோ பெரிய அதிகாரி… அவருக்கு எவ்ளோ வேல இருக்கும்… பாப்போம். நமக்கு இன்னிக்கு ஜோலி காசிநாதண்ணே வீட்டலதான்.”

கூட்டத்தில் யாரோ முணுமுணுத்துக்கொண்டிருந்தார்.

கார் வர்ற சத்தம் தொலைவுல கேட்டுச்சி. எல்லோரும் ரோட்ட எட்டிப் பார்த்தாங்க. சைரன் வைத்த வண்டி… பெரீய வண்டி… வெள்ளநெற வண்டி… சும்மா ரதம்மாதிரி செல்லமுத்துவீட்டு வாசலில் வந்து நின்னுச்சி… முன்பக்கத்துல செகப்பு நிறத்துல மாவட்ட ஆட்சியர்னு எழுதியிருந்திச்சி. சீருடையில இருந்த டவாலி வந்து காரு கதவ தொறந்துவிட்டாரு.

காருலேந்து எறங்குனாரு கலெக்டரு. நல்ல செவப்பு, நெடுநெடுன்னு ஒயரம். புன்னக அப்பியிருந்த மொகம். கூடவே அவரு சம்சாரமும்.

அவங்க அவரவிட செகப்பு. சுண்டுனா ரத்தம் வரும். அவரவிட கொஞ்சம் பூசுனாப்ள இருந்தாங்க. உடன் வந்த வெவசாய ஆபீசரு,

“இவருதான் செல்லமுத்து”ன்னு அறிமுகப்படுத்துனாரு.

பவ்யமா நின்ன செல்லமுத்த நோக்கி கைய நீட்னாரு கலெக்டரு. ரெண்டு பேரும் கைய குலுக்கிகிட்டாங்க. ரெண்டு நாற்காலிய எடுத்து போட்டு ஒக்கார சொன்னாங்க.

“வேண்டாம் நேரா தோட்டத்துக்கு போலாமே”னாரு கலெக்டரு. அதுல அடுத்து அவசர வேல ஏதோ இருக்குங்குறத ஒணர முடிஞ்சது.

அதுக்குள்ள செல்லமுத்து மனைவி குடிக்க ஏதோ கொண்டு வந்து கொடுத்தாங்க. வாங்கி கூட வந்தவங்களுக்கும் கொடுத்தாரு சாம்பசிவம்.

கலெக்டர் சம்சாரம் மொகத்த ஒருமாதிரி சுழிச்சி குடிக்குறத பாக்கும்போதே ஏதோ புளிப்பு சமாச்சாரம்னு தெரிஞ்சது சாம்பசிவத்துக்கு. அவருக்கு எச்சூரிச்சுது. அவங்க செல்லமுத்து மனைவிகிட்ட என்னதுன்னு கேட்டாங்க. பானகம்னு பதில் சொன்னாங்க. எப்படி செய்யறதுன்னு அவங்க கேட்க பேசிக்கிட்டே கடலக் கொல்லைக்குப் போனாங்க.

“வேர்க்கடல போட்ருக்கறதா சொன்னாங்க. வேற என்னவோல்லாம் இருக்கே?” கலெக்டர் கேட்டாரு.

“இது மொதல் முயற்சிங்கறதால பதினைஞ்சி வகையான பயருங்க போட்டுருக்கேன்.”

“ஓ... அப்படியா?”

“இதுல அஞ்சி வகையான கீர எல்லாம் பறிச்சாச்சி. இப்பதான் ஆமணக்கு, காராமணி, வெள்ளரி, கொம்புட்டியெல்லாம் பிஞ்சி வெக்க ஆரம்பிச்சிருக்கு. அடுத்து, செவந்திப் பூ பூக்க ஆரம்பிச்சிருக்கு. அடுத்த முயற்சியில கொஞ்சம் சிறுதானியம், காய்கறின்னு முப்பது பயிர் வெக்கலாம்னு இருக்கேன்.”

“துளிகூட பெர்டிலைசரோ, பெஸ்டிசைஸ் யூஸ் பண்ணலயா?” கலெக்டர் சம்சாரம் கேட்டாங்க.

“இல்லம்மா” செல்லமுத்து சொன்னான்.

“அப்ப பூச்சி வந்தா என்ன பண்ணுவீங்க?”

“இப்போதைக்கு வேப்பிலைய பதினைஞ்சி நாளைக்குத் தண்ணியில ஊற வெச்சி, அதுல தண்ணிய கலந்து தெளிக்கிறேன். அதிகமா வெள்ளாம பண்ணும்போது மூலிகை பூச்சி வெரட்டி தயாரிக்கணும்.”

“அது எப்படி செய்யறது?” கலெக்டரம்மா ரொம்ப ஆர்வமா இருந்தாங்க.

“ஆடுமாடு கடிக்காத நாலஞ்சி வக எலைங்களா பாத்து சேகரிச்சி, அத துண்டு துண்டா வெட்டி, மூழ்குற அளவுக்கு மாட்டு கோமியத்துல ஊறவெச்சி பத்துநாள் ஊறுனதும் அத வடிகட்டி பத்து பங்கு தண்ணி கலந்து தெளிக்கணும்.”

“ஓ... சூப்பர். அந்தப் பூ ஒண்ணு பறிச்சி தரமுடியுமா?” கலெக்டர் சம்சாரம் கைகாட்டியது செவ்வந்திபூவ.

செல்லமுத்து மனைவி பெருசா ஒரு பூப் பறிச்சிக் கொடுத்தாங்க. கைப்பைய தொறந்து ஒரு சைடுசிய எடுத்து தலையில வெச்சிகிட்டாங்க.

“இத நீங்க மட்டும் பண்ணா எப்படி? மத்தவங்ககிட்ட கொண்டு போய் சேர்க்க வேண்டாமா?” கலெக்டர் கேட்டாரு.

“கண்டிப்பா கொண்டு போய் சேர்க்கணும். அடுத்த வாரத்துல ஒரு பயிற்சி வகுப்புக்கு ஏற்பாடு பண்ணியிருக்கோம். வெளியிலேர்ந்து செலபேர் வாராங்க. ரசாயன ஒரம், பூச்சிகொல்லி மருந்து இல்லாம. பலபயிர் சாகுபடி பண்ணி வெசமில்லாத காய்கறி தானியங்கள உற்பத்தி செய்யறது. இயற்கை இடு பொருட்கள் தயாரிக்கிறது. மதிப்புக்கூட்டி விக்கிறது இதெல்லாம் பயிற்சி தர்றதா இருக்கோம். பக்கத்துல நாலு கிராமங்கள்ளேர்ந்து கலந்துக்கறாங்க. அதுல வர்ற வரவேற்ப பொறுத்து மத்த கிராமங்கள்ளையும் செய்யலாம்னு எண்ணமிருக்கு. குறிப்பா வீட்ல இருக்குற பொம்பளையாளுவோ காய்கறி போட்டு விற்பனைக்குக் கொடுத்தா அத வாங்கி நகர மக்களுகிட்ட கொண்டு போய் விக்கறதுதான் மொதல் முயற்சி. வேலைக்கு போற பொம்பளயாள்கிட்ட கையில காசுருக்கும் கிராமத்துல இவங்க என்ன பண்ணுவாங்க. அதோட கிராமத்துல எல்லார்வீட்லயும் போய் சேகரிச்சி நகரத்துக்கு கொண்டு போய் விக்குற வரைக்கும் பலருக்கு வேலகெடைக்கும். உற்பத்தி பொருள மதிப்பு கூட்டி விக்கவும் பயிற்சி கொடுத்தா சிலருக்கு வேல வாய்ப்பும் கூடுதல் வருமானமும் கெடைக்கும்.”

“ஓ... சூப்பர்... சூப்பர்... வேற ஓங்களுக்கு என்ன ஓதவி தேவைன்னாலும் தயங்காம கேளுங்க. நான் செஞ்சி தர்றேன். இவர் ஓங்ககிட்ட பேசின நெம்பருக்கு கூப்பிடுங்க. நான் சொல்றநாளில் ஆபீசுக்கு வாங்க. நான் டி.ஆர்.ஓ-வ அறிமுகப்படுத்தறேன். அவரு உங்களுக்கு உதவி செய்வாரு. அவர் இதுல ரொம்ப இன்ட்ரஸ்ட் உள்ளவரு.”

“ஐயா... வந்து...” சாம்பசிவம் ஏதோ சொல்ல வந்தாரு. ஒடனே செல்லமுத்து.

“ஐயா இவரு பேரு சாம்பசிவம். இவருதான் எல்லா விதத்திலயும் எங்களுக்கு ஓதவியா இருக்காரு” செல்லமுத்து இப்படி சொன்னதும் சாம்பசிவத்துக்கு ஒரே சந்தோசம். இன்னும் ஒரு வாரத்துக்கு இதெ வெச்சே ஓட்டலாம்.

“அவயம்பான்னு ஒரு அக்கா. இங்க வெளையுற காய்கறியெல்லாம் எல்லாருகிட்டயும் வாங்கி மொத்தமா கொண்டுவந்து நாகப்பட்டிணத்துல ரோட்டோரத்துல போட்டு விக்கிறாங்க. ரெண்டு நாளா செல பேரு வந்து இங்க யார கேட்டுட்டு கட போடுறீங்கன்னு மெரட்டுறாங்களாம். எங்கள அங்க கட போட சொன்ன கட்டயரு அண்ணங்கிட்ட சொன்னோம். அவங்க காய்கறி கட நடத்துற சங்கத்துக்காரங்களாம். நாங்க விக்கிறதால அவங்க விற்பனை பாதிக்குதாம்.”

கலெக்டர் அவரோட பி.ஏ-வ பாத்தாரு. ஒடனே அவரு.

“சார். அது என்னன்னு நான் விசாரிக்கிறேன்...”ன்னாரு.

“யாரு காய்கறிகடைகள் சங்க தலைவர்?” கலெக்டர் கேட்டாரு.

“தங்ககுமார்ன்னு பேரு. மார்கட்ல காய்கறிகட வெச்சிருக்காரு.”

“நான் அவர்கிட்ட பேசணுமே.”

கலெக்டர் சொன்னதும் அவரோட பி.ஏ. கொஞ்சம் தள்ளிப் போயி யார்கிட்டயோ பேசினார். பின்ன போன எடுத்துக்கிட்டு கலெக்டர்கிட்ட வந்தாரு. போன கலெக்டர்கிட்ட கொடுத்தாரு. புதுசா அறிமுகமாயிருக்குற டச்போன். கலெக்டர் வாங்கிப் பேசினார்.

“இவங்க காய்கறி விக்கிறதுல ஓங்களுக்கு என்ன பிரச்சினை?”

“இல்ல சார். இவங்கமாதிரி பத்துப் பேருக்கு மேல கட போட்டுருக்காங்க. எங்களுக்கு ஏவாரமே ஓட மாட்டங்குது. அவங்களுக்கு பிரச்சன

இல்ல ரோட்ல போட்டு விக்கிறாங்க. நாங்க அப்படியா? வாடக கொடுக்கணும். ஆள் கூலி கொடுக்கணும். வண்டி கூலி கொடுக்கணும் கரன்ட் பில் கட்டணும். இதுக்கு மேல லாபம் வெச்சி விக்கணும். எங்கள நம்பி நூத்துக்கணக்கான குடும்பம் இருக்குல்ல.''

தங்ககுமார் அவர் தரப்பு ஞாயத்த பேசினார்.

``நீங்க எங்கேர்ந்து காய்கறி வாங்குறீங்க?'' கலெக்டர் கேட்டார்.

``ஒட்டஞ்சத்துரத்துலேர்ந்து சார்.''

``அங்கேர்ந்து எடுத்துக்கிட்டு வர ட்ரான்ஸ்போர்ட் எவ்வளவு ஆகுது? எவ்வளவு நேரம் ஆகுது? அதுக்கு இவங்கக்கிட்ட வாங்கிக்கலாம்ல? எங்கயோ இருக்குற வெவசாயிங்க உற்பத்தி செஞ்சி இங்க வர்றத வாங்கறீங்க. இங்க இருக்குற வெவசாயிங்க என்ன பாவம் செஞ்சாங்க?''

``கட்டுப்படியாகுற வெலயில கொடுத்தா வாங்கிக்கலாம் சார்.''

``ஒரு ஆறு மாசம் பொறுத்துக்கங்க. ஒங்களுக்கு வேண்டிய காய்கறிய பத்து கிலோமீட்டர் தொலைவிலேயே வாங்கிக்கலாம். வெஷமில்லாத பிரஷ்ஷான காய்கறிங்க.''

``என்ன செல்லமுத்து கொடுக்கலாம்ல?'' போன கட் பண்ணாமலேயே செல்லமுத்த பாத்துக் கேட்டார் கலெக்டர்.

``கொடுத்துடலாம் சார். வெசமில்லா காய்கறி மட்டுமில்ல... ஐயா, எல்லாம் நம்ம நாட்டு காய்கறிங்க'' இதைச் சொல்லும்போது செல்லமுத்துக்கு அவ்வளவு சந்தோசம்.

``மிஸ்டர் தங்ககுமார் எங்கெயோ காய்கறி வாங்கி வந்து காயவெச்சி ஏன் விக்கிறீங்க. இவங்க இயற்கையா உற்பத்தி செஞ்சி தர்றதா சொல்றாங்க. மக்கள் ஒரு முறை வாங்கி சாப்பிட்டா மறுபடி வேற எங்கயும் வாங்க மாட்டாங்க. ஒங்களுக்கு நஷ்டம் வராம பாத்துக்கலாம். ஒங்களுக்கு வேற எதுவும் பிரச்சினைன்னா நேரா கலெக்டர் ஆபீசுக்கு வாங்க.''

``சரி... சார். நீங்க சொன்னா மீற முடியுமா?'' தங்ககுமாருக்கு கலெக்டர்கிட்ட எப்படி பேசணும்னு நல்லாவே தெரிஞ்சிருக்கு. நாளப் பின்ன ஏதாவது பிரச்சினைனா அங்கதான போகணும்.

பத்துப்பதினைஞ்சி வெள்ளரிப் பிஞ்சப் பறிச்சி தண்ணியில கழுவி

எடுத்துக்கிட்டு வந்தாரு சாம்பசிவம். அத கலெக்டரு, அவரு சம்சாரம், கூட வந்தவங்க எல்லார்கிட்டயும் கொடுத்தாரு. கலெக்டர் சம்சாரம் கைல வாங்கனதும் செல்லமுத்து வீட்டம்மாவ பார்த்தாங்க. எதையோ கேக்க வர்றாங்கன்னு புரிஞ்சிகிட்டு, "என்னன்னு?" கேட்டாங்க.

"கொஞ்சம் மிளகாய்பொடி கிடைக்குமா?" கலெக்டர் சம்சாரம் கேட்டதும் அவசரமா வீட்டுக்கு போனாங்க. அம்மியில கல்லுப்ப நுணுக்கி அதுல மிளகாத்தூளக் கலந்து ஒரு தட்ல வெச்சி வெள்ளரி பிஞ்ச நீளவாக்குல நறுக்கி அதயும் தட்ல வெச்சி கொடுத்தாங்க.

நாட்டு வெள்ளரி. நல்ல பிஞ்சு வெள்ளரி. இப்பத்தான் செடியிலேர்ந்து பறிச்சது. நறுக்கு நறுக்குனு நல்ல ருசி. அந்தம்மா ஒவ்வொரு துண்டா எடுத்து மிளகாப் பொடியில தொட்டுச் சாப்பிடறதப் பாக்கும்போது அவ்வளவு அழகா இருந்துச்சி. வழக்கமா மாங்காய சாப்பிடறத பார்த்தாதான் நாக்குல எச்சூறும். இவங்க வெள்ளரிப் பிஞ்சி சாப்பிடும் அழகுல பாக்குறவங்களுக்கு நாவூறிச்சி.

கலெக்டர் சம்சாரத்து மொகத்துல அவ்வளவு சந்தோசம். செல்லமுத்து மனைவியைக் கூப்பிட்டுச் சொல்லிட்டுக் கௌம்புனாங்க.

"வெள்ளரி பிஞ்சு சூப்பரா இருக்கு."

"இப்பதான் கொஞ்சம் காய்க்க ஆரம்பிச்சிருக்கு. நெறைய பிஞ்சு வெச்சதும் அவயம்பா அக்காகிட்ட கொடுத்து விடறேன்."

ஏதோ உறவினர்கள் வீட்டுக்கு வந்துட்டுப் போற உணர்வோட வழியனுப்பி வெச்சாங்க. வண்டி தூரத்துல போய் மறையுற வரைக்கும் வேடிக்க பாத்தாங்க.

"கலெக்டர் இப்ப என்ன சொன்னாருன்னு கேட்டீங்கல்ல. காய்கறி உற்பத்தி பண்ணிக் கொடுக்கணுமாம். விக்குறதுக்கு ஏற்பாடு செய்யறதாச் சொல்றார். நமக்கு இனி நெறைய வேல இருக்கு."

செல்லமுத்து சொல்லிக்கொண்டிருக்கும்போதே சொக்கலிங்கம் வேகமாக வந்தார். முகம் வியர்வையில் நனைந்திருந்தது. சைக்கிளை நிறுத்தி கீழே இறங்கியதும்,

"கலெக்டர் கௌம்பிட்டாரா?" என்றார்.

"ந்தா... இப்பதான் போறார்" என்றார் சாம்பசிவம்.

“அய்யைய்யோ... எப்படியாவது கலெக்டர் வரும்போது இங்க இருக்கணும்னு நெனைச்சேன். வர முடியாம போய்ட்டு. தெண்டத்துக்கு காசு போட்டு வாங்கி கட்டித் தீனி போட்டுகிட்ருக்குறேனே ஒரு பொலிகாள... கழிச்சல்ல போறது... இன்னிக்குக் காலையிலயா கயித்த அறுத்துக்கணும். அதத் தொரத்திப் புடிச்சிக்கிட்டு வந்து கட்டுறதுக்குள்ள போதும்போதும்னு ஆயிட்டு. கட்டிப்புட்டு அவசர அவசரமா சைக்கிள எடுத்துகிட்டு ஓடியாந்தேன்... அதுக்குள்ள கலெக்டர் போயிட்டாரு. நமக்கு கொடுப்பன அவ்வளவுதான்... நமக்காக கலெக்டர நிக்கவெக்க அவரென்ன நம்ம மச்சானா மாமனா...?”

கலெக்டர சந்திக்கமுடியாம போன ஆதங்கம். மூச்சுவிடாம பொலம்புனாரு.

“இப்ப என்ன நடந்துட்டுனு இப்படிப் பொலம்புறீங்க? கலெக்டர் வர்றாருனு போன் வந்தப்ப நானே நம்பல. சொன்னபடி அவரு வந்துட்டாரு. நல்லபடியா பேசினாரு. எளிமையான மனுசனாத்தான் இருக்காரு. இனி அடிக்கடி சந்திக்கலாம்னு சொல்லியிருக்காரு. அடுத்த தடவ அவரப் பார்க்குறப்ப கண்டிப்பா ஒங்களக் கூட்டிட்டுப் போறேன்.”

சமாதானப்படுத்துவதாக பேசினான் செல்லமுத்து. இருந்தாலும் அவர் சமாதானமாவதாக தெரியவில்லை.

“என்னதான் நாம மறுபடி அவரத் தேடிப் போனாலும் நம்மகிட்ட பேச நேரம் ஒதுக்குவாரா? நம்ம தேடி வந்தப்ப பாக்க முடியாம போயிட்டே!”

சொக்கலிங்கம் பக்கத்து ஊர்ல பெரிய விவசாயி. ஏக்கர்கணக்குல நெலமிருக்கு. அவரு நெனச்சா யாருமூலமாவது கலெக்டர நேர்ல பாக்கமுடியும். ஆனா குழி நெலமில்லாத நமக்கு கலெக்டர பாக்குற வாய்ப்பு கெடைச்சுதே. அதுவும் செல்லமுத்து நம்மள அறிமுகபடுத்தி வெச்சாரே. அப்படின்னு சாம்பசிவத்துக்கு உள்ளுக்குள்ள சந்தோசம்.

இப்ப செல்லமுத்து எதுவும் பதில் சொல்லல. சொக்கலிங்கம் அமைதியாயிட்டாரு. அடுத்தவங்க பேசுறத நிறுத்தனும்னா, மொதல்ல நாம பேசறத நிறுத்தனும்னு நல்லாவே தெரிஞ்சவன் செல்லமுத்து. கொஞ்ச நேரம் யாரும் பேசல. தரையையே பார்த்துகிட்டிருந்த சொக்கலிங்கம் அமைதியா ஆரம்பிச்சாரு.

“ம்... கலெக்டரு என்ன சொன்னாரு?”

“நம்ப மேல ரொம்ப நம்பிக்க வெச்சிருக்கதா சொன்னாரு. நமக்கு நெறைய வேல கொடுத்துட்டு போயிருக்காரு. கலெக்டர் இன்னும் ஆறுமாசத்துல காய்கறி தேவையானத உற்பத்தி பண்ணித் தருவோம்னு வியாபாரிகள்ட்ட சொல்லியிருக்காரு. நம்பமேல வெச்சிருக்க நம்பிக்கயக் காப்பாத்தணும். நாம மொதல்ல ஒரு பயிற்சி வகுப்புக்கு ஏற்பாடு பண்ணனும். அதுக்கு என்ன பண்ணலாம்னு பேசலாம். இப்ப எல்லாரும் இங்க ஒண்ணு கூடியிருக்கோம். இப்பயே அதப் பேசி முடிச்சிடலாம்” செல்லமுத்து சொல்லி முடித்தான்.

குருமூர்த்தி ஆரம்பித்தார்.

“தம்பி ஒங்களுக்கே தெரியும். நான் ரெண்டு மொற பெரசிடெண்ட்டா இருந்துருக்கேன். ஒரு தாசில்தாரப் பார்க்குறதுன்னாலே ரொம்ப செரமம். ஒரு கலெக்டர் அவருக்கு எவ்ளோ வேலயிருக்கும். அவரு நம்ம தேடி வந்திருக்குறாருன்னா அப்ப நாம ஏதோ செஞ்சிருக்கோம்னு தானே அர்த்தம்.”

பெரசிடென்ட் நாம நாமன்னு சொன்னதுல செல்லமுத்துக்கு கூடுதல் சந்தோசம். நம்ம கிண்டல் பண்ணவங்ககிட்ட நாம நின்னுட்டோம்னு நெனைச்சி சந்தோசப்பட்டான்.

குருமூர்த்தி தொடர்ந்தார்.

“இந்தப் பாருங்க தம்பி. இந்தப் பயிற்சி வகுப்பு அது இதெல்லாம் எனக்கு எதுவும் தெரியாது. என்ன பண்ணணும்னு நீங்க சொல்லுங்க அதுக்கான ஏற்பாட்ட பார்ப்போம். என்ன நாஞ்சொல்றது?”

முடிக்கும்போது சொக்கலிங்கத்த பார்த்தார். அவரும் அதை ஆமோதிப்பதுபோல தலையசைத்தார். அதற்குள்ள சாம்பசிவம் வீட்டுக்குள்ள எட்டிப் பார்த்தார்.

“பாப்பா... அந்த வெத்தலத் தட்ட கொஞ்சம் எடுத்துக் கொடுப்பா” என்றார்.

“வெத்தல இல்ல தீர்ந்து போயிடுச்சி. பெரியவள கடைக்கி அனுப்பியிருக்கேன். வந்ததும் தர்றேன்.”

செல்லமுத்துவின் மனைவியிடமிருந்து பதில் வந்தது.

“நாம உற்பத்தி பண்றது இயற்கையா இருக்கணும். அதுக்கு இயற்கை வெவசாயம், இயற்கை பூச்சு விரட்டி, இதெல்லாம் தெரிஞ்ச ஒருத்தர் வேணும். அதுக்கு தேத்தாகுடியிலேர்ந்து கொமரவேலு அண்ணனக் கூப்டுக்கலாம். நம்ம பசங்களுக்கெல்லாம் வியாபாரம் தெரிஞ்சா அவனுவளும் பொழைச்சிக்குவானுவொ. அதுனால சென்னையில ஆர்கானிக் கடைகளத் தொடர்ந்து நடத்திகிட்டிருக்க அனந்துவ கூப்பிட்டுக்கலாம். ஒரு ஏழெட்டு வருசத்துக்கு முன்னாடி அவரோட பயிற்சி வகுப்பு வேலூர்ல நடந்துச்சி. நூறு ரூவா பணங்கட்டி நான் பயிற்சியில கலந்துகிட்டன். நமக்கான ஆரோக்கிய உணவு எப்படி செய்யறதுன்னு சொல்லித்தர மண்வாசனை மேனகான்னு ஒரு அம்மா இருக்காங்க. அவங்களக் கூப்பிட்டுக்கலாம்.”

செல்லமுத்து சொல்லும் போதே சற்குணம் குறுக்க புகுந்து, “இவங்கெல்லாம் வகுப்பெடுக்க நாம பணம் கொடுக்கணுமா?”ன்னு கேட்டார்.

“இவங்கள்லாம் வந்துட்டுப் போறதுக்கு ஏற்பாடு பண்ணா போதும். வேற செலவில்ல. எல்லாரும் எனக்கு நல்லா தெரிஞ்சவங்கதான். அதனால நான் கூப்டா வருவாங்க. என்ன ஒண்ணு நாம கூப்பிடுற தேதியில அவங்க ப்ரீயா இருக்கணும். அவ்வளவுதான்.”

“தம்பி, இப்ப மத்த செலவெல்லாம் எவ்வளவாகும்?”

“பயிற்சிக்கு வர்றவங்களுக்கு ரெண்டு வேள குடிக்கவும் மத்தியானம் சாப்பிடவும் ஏதாவது கொடுக்கணும். அங்க குறிப்பெடுத்துக்குறதுக்கு பேனா நோட்டு கொடுக்கணும். பயிற்சி கொடுக்க வர்றவங்களுக்கு வந்து போகுற செலவு ஏதாவது ஒரு பரிசு கொடுக்கணும். நம்ம ஞாபகமா வெச்சுக்குவாங்க” செல்லமுத்து சொல்லிக்கொண்டிருக்கும்போதே சாம்பசிவம் குறுக்கிட்டார்.

“தம்பி மறக்காம வர்றவங்க போட்டுக்க வெத்தலபாக்கு வாங்கிக் கொடுக்கணும்.”

அவர் சொன்னதும் கூட்டத்துல இருந்தவங்கள்லாம் கொல்லுன்னு சிரிச்சிட்டாங்க. அதுல ஒரு எளந்தாரிப்பய, “தாத்தா வெத்தலபாக்கு வர்றவங்களுக்கா இல்ல ஒங்களுக்கா”ன்னதும் அவருக்கு வெக்கமா போச்சி. மூஞ்சியக் கோவமா வெச்சிகிட்டு, “அடேய் கூறுகெட்ட குப்பன் மவனே. நம்ம நாலுபேர கூப்டா வெத்தல பாக்கு

கொடுக்கறதுதானடா வழக்கம். அதெல்லாம் ஒங்களுக்கு எங்க தெரியப்போவுது?”

“இப்ப என்ன வெத்தல பாக்குதானே வேணும் அதயும் வாங்கிடுவோம். அதுல எவ்வளவு போயிடப் போவுது. அந்த எழவயும் வாங்கிடுவோம்” என்றார் சற்குணம். அவர் பேசும்போது அப்பப்ப எழவுங்குற வார்த்த கூட வந்துடும். அது அவர்கூட பொறந்தது.

“சரி எத்தன பேர கூப்பிடுறது? எப்படிக் கூப்பிடுறது? யார் யார கூப்பிடுறது? எங்க நடத்தறது? ஆகுற செலவ எப்படி சமாளிக்குறது?” பரமசிவம் கேட்டார்.

இப்ப செல்லமுத்து பேசணும். எல்லாரும் அவன் மொகத்த பாத்தாங்க. அவன் எல்லார் மொகத்தையும் பாத்தான்.

“நெழல் இருக்குற இடமாயிருந்தா நல்லாருக்கும். அதனால மாரிமுத்து அத்தான் வீட்டு மாந்தோப்பு சரியா இருக்கும்னு நெனைக்கிறேன்.”

சொல்லிட்டு மாரிமுத்த பாத்தான்.

“தாராளமா செஞ்சுக்கோங்க. ஒரு நல்ல விஷயத்துக்கு எங்க எடம் பயன்படுதுன்னா அத விட என்ன வேண்டியிருக்கு?”

மாரிமுத்தோட அப்பா பெரசிடென்ட்டா இருந்தவரு. ஊர்ல பல நல்ல விஷயங்க நடக்கக் காரணமா இருந்தவரு. அவரு புள்ளயாச்சே. அவரு ரத்தமாச்சே. மாரிமுத்து அப்படி சொன்னதும் எல்லோருக்கும் சந்தோசம்.

“வர்றவங்ககிட்ட கொஞ்சம் பணம் வாங்கிக்கலாம். யாரெல்லாம் பயிற்சிக்கு வர்றாங்களோ அவங்களுக்கு எவ்ளோ செலவாகுதோ அத அவங்ககிட்ட வாங்கிக்கலாம். அது செலவ சமாளிக்க ஒதவும்.”

“ஆமா. சரியாச் சொன்னீங்க தம்பி. ஒரு ஆளுக்கு எவ்வளவு வாங்கலாம்?”

சொக்கலிங்கம் கேட்டதும் செல்லமுத்து, “ஒரு வேள சாப்பாடு, ரெண்டுவேள குடிக்க ஏதாவது, நோட்டு பேனான்னு ஒரு ஆளுக்கு எரநூறு ரூவா வாங்கினா சரியா இருக்கும். அத வசூலிக்குறத சற்குணம் மாமா பாத்துக்கங்க.”

செல்லமுத்து சொன்னதும் அவரும் தலையாட்டிகிட்டாரு.

“இதிலேர்ந்து நமக்கு லாபம் எதுவும் வேண்டாம். அதுக்காக கைகாசும் போடக்கூடாது.”

“ஆமா தம்பி நம்ம உழைப்ப மட்டும் கொடுப்போம்.”

சொக்கலிங்கம் ஆமோதித்தார். தேதி முடிவானது. மக்களைக் கூட்டிவரும் பொறுப்பு இளைஞர் மன்றத்திடம் ஒப்படைக்கப்பட்டது. மற்ற வேலைகளைப் பட்டியலிட்டு பகிர்ந்து கொண்டனர்.

செல்லமுத்துக்கு வேலைகள் அதிகமானது. இதுவரை தனது தோட்டத்தில் மட்டும் வேலை செய்து கொண்டிருந்தவன், இப்போது சமூகத்துக்கான வேலையைக் கையில் எடுத்ததால் அவனுக்குக் கொஞ்சம் பயம் வந்தது. நாம் சொல்லுவதற்கு எல்லோரும் ஒத்துப் போகிறார்கள். இது தொடர வேண்டும். அப்போதுதான் எல்லாம் நல்லபடியாக நடக்கும். அன்றிரவு தூக்கம் பிடிக்கத் தாமதமானது. பக்கத்தில் படுத்திருந்த அவனது மனைவி,

“இன்னும் தூங்கலையா என்றாள்?”

“தூக்கம் வரலையே” என்றான்.

“நல்ல நாள்லயே ஒங்களுக்கு ஒழுங்கா தூக்கம் வராது. இப்ப தலைக்கு மேல வேலய இழுத்துப் போட்டுகிட்டீங்க. இனி தூங்குனாப்ளதான்.”

அவள் ஆதங்கத்தைக் கொட்டித் தீர்த்தாள். அவள் ஒரு சராசரி பெண். திருமணமாகி சென்னைக்கு வந்தபோது சென்னை வாழ்க்கையில் விவசாய வேலைகள் எதுவும் இல்லாமல் ஓய்வில் இருக்கலாம் என்று நினைத்து வந்தாள்.

அவள் ஆசைப்பட்டதுபோல் பெரிசா வேலை எதுவும் இல்லை. ஆனால் செல்லமுத்துவுக்கு ஒருநாளைக்கு ஒன்பது மணிநேர வேலை. தனியார் கம்பெனி. மெஷினில் வேலை செய்ய வேண்டும். சமயத்தில் ஓட்டியிருக்கும். ஷிப்டு பேசிக் வேலை. பெரும்பாலான நேரங்கள் கம்பெனியில் போய்விடும். வீட்டுக்கு வந்தால் வீட்டில் இருக்கமாட்டான். இலக்கிய நிகழ்வுகள், குறும்படங்கள் என்று வெளியில் சென்று விடுவான். அப்படியே வீட்டில் இருந்தால் நைட்ஷிப்டு முடித்து வந்து தூங்கிக்கொண்டிருப்பான்.

அவன் வீட்டில் இல்லாமல் அவள்மட்டும் தனியே இருப்பது ஆரம்பத்தில் அவளுக்கு பிரச்சினையாகத்தான் இருந்தது. ஆனால்

அது போகப்போக பழகிப்போனது. முதல் குழந்தை பிறந்ததும் குழந்தையுடன் நேரம் செலவிட்டதால் அவளுக்குத் தனிமையிலிருந்து விடுதலை கிடைத்தது. பின்னர் குழந்தையைப் பள்ளிக்கு அனுப்ப, அழைத்துவர எனக் கூடுதல் நேரம் செலவானதால் இப்போது செல்லமுத்து வீட்டில் இல்லாமல் சுத்துவது அவளுக்குப் பெரிதாக தெரியவில்லை.

இரண்டாவது குழந்தை பிறந்த பின்னர் அவளுக்கு நேரம் போதவில்லை. வீட்டு வேலைகளில் மூழ்கிப்போனாள். ஆனாலும் நான்கு சுவற்றுக்குள் அடைந்து செய்த வேலையையே திரும்பத் திரும்பச் செய்வதால் அவளுக்குக் கஷ்டமாகத்தான் இருந்தது. அதனால் கிராமத்துக்கு செல்லலாம் என்று அவன் சொன்னபோது காற்றாட இருக்கலாம் என அவன் சொன்னதை ஒத்துக்கொண்டாள்.

அவள் விருப்பப்பட்டபடியே கிராம வாழ்க்கை அவளுக்கு மகிழ்வாகவே இருந்தது. ஆனாலும் இரண்டு பெண் குழந்தைகளை வைத்துக்கொண்டு அவர்களுக்காக எதையும் சேர்க்காமல் பொதுவாழ்க்கைக்கு நேரம் ஒதுக்குவதில் அவளுக்கு இஷ்டமில்லை.

சென்னையில் இருந்தபோதும் வெளியில் சுற்றிக்கொண்டிருந்த அவன்மீதிருந்த அதே கோபம். ஆனாலும் கெட்ட வழியில் போகாமல் ஏதோ நல்ல விஷயம் செய்கிறார் எனும் திருப்தி. திருமணம் ஆனதிலிருந்து எதுகுறித்தும் கவலைப்படவைக்காமல் அவன் குடும்பம் நடத்துவதால் அவளுக்கு பிரச்சினை எதுவுமில்லை. எப்போதும் அவள் நிம்மதியாக தூங்குவாள்.

அடுத்தடுத்து என்ன செய்யலாம் என்று யோசித்தவாறே செல்லமுத்து தூங்கிப்போனான்.

பதின்மூன்று

செல்லமுத்துக்கு விவசாய ஆபீசர்கிட்டேர்ந்து மெசேஜ் வந்திருந்தது. வருகிற திங்கள்கிழமை குறைதீர்ப்பு முகாம் நடத்த ஏற்பாடாயிருக்கு. அன்னிக்கு கலெக்டர் உட்பட எல்லா அதிகாரிகளும் ஒரே எடத்துல இருப்பாங்க. வந்தா எல்லாரையும் பார்க்கலாம். கலெக்டர் சில பெயர்களக் குறிப்பிட்டுக் கூப்பிடச் சொன்னாரு. அதுல ஒங்க பேரும் இருந்துச்சி. செல்லமுத்துக்கு மெசேஜ் போட்டுவிடுங்கன்னு கலெக்டரே சொன்னாரு.

மெசேஜ்ச படிச்சதும் செல்லமுத்துக்கு ஆர்வம் அதிகமாச்சி. எப்படியாவது சொக்கலிங்கத்தையும் கூட்டிக்கிட்டு போகணும். வேற என்ன பண்ணலாம்னு யோசிச்சப்ப மன்றத்துப் பசங்களுக்கு வியாபாரம் செய்ய லோன் வேணும்னு கலெக்டர்கிட்ட கேட்கலாம்னு தோணுச்சி. வெறுமனே கேட்டா போதாது. ஒரு மனுவா எழுதிக் கொடுக்கலாம். வேற என்ன கேட்கலாம்னு யோசிச்சான். மொதல்ல இந்தத் தகவல எல்லார்கிட்டயும் சொல்லணும். சாம்பசிவத்துக்கிட்ட சொன்னாப் போதும். அவர்கிட்ட செல்போன் இல்ல. சீக்கிரமா அவருக்கு ஒரு செல்போன் வாங்கிக் கொடுக்கணும். மனசுல நெனைச்சிக்கிட்டான். சம்பத்து ஞாபகம் வந்தது. சாம்பசிவத்துக்குப் பக்கத்துவீட்டுக்காரர். சம்பத்துக்கு போன் போட்டான். அவர் எடுத்தார்.

“என்ன மாப்ள, வண்டியில போய்கிட்டிருக்கேன் சொல்லுங்க”என்றார் சம்பத். அரசியல் கட்சியொன்றில் சின்ன பொறுப்பில் இருக்கிறார். விவசாயத்தோடு கூடுதலாக வருமானத்துக்கு ஏதாவது செய்யவேண்டும் என ஆர்வம் கொண்டவர்.

இன்சூரன்ஸ் கம்பெனியொன்றில் ஏஜன்டாகவும் இருக்கிறார். மேடைப்பேச்சும் கவிதையும் வரும். அவர் செல்லமுத்துவை மாப்பிள்ளையென்றும், இவன் அவரை அத்தான் என்றும் அழைப்பது வழக்கம். இவனைவிட பத்து வயது பெரியவர்.

“அத்தான், சாம்பசிவம் சித்தப்பாகிட்ட பேசணும்.”

“சரி. மாப்ள... இன்னும் செத்த நேரத்துல வீட்டுக்குப் போய்டுவேன். போனதும் கூப்பிடுறேன்.”

“கூப்பிட வேண்டாத்தான், அடுத்த வாரம் குறைதீர்க்கும் முகாமுக்கு கலெக்டர் ஏற்பாடு செஞ்சிருக்கார். அது சம்பந்தமா பேசணும். அவர கொஞ்சம் வீட்டுக்கு வரச்சொல்லுங்க.”

“சரி மாப்ள... சொல்லிடறேன்.”

★★★

கொல்லையில இருந்தான் செல்லமுத்து. கொம்புட்டி பிஞ்சு வெச்சிருந்தது. பறிக்காம விட்ட வெள்ளரிப் பிஞ்சு பெருத்திருந்தது. முத்திப் பழுத்து வெடிச்சா, தோலையும் வெதையையும் எடுத்துட்டு சதைய நல்லா கையால கரைச்சிவிட்டு வெல்லத்த நசுக்கி போட்டு மதியானம் உச்சி வெயில்ல சாப்டா அப்பப்பா... அதே மாதிரிதான் கொம்புட்டியும் நல்லா பழுத்தத எடுத்து, சின்ன சதுரமா வெட்டி எடுத்துட்டு உள்ள சீனியப் போட்டு மூடி வெச்சிடணும். நைட்டு அதுமாதிரி செஞ்சி வெச்சிட்டு காலையில எழுந்து அத எடுத்துப் பாத்தா சதை சீனியோட கரைஞ்சி தண்ணியா இருக்கும். அதளடுத்துக் குடிச்சா அப்பப்பா ஜில்லுன்னு அவ்ள ருசியா இருக்கும். ஆனா அதுங்க பழுக்குற வரைக்கும் அதப் பாதுகாக்குறது ரொம்ப ரொம்ப முக்கியம். மாடு தின்னுட்டு போட்ட வக்கோல கூட்டி நேம்புனாப்புல, கொஞ்சம் நல்ல வைக்கலா எடுத்து ஒவ்வொரு வெள்ளரிகாய்க்கும். கொம்புட்டி காய்க்கும் கீழ போட்டுக்கிட்டிருந்தான்.

வெயில்ல மண் சூடாகுறப்ப காய் வெந்து போய்டும். கீழ வைக்கோலாவது, ஈக்கி கிழிச்ச பின் கெடைக்கும் ஓலையாவது, போட்டு வைக்குறது ஊரு வழக்கம்.

கொடிக்கிடையில கெடக்குற காயாப் பாத்துக் கீழ கூளத்தப் போடுறது பெரிய வேல. காயும் பச்சையா இருக்கும். கொடியும் பச்சையா

இருக்கும். கொல்ல முழுக்க கொடி கெடந்தா எடவெளியிருக்கும். கடலக்கெடையில ஓரமா போட்டிருக்குறதால அடர்ந்து படர்ந்திருக்கு. காயப் பாத்துப் பாத்து கூளத்த போட்டுகிட்டிருந்தான்.

அப்பப் பாத்து சாம்பசிவம் வந்து சேர்ந்தாரு.

"என்ன தம்பி என்ன பண்றீங்க?"

"வாங்க... வாங்க.. வெள்ளரியும் கொம்புட்டியும் கொஞ்சம் பெருத்துட்டு அதான் வைக்கக்கூளத்த வெச்சி பத்துப் போட்டுக்கிட்டிருக்கேன்."

"சொல்லிவுட்டா நானும் வந்து ஓதவிபண்ண மாட்டனா? ஏந்தனியா கஷ்டப்படுறீங்க? கிருஷ்ணப்பாவ பாக்கப் போயி ஒருவாரமாகுது. சொல்லிவுட்டிருந்தாரு. அதான் போயி அவர்கிட்ட பேசிகிட்டிருந்துட்டு வந்தேன். சம்பத்து தம்பி நீங்க போன் பண்ணதா சொல்லிச்சி. கெளம்பி இங்க வந்துட்டேன்."

"அதான்... கலெக்டர் குறைதீர்ப்பு முகாம் நடத்துறாராம். மெசேஜ் அனுப்பியிருக்காங்க. வர்ற திங்க கெழம.. எல்லாருமா போனா நல்லாருக்கும்."

"கண்டிப்பா போகலாம். என்ன பண்ணணும் சொல்லுங்க."

"யாரக் கூட்டிக்கிட்டு போலாம்?"

"தம்பி சொக்கலிங்கத்தக் கூட்டிக்கலாம். அவர்தான் கலெக்டர பாக்கணும்னு சொன்னாரு."

"ஆமா... அப்படியே நம்ம மன்றத்து பசங்களையும் கூட்டிட்டு போகலாம். அவங்களுக்கு சில கருவிங்க வாங்குறதுக்கு லோன் கேக்கலாம்."

"சரி வேற யாரக் கூப்பிடலாம்?"

"வேற யாரக் கூப்பிடணும்?"

"வேற யாரயும் கூப்பிட வேண்டிய அவசியமில்ல தம்பி. நம்ம மனு எதுவும் கொடுக்கப்போறதில்ல. அந்த பசங்க லோன் விஷயமான்னா அவங்கள மட்டும் கூட்டிக்குவோம். தேவையில்லாம எதுக்குக் கூட்டம் கூட்டிக்கிட்டு?"

"அதுவுஞ்சரிதான். இல்ல சொல்லாம போயிட்டோம்னு யாரும் வருத்தப்படகூடாதுல்ல."

“தம்பி அவங்களுக்கு எதுவும் வேல இருந்தாத்தான் யாரும் வரணும்னு நெனைப்பாங்க. பசங்கள மட்டும் கூட்டிட்டுப் போங்க. சொக்கலிங்கமும் கூட வரட்டும். யாராவது ஏதாவது கேட்டா நான் பாத்துக்கறேன்.”

“சரி அப்ப பசங்கள வரச்சொல்லுங்க. அவங்ககிட்ட கொஞ்சம் பேசணும்.”

“சரி தம்பி. சொக்கலிங்கத்துக்கிட்ட சொன்னா கூட்டிகிட்டு வந்திடுவாரு. நான் சொல்லிடுறேன். அவரு வரும்போது அவரு நம்பர வாங்கி வெச்சிக்குங்க. ஒவ்வொரு மொறயும் நேராப் போக முடியாதுல்ல.”

“சரி… சரி… இந்த ஒரு தடவ மட்டும். கொஞ்சம் கூட்டிட்டு வாங்க.”

“சரி தம்பி. அப்படியே ரெண்டு கொம்பட்டி பிஞ்சு பறிச்சி கொடுங்க. வீட்ல கொண்டு போய் சமைக்கச் சொல்றேன்.”

“கொம்புட்டி பிஞ்சுல சமைக்கலாமா?”

“என்ன இப்படிக் கேட்டுட்டீங்க. அதுல கொத்துக்காயின்னு ஒண்ணு செய்வா ஒங்க சின்னாயி. அவ்ளோ ருசியா இருக்கும். ஒடம்புக்கும் குளிர்ச்சி.”

“அப்புடியா? அது எப்படிச் செய்யறது.”

“கொம்புட்டி பிஞ்சி இருக்குதுல்ல. அத தோல் சீவி சின்னச்சின்னதா நறுக்கிக்கணும். புழுங்க அரிசியும் காராமணிப் பயறும் சம பங்கு எடுத்து வாசம் வர்ற வரைக்கும் வறுத்துக்கணும். இப்ப இதெல்லாம் ஒண்ணா ஒரு மண் பானையில போட்டு, தேவையான உப்பப் போட்டு நெறைய தண்ணி விட்டு வேகவைக்கணும். நல்லா வெந்ததும் எடுத்து மூடி வெச்சிடணும். ராவுக்கு வெச்சிட்டம்னா காலையில எடுத்து கைய விட்டு கலக்கிக் குடிச்சம்னா குளுகுளுன்னு இருக்கும். குடிச்சி ரண்டு மணிநேரத்துக்கு அடிக்கடி ஒண்ணுக்குப் போவும். ஒடம்பு குளுந்து போனது நல்லாத் தெரியும். நீங்க ரெண்டு பிஞ்சி எடுத்துட்டு வாங்க இன்னிக்கு நைட்டே செஞ்சிடுவோம். நாளைக்கு காத்தாலையில சாப்பிடலாம்.”

செல்லமுத்து ரெண்டு கொம்புட்டி பிஞ்சப் பறிச்சிக்கிட்டு வந்து அவர்கிட்ட கொடுத்தான். நாளைக்குப் புதுசா ஒண்ணு சாப்பிடப்போற சந்தோசம். ரெண்டு பேரும் வீட்டுக்கு வந்தாங்க. வீட்டு வாசல்ல

சொக்கலிங்கம் ஒக்காந்திருந்தார்.

ரெண்டு பேருக்கும் ஒரே இன்ப அதிர்ச்சி. ரெண்டு பேரும் ஒருத்தர ஒருத்தர் பாத்து சிரிச்சாங்க.

“என்ன ரெண்டு பேரும் சிரிக்கிறீங்க?” சொக்கலிங்கம் கேட்டார்.

“ஒங்கள கூட்டிவரதான் பேசிக்கிட்டிருந்தோம். நீங்களே வந்துட்டீங்க. அதான் சிரிச்சோம்.”

“என்ன விசேஷம் என்னைய தேடிக்கிட்டு?” சொக்கலிங்கம் கேட்டார்.

“வர்ற திங்ககெழம கலெக்டர் ஆபீசுக்குப் போறோம். நீங்க கலெக்டரப் பார்கணும்னு சொன்னீங்களா ஒங்களையும் அழைச்சிக்கிட்டு போலாம்னுதான். கலெக்டர் குறைதீர்ப்பு முகாம் நடத்தறார். அழைப்பு வந்திருக்கு. அதான்.”

“ம்... போலாம்.. வேற யாரெல்லாம் வர்றாங்க?” சொக்கலிங்கம் ஆர்வமாக கேட்டார்.

“நாம மட்டும்தான். கூட மன்றத்து புள்ளைவொள கூட்டிட்டு போலாம்னு இருக்கோம். அவங்களுக்கு கொஞ்சம் லோன் கேட்கலாம்னு இருக்கேன்.”

“பசங்ககிட்ட பேசிட்டீங்களா?”

“இல்லையே.”

“இப்பத்தான் அதப்பத்தி பேசிக்கிட்டிருந்தோம். அவங்கள கூப்பிட முடியுமா?”

“ப்பயே கூப்பிடலாம். கழுத கெட்டா குட்டிச்சுவரு. எல்லாரும் எங்கயாவது ஒண்ணாத்தான் சுத்திகிட்டிருப்பானுவோ. ஒருத்தன கூப்பிட்டாப் போதும். வந்துடுவானுவோ” சொல்லிட்டு போன் எடுத்தார். யாரையோ அழைத்தார்.

“எங்கப்பா இருக்கிய. அப்படியே எல்லாரும் செல்லமுத்து தம்பி வீட்டுக்கு வர முடியுமா?” போனைக் காதிலிருந்து எடுத்தார்.

“இன்னும் அரமணி நேரத்துல வந்துருவானுவோ.”

பசங்க வரட்டும்னு காத்துகிட்டிருந்தாங்க.

“ஏங்க… போன்…”

செல்லமுத்துவின் மனைவி போனைக் கொண்டுவந்து கொடுத்தாள். வாங்கிப் பார்த்தான். உத்தம சோழன்னு இருந்தது. திரும்ப அழைத்தான்.

“ஐயா… வணக்கம்.”

“வணக்கம் தம்பி. நல்லாருக்கீங்களா?”

“நல்லாருக்கேன் ஐயா.”

“சரி… ஒங்கள ஒரு பேட்டி எடுக்கணும்னு கேட்டிருந்தேன். வெதச்சிருக்குற பயிரெல்லாம் கொஞ்சம் வளரட்டும்னு சொன்னீங்க. பயிரெல்லாம் வளந்துட்டுதா? எப்ப ஒங்கள சந்திக்க வரலாம்?”

“ம். ஐயா தாராளமா வரலாம். எல்லாம் நல்லாவே வளந்திருக்கு. வரும்போது ஒரு போன் பண்ணிட்டு வாங்க. அப்பதான் நான் வீட்ல இருக்க சரியா இருக்கும்.”

“சரி தம்பி… நான் வரும்போது ஃபோன் பண்ணிட்டு வர்றேன். ஒங்கூர்ல சம்பத்துன்னு ஒரு தம்பி இருக்குல்ல… அந்தப் பையன் நமக்குத் தெரிஞ்சவர்தான். அவர் வீட்டுக்கு ஏற்கனவே வந்திருக்கேன். அங்க வந்துட்டு, அவரக் கூட்டிக்கிட்டுத்தான் வருவேன்.”

“சம்பத்தத்தான ஒங்களுக்குத் தெரியுமா?” சம்பத்து தனக்கு மிக நெருக்கமானவர் என்பதை தெரிவிக்கவே அந்த ‘சம்பத்தத்தான்’.

“ம்… நல்லாவே தெரியும்… அவர் நம்ம பத்திரிகைக்கு கவிதையெல்லாம் அனுப்பியிருக்காரு. நம்ம புத்தகத்துல வந்துருக்கு. அவரு கிராமிய பாடல்களத் தொகுத்து வெச்சிருக்காரு. அத நம்ம பதிப்பகம்தான் புத்தகமா போட போகுது. மீனவ கிராம மக்கள் மீன் பிடிக்கப்போகும்போது அவங்க பாடுற பாட்டெல்லாம் கொஞ்சம் சேகரிச்சி கொடுத்தது. அப்ப மீனவ கிராம மக்கள சந்திக்க அங்க வந்திருந்தேன். அப்ப சம்பத்து தம்பி வீட்டுக்குத்தான் வந்தேன்.”

“சரிய்யா. நீங்க நேரம் கிடைக்கும்போது வாங்க.”

“நல்லது தம்பி… வெச்சிடட்டா?”

“ம்… நல்லதையா வெச்சிடுறேன்” செல்லமுத்து போனை மனைவிகிட்ட கொடுத்தான்.

“யார் தம்பி அது?” சாம்பசிவம் கேட்டார்.

“பேரு உத்தமசோழன்... திருத்துறைப்பூண்டிக்குப் பக்கத்துல இருக்காரு. கிழக்கு வாசல்னு ஒரு மாதப்பத்திரிகை நடத்துறார். நம்ம ஊர்பக்கம் உள்ள முக்கியமானவங்களப் பத்தி நெறைய எழுதறார். என்னைய பேட்டி எடுக்க வர்றாராம்.”

“ஓங்கள எப்படித் தம்பி அவருக்குத் தெரியும்?”

“நம்ம ஊர்லேர்ந்து ஒருபத்திரிக வர்தேன்னு தெரிஞ்சிக்கிட்டு மெட்ராசில இருந்தப்ப கவித எழுதி அனுப்பினேன். அவருக்கும் அது புடிச்சிப் போயி அவரு பத்திரிகையில போட்டாரு. அப்படி பழக்கம். நம்ம சம்பத்து அத்தானுக்கும் ரொம்ப பழக்கம். அவருதான் என்னப்பத்தி சொன்னாருன்னு ஒருநாள் ஃபோன் பண்ணிப்பேசினார். அப்ப நாம கடல வெதச்சிருந்தோம். அது வளரட்டும்னு சொல்லியிருந்தேன். அதான் வரலாமான்னு கேக்குறார்.”

“தம்பி நீங்க கவிதல்லாம் எழுதுவீங்களா? எங்க நீங்க எழுதன கவித இருந்தா ஒண்ணு காட்டுங்க...”

சொக்கலிங்கம் ஆர்வமாகக் கேட்டார். செல்லமுத்து உள்ளே திரும்பிப் பார்த்தான். இவர்கள் உரையாடலைக் கேட்டுக்கொண்டிருந்த அவன் மனைவி அடுக்கியிருந்த புத்தகங்களில் அவன் கவிதை வந்த புத்தகத்தைத் தேடிக்கொண்டிருந்தாள்.

இவளுக்கு ஒரு நோய். ஏதாவது பேப்பர், புத்தகத்தைக் கொடுத்தா தொலைச்சிட்டு, திரும்பக் கேக்கும்போது எல்லாத்தையும் அள்ளிப் போட்டுத் தேடிகிட்டிருப்பா. கரன்ட் பில், ஆதார் கார்டு, பள்ளிக்கூடத்துல பணங்கட்டுன ரசிது, மளிக கட ரசீது இப்படி எல்லாமே கேட்டதும் கெடைக்காது. வெச்ச எடம் மறந்துடும். வீட்டு ஹால்ல ஒரு ரேக் நெறைய புத்தகம் இருக்கும். அதுல எங்கயாவது வெச்சிட்டுத் தேடுறது வழக்கம்.

செல்லமுத்துக்குப் பல தடவ அவசரத்துக்குக் கேட்ட ரசீது கெடைக்கலன்னு கோவம் வந்துருக்கு. கத்திருக்கான். இருந்தாலும் அவ ஞாபகமா எந்த ரசீதையும் எடுத்துத் தந்ததில்ல. சரி இது ஒத்து வராது. இனி எந்தக் காகிதத்தையும் அவகிட்ட கொடுக்கக்கூடாது. நம்மளே வெச்சிக்கணும்னு நெனைச்சான்.

அடுத்ததா பசங்களுக்குக் கோட லீவு வந்தது. ஒருவாரம் ஊருக்கு போகணும்னு அடம்புடிச்சாங்க. சரி. மூணு பேரும் ஒரு வாரம் ஊருக்குப் போய்ட்டு வாங்கன்னு சொல்லி, ஊருக்கு போக டிக்கட்டு ரிசர்வு பண்ணி கொடுத்தான். கோயம்பேடு பஸ் ஸ்டாண்டுலேர்ந்து போன் பண்ணுறாங்க. ரிசர்வேசன் கூப்பன வீட்லேயே வெச்சிட்டோம்னு. அவன் ரிசர்வேசன் கூப்பனக் கொடுத்து அத ஒரு போட்டோ எடுத்து வெச்சிக்கோங்கன்னு சொல்லியிருந்தான். அதுவும் செய்யல.

நல்லகாலம். அவன் அத போட்டோ எடுத்து வெச்சிருந்தான். பெரியவளுக்குப் பள்ளிக்கூடத்துல சொன்னாங்கன்னு அந்த வருசம்தான் டச் போன் வாங்கிக் கொடுத்திருந்தான். அந்த கூப்பன அவளுக்கு அனுப்பி அதக் காட்டிட்டு ஊருக்குப் போனாங்க.

இன்னொரு தடவ தகுதி தேர்வு எழுதக் கௌம்பி போய்ட்டா. நைட் ஷிப்டு முடிச்சிட்டு வந்து செல்லமுத்துதான் போய் பஸ் ஏத்தி விட்டுட்டு வந்தான். அவள அனுப்பிட்டு சாப்டுட்டு தூங்கலாம்னு படுத்தான். கண்ணச் சொருகிச்சி. போன் அடிக்குது. வழக்கமா நைட் ஷிப்டு பாத்துட்டு வந்தா போன அவகிட்ட கொடுத்துட்டு தூங்குவான். இன்னிக்கு அவ எக்ஸாம் எழுத போயிட்டதால தலமாட்டுல ஃபோன் இருந்ததது. போன எடுத்தா அவதான்.

“என்னங்க?”

குரல்ல ஒரு பதட்டம். செல்லமுத்து என்னமோ ஏதோன்னு பயந்துகிட்டே.

“சொல்லு”ன்னான்.

“ஹால்டிக்கட்ட வீட்ல வெச்சிட்டு வந்துட்டேன். எடுத்து மேசமேல வெச்சத மறந்துட்டேன். மேசமேலதான் இருக்கு. இப்ப என்ன பண்றது. திரும்பி வரட்டுமா?”ன்னு கேட்டா. செல்லமுத்துக்கு கோவம் தலைக்கேறிபோச்சு. ஒன்னு கத்துனான்.

“நைட் ஷிப்டு பாத்துட்டு வந்து நிம்மதியாத் தூங்க விடுறியா? சரி...சரி... நீ பஸ்லயே போ. எக்ஸாம் நடக்குற பள்ளிக்கூடத்துக்குப் போறதுகுள்ள நான் அங்க வந்துடுவன். நான் எடுத்துக்கிட்டு வந்துடறேன்.”

சொல்லிட்டு அவசர அவசரமா பைக்க எடுத்துகிட்டுப் போய் அவ எக்ஸாம் எழுதுற பள்ளிக்கூடத்து வாசல்ல நிக்கிறான் அதுக்கப்பறம்தான்

அவ வந்து சேர்ந்தா. ஹால் டிக்கட்ட கொடுத்துட்டு வீட்டுக்கு வந்தான். வீட்டுக்கு வந்ததும் தூங்கி எழுந்தான். என்ன பண்ணலாம் இவள. இவகிட்ட பொறுப்பா கொடுத்தா தொலைச்சிடுறான்னுதான் இவகிட்ட எதையும் கொடுக்கிறதில்ல. அதுக்காக பஸ் டிக்கட்டயும். ஹால்டிக்கட்டையும் நம்மளா வெச்சிக்க முடியும் போறவங்கதான வெச்சிக்க முடியும். இவள மாத்துறதுக்கு ஏதாவது பண்ணனும். தலைய பிச்சிக்கிட்டு யோசிச்சான். ஒரு ஐடியா கெடைச்சது. அது சரியான ஐடியாவான்னு அவனுக்குத் தெரியல. ஆனாலும் அவள மாத்தறதுக்கு ஏதாவது செஞ்சே ஆகணும்.

வேலைக்குக் கௌம்பும்போது ஒரு நோட்டு பேனாவ எடுத்தான். ‘இனி எதையும் தொலைக்க மாட்டேன். பத்திரமாக ஞாபகமாக வைத்திருப்பேன்’ன்னு எழுதினான். அவ கையில கொடுத்தான்.

“இதப் பாத்து இதே மாதிரி நூறு தடவ எழுதணும்னு சொல்லி அவகிட்ட கொடுத்துட்டு வேலைக்கு போயிட்டான். நைட் ஷிப்டு முடிஞ்சி காலையில வீட்டுக்கு வந்தான். நல்ல தூக்கக் கலக்கம். ஏதாவது கொஞ்சம் வயித்துக்குக் கொடுத்துட்டு நல்லா தூங்கலாம்னு யோசிச்சிக்கிட்டே வீட்டுக்குள்ள வந்தா, செல்ப்ல இருந்த புத்தகமெல்லாம் கூடத்துல பரப்பியிருக்கு. எதையோ மும்முரமா தேடிகிட்டிருக்கா.

“நல்லாப் பசிக்குது. சாப்பிட என்ன இருக்கு? சாப்டுட்டு தூங்கணும். என்ன தேடிகிட்டிருக்க?” கோவமா கேட்டான்.

“நேத்தைக்கு வேலைக்கு போகும்போது ஒரு நோட்டு கொடுத்துட்டு போனிங்கல்ல.” அவ சொல்லி முடிக்கல.

“ஆமா. அத எழுத மறந்துட்டியா... நீ எப்ப நான் சொன்னத ஒழுங்கா செஞ்ச?”ன்னு செல்லமுத்து கத்த ஆரம்பிச்சிட்டான். அவனுக்கு விடிய விடிய வேல பாத்துட்டு வந்த அசதி.

“இ...ல்...ல... நூறு தடவ எழுதிட்டேன். ஆனா எழுதுனத எங்கயோ வெச்சிட்டேன்”னதும் கோவத்த மறந்து சிரிச்சிட்டான்.

“ம்... எங்க அப்பா அடிக்கடி சொல்வாரு சென்மத்தோட பொறந்தத செருப்பாலடிச்சாலும் போகாதுன்னு. நீ அந்த நோட்ட பத்திரமா வெச்சிருந்தாதான அது ஆச்சரியம். பஸ்ட் எனக்கு நீ சாப்பிட ஏதாவது கொடு. நான் தூங்கணும். அப்பறமா தேடு”ன்னு சொன்னான்.

★★★

மன்றத்துப் பசங்க வந்து சேந்தாங்க.

“வாங்கடாப்பா... ஒக்காருங்கடா.”

சாம்பசிவம் சொன்னதும் எல்லாரும் முன்கொட்டாவையில இருந்த குட்டச் சுவத்துல ஒக்காந்தாங்க.

“என்ன தாத்தா வெறுவாயோட இருக்கீங்க. வெத்தலபாக்கு கெடைக்கலையா” ஒருத்தன் கிண்டலடிச்சான்.

“ஏலேய்... என்னையக் கிண்டல் பண்ணலன்னா ஒங்களுக்கு தூக்கம் வராதே.”

மன்றத்துப் பசங்களுக்கும் சாம்பசிவத்துக்கும் நல்ல உறவு உண்டு. அவனுங்க எப்போதும் அவரக் கிண்டல் பண்ணுறதும் அவரு அத சீரியசா எடுத்துக்காததும் தொடருது.

★★★

செல்லமுத்து எழுந்து போனான். அடுக்கியிருந்த புத்தகத்தில் பார்வையை மேயவிட்டான். கொஞ்சம் எக்கி புத்தக அலமாரியில் உயரத்தில் இருந்த ஒரு புத்தக கட்டை எடுத்தான். கீழே போட்டான் அதிலிருந்து தூசு பறந்தது. ஒரு பழைய துணியை எடுத்துப் புத்தகத்தின் மீது தட்டினான்.

பின்னர் ஒவ்வொரு புத்தகமாகப் புரட்டினான். ஒரு புத்தகத்தை வெளியில் எடுத்தான். அதன் அட்டையில் ‘அப்பாவின் மண்வெட்டி’ என பேனாவால் எழுதி வட்டமிடப்பட்டிருந்தது. அந்தப் புத்தகத்தை எடுத்து புரட்டினான். அதில் ஒரு பக்கத்தை எடுத்ததும் சாம்பசிவம் புத்தகத்தைப் புடுங்கி கொண்டார்.

“தம்பி நான் படிக்கிறேன்.”

“சத்தமாப் படிங்க எல்லாரும் கேப்போம்” என்றார் சொக்கலிங்கம்.

படிக்க ஆரம்பித்தார்.

அப்பாவின் மண்வெட்டி

- வானவன்

சதுரமாய்,
இடுப்பளவில் தோண்டப்பட்டிருக்கும் குழி.

பிருஷ்டம் தெரியும் கோவணத்தோடு,
மக்கிய எரு, சாம்பல், சீரான அடுக்குகளாக்கி மண்தூவி
பாத்தியமைப்பார் அப்பா.
பதியத்தில் இருந்து கத்தரி, வெண்டை, மிளகாய் எனப் பதித்து
வைப்பார் பாத்தியில்.
முறுக்கிய சதைத்திரட்சியோடு இரு கரங்களிலும் மண்குடம் கொண்டு
நீர் இறைப்பார்.
வளர்ச்சியைக் கவனிக்க வலம்வருவார் ஒவ்வொரு நாளும்
அவர்களிடத்தில்.
பருவப்பெண்ணின் மலர்ச்சிகளோடு பூத்துக்குலுங்கும் அவையாவும்.
பனை நாரால் வெய்யப்பட்ட பந்தலில் என் உயரம் பார்த்து சிரிக்கும்
புடலை
கொடிகளில் எட்டிப்பார்க்கும்.
பச்சைக்கிளிகளை ஒத்த பீர்க்கை.
முருங்கையை இறுகத்தழுவியபடி
காய்த்துக்குலுங்கும் அவரை.
அறுவடைசெய்த இவற்றை
அடுக்கி வைப்பார்.
அழகாகக் கூடையில்.
தேங்காய்ப்பூ துண்டைச் சும்மாடாக்கி, வேர்வைக்கசிவோடு
மும்மயிலுக்கு அப்பால் தூக்கிச்செல்வார் சந்தைக்கு.
திரும்பும்போது, வெல்லம், டீதூள் என உருமாறியிருக்கும்
அவையாவும்.
இன்று பிளாஸ்டிக் பையில்,
நான் வாங்கிவரும் பீன்ஸையும் பீட்ரூட்டையும் பார்த்து சிரிக்கிறது.
துருபிடித்துப் போன என் அப்பாவின் மண்வெட்டி.

★★★

அழகா, அமைதியா, சத்தமா படிச்சாரு சாம்பசிவம். அவருடைய குரலில் அந்தக் கவித இன்னும் அழகாகவும் கம்பீரமாகவும் இருந்தது.

"அப்பாவ அப்படியே கண்முன்னே கொண்டு வந்துட்டீங்க புள்ள" சொக்கலிங்கம் சொன்னார்.

"ஓ... வெவசாயம் செய்யறதயும் இப்படி அழகா எழுதமுடியுமா. நான் கவிதன்னா மானே... தேனேன்னு... எனக்க மொனக்கையா

போட்டு எழுதறதுன்னு நெனைச்சிக்கிட்டிருந்தேன்.”

மன்றத்துப் பையன் ஒருத்தன் சொன்னதும் எல்லாரும் சிரிச்சிட்டானுங்க.

“மறுபடியும் நம்ம ஊர்ல இந்த கவிதயில எழுதியிருக்குறமாதிரி காய்கறியெல்லாம் காய்க்கணும்.”

மன்றத்துப் பையன் இன்னாருத்தன் சொல்லி முடிச்சான். அத கேக்குறதுக்கு செல்லமுத்துக்கு சந்தோசமா இருந்தது.

“சரி புள்ள இவனுவொள எதுக்கு வரச்சொன்னீங்க? அவனுவொகிட்ட கொஞ்சம் வெவரம் சொல்லுங்க.”

சொக்கலிங்கம் சொன்னதும் பசங்க செல்லமுத்துவ பார்த்தாங்க.

“ஒண்ணும்ல... நாம அன்னிக்கி விவசாயம் சார்ந்த தொழில் செய்யிறதப்பத்தி பேசிகிட்டிருந்தம்ல. இப்ப கலெக்டர் ஆபீசிலேர்ந்து அழைப்பு வந்திருக்கு. அவங்க குறைதீர்ப்பு முகாம் நடத்துறாங்க. நாமளும் கலந்துக்கலாம். நமக்கு என்ன வேணுமோ அதக் கேக்கலாம்.”

“குறைதீர்ப்பு முகாம்னா மாவட்ட அளவில நடத்துவாங்கல்ல. அதுல நமக்கு முக்கியத்துவம் கொடுப்பாங்களா?” அதுல ஒரு பையன் கேட்டான்.

“ஞாயமான கேள்விதான். ஆனா அன்னிக்குதான் எல்லா அதிகாரியும் ஒண்ணா இருப்பாங்க. நாம கேக்குற விசயத்துக்கு ஒருபதில் கெடைக்கும். அதோட அவங்களே நமக்கு அழைப்பு விடுத்துருக்காங்க. அதனால போய் சில கோரிக்கைகள வெக்கலாம்.”

செல்லமுத்து பேசுவத ஆர்வத்தோட கேட்டுகிட்டிருந்தானுங்க.

“நம்ம பகுதியில கடல தேங்கா நெறைய வெளையுது. அதனால ஒரு செக்கு போட்டா நாமளே எண்ணெய ஆட்டி விக்கலாம். அதயும் பாட்டில்ல அடைச்சி விக்கலாம். அதுக்கு ஒரு கம்பெனிய உருவாக்கலாம். அதுக்காக லோன் கேக்கலாம்.”

அவன் சொல்லிக்கொண்டிருக்கும் போதே ஒருவன் குறுக்கிட்டான்.

“ஆமாண்ணா. நம்ம மணி மாமா ரொம்ப நாளா செக்கு மெசினு ஒண்ணு வாங்கிப் போடணும்டான்னு சொல்லிகிட்டிருக்காரு. அவருகிட்ட எடமும் இருக்கு. அவரு ஏற்கனவே ராசேந்திரன் செட்டியார்கிட்ட போய் இத பத்தி கேட்டுக்கிட்டிருந்தாரு. அதனால

அவரயே எடுத்து நடத்த சொல்லலாம். அவரு புள்ளையும் நம்ம மன்றத்துலதான் இருக்கான்.

அவனும் டிகிரி முடிச்சிருக்கான். நம்ப ராசேந்திரன் செட்டியாரு பல தடவ அவனக் கூப்புட்டு செக்கு ஓட்டச் சொல்லிக் கொடுத்திருக்காரு...

“நம்ம ஆரோக்கியத்து மவன் ரெக்குஸ்ல்ல.”

சாம்பசிவம் குறுக்கிட்டதும் ஒருவன் கிண்டலா, “என்னாகுஸு தாத்தா” என்றான். எல்லாரும் கொல்லுன்னு சிரிச்சாங்க.

“ஏய் கயவாளி பயமவனே... சொல்ல வந்தத கேக்காம என்னடா கிண்டல் வேண்டிக் கிடக்கு? இங்க பாருங்க தம்பி. இவனுங்களுக்கு என்னைய கிண்டல் பண்றதே வேலையா போய்ட்டு” சாம்பசிவத்த சமாதானப்படுத்தினான் செல்லமுத்து.

“விடுங்க. எல்லாம் நம்ம புள்ளைவோதானே... மாட்டுத்தொழுவத்துல ஏசுநாதர் பிறந்திருந்தாரில்லையா... அப்ப வானத்துல புதுசா ஒரு நட்சத்திரம் தெரிஞ்சிச்சி. அப்ப வானத்துல நட்சத்திரங்கள ஆய்வு பண்ணின மூன்று ஆய்வாளர்கள் இந்த நட்சத்திரம் புதுசா இருக்கே அப்படின்னு பேசிக்கிறாங்க. அப்ப அதுல ஒருத்தர் சொல்றார். இந்த நட்சத்திரம் தெரியுற இடத்துல புதுசா பொறந்த ஒருத்தர் மிக முக்கியமான நபரா இருப்பாருன்னு சொல்லிட்டு அது யாருன்னு பாக்க மூவரும் புறப்பட்டாங்க. அந்த நட்சத்திரம் காட்டுற திசைய நோக்கிப் பயணப்பட்டாங்க. அந்த நட்சத்திரம் நேரா பெத்லேகம் நகரத்துக்கு வழிகாட்டிச்சி. அந்த நகரத்து மன்னர் ஏரோதுகிட்ட விசாரிக்கிறாங்க. அவருதான் ஏசுநாதர அடையாளம் காட்டுறாரு. அங்க தேடிப்போன மூன்று வானியல் ஆய்வாளர்கள்ல ஒருத்தர் பேரு ரெக்ஸ் மெல்கியா.”

செல்லமுத்து சொல்லச் சொல்ல எல்லாரும் வாய பொளந்துகிட்டு கேட்டுகிட்டிருந்தாங்க. சாம்பசிவத்துக்கு உள்ளுக்குள்ள கொஞ்சம் பொகைஞ்சிச்சி.

“ஆமா தம்பி. அவன் வண்டி ஓட்ட லைசென்ஸ் வாங்கி வெச்சிருக்கான். அவனுக்கு ஒரு வண்டி வாங்கணும்னு ஆச. லோன் போட்டு அவனுக்கு வண்டி ஒண்ணு வாங்கிக் கொடுத்தா அவனுக்கும் நாலு காசு கெடைக்கும் நாமளும் பயன்படுத்திக்கலாம்.”

வேற என்ன தேவைப்படும்னு யோசிக்கும்போதே, மன்றத்துப் பையன் ஒருத்தன், "நம்பூர்ல மீன் நெறைய கெடைக்குது. நாகப்பட்டணத்துலேர்ந்து ஐஸ் எடுத்துக்கிட்டு வந்து அதுல மீன வெச்சி எடுத்துக்கிட்டு போறாங்க. கரண்டுல ஓடுற ஐஸ் பாக்ஸ் ஒண்ணு வாங்குனா நல்லாருக்கும். இங்குன மீனு ரொம்ப கொறைஞ்ச வெலையில கெடைக்குது."

"மூன்று விஷயங்களுமே அவசியமானதுதான். இத வாங்க முயற்சி செய்வோம். இதுலேர்ந்து வர்ற லாபத்தப் பாத்துட்டு நாம அடுத்தடுத்து முயற்சி பண்ணலாம். மூணு பசங்களும் ஒங்க சர்டிபிகட்டோட செராக்ஸ் வெச்சி ஒரு அப்ளிகேசன் எழுதி எடுத்துக்கங்க. கோவில்பத்துல போயி எம். எஸ்ஸ பாத்தா அவரு அப்ளிகேஷன் எழுதி கொடுப்பாரு. திங்க கெழம எல்லாரும் தயாரா இருங்க. காலையில போயிடலாம்."

"அண்ணே ஒரு சின்ன அப்ளிகேசன்."

"சொல்லுப்பா."

"இப்பதான் வாட்ஸ்ஆப்பு இருக்குல்ல. அதுல எல்லாரும் சேர்ந்து ஒரு குரூப் ஓபன் பண்ணா அதுல நம்ம தகவல்லாம் சேர் பண்ணிக்கலாம். ஈசியா இருக்கும்ல."

"ஆமா... ஆனா அதுக்கு எல்லாருக்கும் வாட்ஸ்ஆப் பயன்படுத்தத் தெரியணுமே!"

"அதுல எப்படி சேர்றதுன்னு நாஞ்சொல்லிதாரேன்" மன்றத்து பையன் ஒருத்தன் சொன்னான்.

"அது ஒண்ணுமில்லண்ணா நாங்க மன்றத்துல இருக்குற பசங்கல்லாம் எங்க மன்றத்துப் பேர்ல ஒரு வாட்ஸ்ஆப் குருப் ஆரம்பிச்சிருக்கோம். அதே மாதிரி இயற்கை விவசாயம்னு ஒரு வாட்ஸ்ஆப் குரூப் ஆரம்பிச்சிடலாம்."

"நல்லதாப் போச்சி. அத எப்படிப் பயன்படுத்தறதுன்னு எல்லாருக்கும் சொல்லிக் கொடுங்க. அப்பறம் இயற்கை விவசாயம்னு வேண்டாம். அந்த வாட்ஸ்ஆப் குருப்புக்கு விவசாயம்னு பேர் வெய்ங்க. ஏன்னா விவசாயம்னாலே இயற்கையா செய்யறதுதான். நவீன விவசாயம்னு ஒண்ணு வந்து நாம ஒரமும் பூச்சி மருந்தும் பயன்படுத்துனதால அதுக்கு இயற்கை விவசாயம்னு நாம பேர் வெக்க வேண்டியதாகிடுச்சி."

பதிநான்கு

நாகை மாவட்ட ஆட்சியர் அலுவலகம். வழக்கத்தைவிட கூட்டம் நிரம்பி வழிந்தது. செல்லமுத்து, சொக்கலிங்கம், சாம்பசிவம் மன்றத்துப் பசங்க காலையிலயே வந்துட்டாங்க. வாசல்ல ஒரு செக்கியூரிட்டி நின்னுகிட்டு,

“இன்னிக்கு காலையில குறைதீர்ப்பு முகாம் இருக்குறதால மனு கொடுக்குறவங்க மட்டும் உள்ள போங்க. மத்த வேல இருக்குறவங்க மதியத்துக்கு மேல வாங்க” இதையே திரும்பத் திரும்பச் சொல்லிக்கிட்டிருந்தார்.

குறை தீர்ப்பு முகாமுக்குப் போறதா சொன்னவங்களுக்கு மட்டும் வழிகாட்டிக்கொண்டிருந்தார். செல்லமுத்து மற்றவர்களோடு உள்ளே சென்றான். மன்றத்துப் பசங்க கையில மனுக்கள் இருந்தது.

உள்ளே போனா பெரிய அரங்கம். ஒரே குளிர்ச்சியா இருந்திச்சி. வரிசையா பத்துப் பதினைஞ்சி நாற்காலி போட்டு எதிர மேஜை. மேஜைமேல வெள்ள துணிவிரிச்சி சுருக்கஞ் சுருக்கமா பணக்காரங்க வீட்டு கல்யாணம் மாறி அலங்காரம் பண்ணியிருந்துச்சி. அதுக்கு எதிர் திசையில நூறு நூத்தியம்பது நாற்காலிங்க இருக்கும். அதுல முக்காவாசி நெறைஞ்சிருந்தது.

இவங்க காலியா இருந்த நாற்காலியப் பாத்து ஒக்காந்தாங்க.

ஒருத்தர் வந்து மைக்கப் புடிச்சாரு. பேன்டு சட்ட போட்டு இன்பன்னியிருக்குறத பாத்தா யாராவது அதிகாரியா இருக்கணும்.

"இன்னும் கொஞ்ச நேரத்துல கலெக்டர் வந்துடுவாரு. எல்லாரும் அமைதியா இருக்கணும். சொல்றப்ப வரிசையா வந்து மனுக்கள கொடுக்கணும். அவர் கேக்குற கேள்விக்கு மட்டும் பதில் சொல்லுங்க. தேவையில்லாம பேசக்கூடாது. நெறைய பேர்கிட்ட மனுக்கள் வாங்க வேண்டியிருப்பதால அமைதியா வந்து மனுவ கொடுத்துட்டு போங்க..."

அந்த எடம் கொஞ்சம் பரபரப்பானது. கலெக்டர் வர்றாரான்னு பாத்தா அவர மட்டும் காணும். அவங்க சொன்ன நேரம் கடந்து போயிடுச்சி.

"அதிகாரிங்கன்னா இப்படித்தான்பா... அவங்க இஷ்டத்துக்கு வருவாங்க... அவங்க இஷ்டத்துக்கு போவாங்க... அவங்கள யாரும் கேக்கமுடியாது... இந்த ஆட்சி மட்டும் மாறட்டும் அப்பறம் என்ன நடக்குதுன்னு மட்டும் பாரு... இவனுங்க கண்ணுல வெரலவுட்டு ஆட்டுறனா இல்லயான்னு பாரு."

கரைவேட்டி ஆசாமி ஒருத்தர் பக்கத்தில் இருந்தவரிடம் பிதற்றிக்கொண்டிருந்தார். பக்கத்தில் இருந்த ஆசாமியோ.

"ஆமாண்ணே. இவங்களயெல்லாம் சும்மா விடக்கூடாதுண்ணே. ஏதாவது செய்யணும்முண்ணே நம்ம கட்ற வரியில சம்பளம் வாங்கிக்கிட்டு... நாம இவங்க பின்னால ஓட வேண்டியிருக்குண்ணே. நீங்க நெனைச்சாத்தாண்ணே முடியும்."

செல்லமுத்துக்குச் சிரிப்பு வந்தது. ஆனாலும் பொது இடத்துல சிரிச்சா தப்பாப் போயிடும்னு கம்முன்னு இருந்தான். காத்துக்கிட்டிருக்குறது கஷ்டம்தான். ஆனாலும் அடிக்குற வெயில்லுக்கு ஏசி போட்டிருக்குறதால கொஞ்சம் எதமா இருந்துச்சி.

கடகடன்னு நாலஞ்சி அதிகாரிங்க வந்தாங்க. மேஜைக்குப் பக்கத்துல போட்டிருந்த நாற்காலியில ஒக்காந்தாங்க. இப்போ டவாலி வந்தாரு பின்ன கலெக்டரும் வந்தாரு. எல்லாரும் எழுந்திருச்சி நின்னாங்க. கலெக்டர் ஒக்காந்ததும் அதிகாரியெல்லாம் ஒக்காந்தாங்க. ஒரு அதிகாரி எந்திரிச்சாரு. மைக்குகிட்ட வந்தாரு. இதுக்கு முன்ன நடந்த குறைதீர்ப்பு முகாம் எத்தன, அதுல வந்த மனுக்கள் எத்தன, அதில் எத்தன

மனுவுக்கு தீர்வுகெடைச்சிதுன்னு கணக்கு சொல்லிக்கிட்டிருந்தாரு. அவரு சொல்லி முடிச்சதும் எல்லாரையும் வரிசையா வந்து மனுக்கள் கொடுக்கச்சொன்னாங்க.

எல்லாருமே வரிகையில போய் கலெக்டர்கிட்ட மனுக்கள கொடுக்க ஆரம்பிச்சாங்க. மனுவ வாங்குன கலெக்டரு அத படிக்கல. கொடுக்குறவங்ககிட்ட அந்த மனுவுல என்ன இருக்குன்னு வெவரம் கேட்டாரு. அது சம்பந்தமான அதிகாரிகிட்ட அந்த மனுவ கொடுத்தாரு. அவரு ஒரு காகிதத்துல இந்த பிரச்சினைக்கு யார, எங்க பாக்கணும்னு எழுதி அதுல ரப்பர் ஸ்டாம்பு அடிச்சி கையெழுத்து போட்டுக் கொடுத்தாரு.

ஏற்கனவே செல்லமுத்து வீட்டுக்கு வந்த விவசாய அதிகாரி செல்லமுத்துகிட்ட வந்தாரு. அவன் காதுல ஏதோ ரகசியமா சொன்னாரு. ஒடனே தன்னோட வந்து வரிசையில நின்னவங்கள செல்லமுத்து கூப்பிட்டான். எல்லாரும் அவன் பின்னாடி போனாங்க.

“என்ன தம்பி? என்னாச்சி?” சாம்பசிவம் பதட்டத்தோட கேட்டார்.

“கலெக்டர் நம்மள கடைசியா வரச்சொன்னாராம்.”

“ஏனாம்?”

“தெரியல.”

வரிசையின் கடைசியாக நின்றுகொண்டனர்.

வரிசையில் நின்றவர்கள் ஒவ்வொருவராக மனுவை கொடுத்துவிட்டுக் கலைந்து சென்றனர். ஏறக்குறைய வரிசை முடியும் தறுவாயில்தான் செல்லமுத்து கவனித்தான். கலக்டருக்கு அருகில் முருகேசன் சார் ஒக்காந்திருந்தார்.

அவன் அருகில் சென்றதும்தான் அவரும் இவனை பார்த்தார். பார்த்ததும் சிரித்தார். அதற்குள் கலெக்டர்.

“செல்லமுத்து எப்படியிருக்கீங்க?”

“நல்லாருக்கேன் சார்.”

கலெக்டர் இப்படி கேட்டதும் அவனுக்கு ஒரே மகிழ்ச்சி.

“ம்... சொல்லுங்க... சார் இவர் சதாசிவம்.”

“அவரத்தான் தெரியுமே.”

கலெக்டர் இப்படிச் சொன்னதும் சதாசிவத்துக்கு ஒரே மகிழ்ச்சி.

“இவரு சொக்கலிங்கம். பக்கத்துக் கிராமம். நம்ம செய்யுற வேலைக்கு பக்கபலமா இருக்காரு. இதெல்லாம் எங்க ஊரு பசங்க. நற்பணிமன்றம் வெச்சிருக்கானுங்க. விவசாயம் சார்ந்து சின்ன சின்னதா தொழில் செய்யணும்னு ஆசபடுறானுங்க. லோன் வேணும். அதான்.”

செல்லமுத்து சொல்லி முடிச்சதும் பக்கத்துல இருந்த டி.ஆர்.ஓ முருகேசன்கிட்ட கலெக்டர்.

“முருகேசன். இவரு செல்லமுத்து.”

சொல்லிகிட்டிருக்கும்போதே முருகேசன் வாய்விட்டுச் சிரிச்சாரு.

ஒடனே கலெக்டர்,

“ஏன்சார் சிரிக்கிறீங்க?” ன்னு கேட்டார்.

“சார்.. செல்லமுத்து சார உங்களவிட எனக்கு அதிகமா தெரியும். அதான் சிரிச்சேன்.”

ஒரு டி.ஆர்.ஓ. கலெக்டரோட வேலைய எடுத்து கலெக்டருக்கு பதிலா செய்யுற மாவட்ட அளவிலான அதிகாரி. செல்லமுத்து சார்னு சொன்னதும் எல்லோருக்கும் ஆச்சரியமா இருந்தது. ஒரு சமயம் கிண்டலுக்காக அதுமாதிரி சொல்றாரான்னு பாத்தா டி.ஆர்.ஓ மொகத்துல உண்மையான மரியாத தெரிஞ்சது.

“சார். சென்னையில என் வீட்டுக்கு பக்கத்துலதான் சார் இருக்கார். வடசென்னையில இருக்குற இருபதுக்கு மேற்பட்ட சமூக அமைப்புகள்ல சாரோட அமைப்பு முக்கியமானது. எல்லா சமூக அமைப்பும் வழக்கமான வேலையத்தான் செய்வாங்க. சாரோட அமைப்புதான் மரபு சார்ந்த பசுமைசார்ந்த பல முக்கிய பணிகளை செஞ்சது.

நான் லீவுல ஊருக்கு போகும்போது எங்க பகுதியில எதாவது நிகழ்ச்சிக்கு என்னைய சிறப்பு விருந்தினரா கூப்பிடுவாங்க. அங்க இவங்க குழு பச்சை நிறத்தில டீ சர்ட் போட்டுகிட்டு மரபு காய்கறி விதைகளையும் மூலிகைச் செடிகளையும் துணிப்பைகளையும் எல்லாருக்கும் வழங்குவாங்க.

எல்லா அமைப்புகள்லயும் நிறைய பிரச்சினை உண்டு. இவங்க

அமைப்பு மட்டும் எந்த பிரச்சினையும் இல்லாம அர்ப்பணிப்போட வேலை செய்வாங்க. காரணம் இவரோட அர்ப்பணிப்பும் எதையும் எதிர்பார்க்காத உழைப்பும்தான். இவரு என் குடும்ப நண்பரும்கூட. என் பாப்பா டி.எஸ்.பி யா திருநெல்வேலி போஸ்டிங் போனப்ப எங்க பகுதியில ஒரு சிறுவர் இல்லத்துல சில மூலிகைச் செடிகள நடவு செஞ்சிட்டு போக வெச்சாரு. கூட இவரோட மகளும் வந்தாங்க. அந்த போட்டோவை என் மக பத்திரமா வெச்சிருக்காங்க.

பசுமைப்பணி செய்ய நிறைய பேர் இருக்காங்க. ஆனா சென்னைமாதிரி நகரத்துல செய்யறது சாதாரணமல்ல. எங்க பகுதியில இருக்குற அரசு மருத்துவமனையில் ஒரு குறுங்காடு அமைச்சாங்க. எல்லாமே அரிய வகை மரங்கள் தேடி தேடி வாங்கி நட்டாங்க."

முருகேசன் சொல்லச் சொல்ல எல்லோரும் ஆச்சரியமா பாத்தாங்க.

"ஆனா அவர நான் இங்க எதிர்பார்க்கல."

கலெக்டருக்கு அடுத்த வேலைக்காக கௌம்புற அவசரம் போல.

"சரி முருகேசன். நான் நரிமனம் வரையில போகவேண்டிய வேலயிருக்கு. இவங்கள ஓங்ககிட்ட அறிமுகப்படுத்தத்தான் வரச்சொன்னேன். நீங்க ஏற்கனவே நல்லா அறிமுகமாயிருக்கீங்க. செல்லமுத்து இப்ப சென்னையில இல்ல. அவர் சொந்த ஊர்ல விவசாயம் செய்யறார்.

அவருக்கு என்ன உதவி வேணுமோ செய்ங்க. குறிப்பா அவர் ஊருக்குப் போனா வெள்ளரி பிஞ்ச மிஸ் பண்ணிடாதீங்க. அப்பறம் இன்னிக்கு வந்த மனுவெல்லாம் கன்சிடர் பண்ணுங்க. எதுவும் பிரச்சினை வராதமாதிரி பாத்துக்கோங்க."

கலெக்டர் கிளம்பினார். வாசல்வரையில் அவருடன் பேசிகொண்டே சென்ற முருகேசன் சார் கலெக்டர் கார் நகர்ந்ததும் உள்ளே வந்தார். உடனிருந்தவரிடம், "இவங்கள என் கேபினுக்கு கூட்டிட்டுப் போங்க. பைவ் மினிட்ஸ்ல வர்றேன்."

சொல்லிட்டு எங்கயோ போனார். முருகேசன் சார் செல்லமுத்துக்கு கொடுத்த மரியாதையப் பார்த்ததும் அவர் உடன் வந்த அதிகாரி ரொம்ப மரியாதையா அவரோட கேபினுக்கு அழைச்சிட்டு போய் ஒக்கார வெச்சார்.

ஏ.சி ய ஓடவிட்டார். கொஞ்ச நேரத்துல முருகேசன் சார் வந்தார்.

அவரோட குஷன் நாற்காலியில போட்டிருந்த தேங்காப்பூ துண்ட எடுத்து மொகத்த தொடச்சிகிட்டார்.

“அப்பறம்… செல்லமுத்துசார் எப்படியிருக்கீங்க?”

கேட்டுக்கொண்டே சிரிச்சார். ரெண்டு வார்த்த பேசினா நாலு வார்த்த பேசுற நேரம் கல கலன்னு சிரிக்கக்கூடியவர்.

“நல்லாருக்கேன் சார். என்னதான் சென்னை எனக்கு வாழ்க்கைய சொல்லித் தந்தாலும் கிராமத்து மேலயும் விவசாயத்து மேலயும் ஒரு ஆர்வம் இருந்துக்கிட்டே இருந்தது. அதான் வேலைய விட்டுட்டு வெவசாயம் செய்யலாம்னு கிராமத்துக்கே வந்துட்டேன்.”

“நான் எதிர்பார்த்ததுதான். சென்னையில இருந்தப்ப உங்க பார்வையெல்லாம் கிராமத்துப் பக்கம்தான் இருந்ததுன்னு தெரியும். எனிவே. நான் இங்க வந்து மூணு மாசம் ஆகுது. எவ்வளவு நாளைக்கு இங்க இருப்பன்னு தெரியாது. நான் இருக்குறவரைக்கும் உங்களுக்கு என்ன உதவி வேணுமோ எனக்கு மெசேஜ் பண்ணுங்க. இந்தமாதிரி விஷயங்கல்ல நம்ம கலெக்டர் ரொம்ப ஆர்வமா இருக்கார். அவருக்கு நேரமில்ல… இல்லாட்டி இன்னும் ஒங்ககூட பேசியிருப்பார்.”

“சார். ஒங்க வேல கெடுதே” செல்லமுத்து தயங்கியபடி சொன்னான்.

“அதெல்லாம் ஒண்ணுமில்ல கலெக்டர் நரிமனத்துலேர்ந்து வந்ததும்தான் இன்னிக்கு மீதி வேல. இன்னைக்குக் குறைதீர்ப்பு முகாமுக்காக நேரம் ஒதுக்கியாச்சி. நாமளே பேசிக்கிட்டிருக்கோம். இவங்கள்ளாம் யாரு? காலையில எப்ப சாப்டீங்க?”

கேட்டுக்கொண்டே அழைப்பு மணியை அழுத்தினார். ஒரு உதவியாளர் வந்தார்.

“இவங்களுக்கு காபி பிஸ்கட் கொடுங்க.”

“சரிசார்” உதவியாளர் வெளியில் சென்றார். செல்லமுத்து உடனிருப்பவர்களை அறிமுகப்படுத்தினான்.

“சார்… இந்தத் தம்பிங்கள்லாம் டிகிரி படிச்சிருக்காங்க. ஒழுங்கா வேலயில்ல. அதான் விவசாயம் சார்ந்து ஏதாவது தொழில் செய்யலாம்னு லோன் கேக்கலாம்னு வந்தேன்.”

உதவியாளர் வெளியில் சென்ற சிறிது நேரத்தில் ஒரு அழகான

பீங்கான்தட்டில் பிஸ்கட்டும், கப் அன்ட் சாசரில் காபியும் கொண்டு வந்தார். தனியே ஒரு கப்பில் நாட்டுச்சர்க்கரையும் அதில் ஒரு சிறுகரண்டியும் இருந்தது.

“ம்... காபிய எடுத்துக்கோங்க. நான் நாட்டுச்சர்க்கரைக்கு மாறிட்டேன். இத எனக்கு அறிமுகப்படுத்துனது ஓங்க சார்தான்."

முருகேசன் சார் செல்லமுத்தக் கைகாட்டி சொன்னதும் எல்லோருக்கும் சந்தோசமாக இருந்தது. காபியில இனிப்பு குறைவாத்தான் இருந்துச்சி. செல்லமுத்து கொஞ்சம் நாட்டுச் சர்க்கரைய எடுத்துப் போட்டுக்கிட்டு கரண்டியால கலக்கிக் குடிச்சான். சாம்பசிவத்துக்கு அந்த கப்புல குடிக்குறது போராட்டமா இருந்துச்சி. அத பார்த்த முருகேசன் சார்,

“சார் சும்மா உறிஞ்சி குடிங்க” ன்னார். சாம்பசிவத்த இதுவரைக்கும் யாரும் சாருன்னு சொன்னதில்ல. ஒரு அரசாங்க உயரதிகாரி அவர சார்னு சொன்னதும் அவருக்கு சந்தோசம் தாங்கல. நெகிழ்ந்து போனார். அரசு அதிகாரிமீது அவர் கட்டி வைத்திருந்த பிம்பம் ஒடைந்து போனது.

செல்லமுத்து மன்றத்துப் பசங்ககிட்ட கண்ணக் காட்டினான். மூவரும் எழுந்து மனுவை அவரிடம் கொடுத்தனர். வாங்கி வைத்துக்கொண்டார்.

“இத நான் பின்ன படிக்கிறேன். என்ன வேணும் சொல்லுங்க.”

“சார் ஒரு மரசெக் போடுறதுக்கு, சின்னதா ஒரு வண்டி வாங்கறதுக்கு, ஒரு ப்ரீசர் பாக்ஸ் வாங்க லோன் வேணும். இது எல்லாமே முழுக்க முழுக்க விவசாயம் சார்ந்த, மற்றபடி மதிப்புகூட்டலுக்குத்தான்.”

“இதுல கொடேஷன் இருக்கா?”

“இல்ல சார்.”

“ஒவ்வொரு லோன் அமௌன்டுக்கும் வெவரமான கொடேஷன் வேணும். நீங்க எங்க இதெல்லாம் வாங்க போறீங்களோ அவங்ககிட்ட கொடேஷன் கேளுங்க. யாருக்கு வாங்கபோறீங்களோ அவங்களுக்கு ப்ராப்பர்ட்டி என்ன இருக்குதுன்னு கேப்பாங்க. அதுக்கான ஆதாரங்களையும் சேகரிச்சி வெச்சுக்குங்க.

நீங்க எந்த பேங்குல லோன் வாங்க போறீங்களோ அந்த பேங்ல போய் வெவரம் கேளுங்க. அவங்க கேக்குறத அரேஞ்ச் பண்ணிக் கொடுங்க. அவங்க லோனுக்கு ஏற்பாடு பண்ணுவாங்க. அதுல

எதுவும் பிரச்சினைனா சொல்லுங்க. பின்ன பார்த்துக்கலாம். மற்றபடி லோன் வாங்க நீங்க பேங்குக்குத்தான் போகணும்.''

முருகேசன் சார் இப்படிச் சொன்னதும் செல்லமுத்துவுக்கு என்னவோ போல இருந்தது. அதுவும் சாம்பசிவத்துக்கு முன்னே இப்படிச் சொல்லிட்டாரே என்கிற ஆதங்கம் வேற.

''சரி சார். நாங்க கௌம்பறோம்''ன்னான் செல்லமுத்து.

''சரி.. போய்ட்டு வாங்க என்ன வேணும்னாலும் எனக்கு ஒரு மெசேஜ் மட்டும் போட்டு விடுங்க.''

முருகேசன் சாரிடம் விடைபெற்று கிளம்பினர். வெளியில வந்ததும், ''சரி. இன்னிக்கு கலெக்டர் ஆபீசுக்கு வந்ததுக்கு லோன் வாங்க பேங்குக்கு போகனும்னு தெருஞ்சிகிட்டோம். அப்பறம் எதோ வாங்கணும்னு சொன்னாரே...'' என்று இழுத்தார் சாம்பசிவம்.

''கொட்டேஷன்.''

பையன் ஒருவன் எடுத்துக் கொடுத்தான்.

''ஆமா.. அப்படின்னா என்ன?''

''நாம என்ன வாங்கப்போறமோ அதோட வெல விபரம். அதுல என்னென்ன மாடலிருக்கு. ஒவ்வொண்னோட வெல. அதுக்கு எவ்வளவு அரசாங்கவரி, அதக் கொண்டுவந்து நம்மகிட்ட ஓட்டிக் காட்ற வரைக்கும் எவ்வளவு செலவாகும்னு ஒரு பேப்பர்ல பிரிண்ட் பண்ணிக் கொடுப்பாங்க.''

''முன்னபின்ன செத்தாதான சுடுகாடு தெரியும்னு சும்மாவா சொல்லி வெச்சாங்க. லோன் வாங்கணும்னு கலெக்டர் ஆபீசுக்கு வந்த பொறவுதான இந்த வெவரமெல்லாம் தெரியுது. என்னமோ போங்க தம்பி காலம்போன வயசுல ஒங்க புண்ணியத்துல இதெல்லாம் தெரிஞ்சுக்கணும்னு என் தலையில எழுதியிருக்கு. இல்லன்னா வீடு வீடாப் போயி வெறும் வெத்தல பாக்கு போட்டுக்கிட்டே எங்காலத்த ஓட்டியிருப்பேன்.''

உணர்ச்சிவசப்பட்டார் சாம்பசிவம். அவசரப்பட்டு இவருகிட்ட ஈகோ பார்த்துட்டமேன்னு யோசிச்சான் செல்லமுத்து.

''ம்... இந்த ஒலகம் ரொம்ப பெரிசு... எங்கயோ போயிட்டிருக்கு...

நாமதான் இன்னும் குண்டு சட்டியில குதிர ஓட்டிகிட்டிருக்கோம். வெளியில வந்தாத்தான் எதையும் தெரிஞ்சிக்கலாம். நாமதான் எதுவும் தெரியாம இருந்துட்டோம். இந்த புள்ளைவெளாவது ஏதாவது தெரிஞ்சிகட்டும்'' சொக்கலிங்கம் தன் பங்குக்கு பேசினார்.

பேசிக்கிட்டே பஸ் ஸ்டாண்டப் பாக்க நடந்தாங்க. பஸ் ஸ்டாண்டு பக்கமா வந்தப்ப டீக்கட வாசல்ல ஒரு வேன் நின்னுச்சி. அத பாத்ததும் சாம்பசிவம், ''நம்ம சுப்ரமணியண்ணன் மவன் சிவனேசு வேனு மாதிரி இருக்கு'' ன்னு சொல்லும்போதே சிவனேசு மவன் இவங்கள பாத்துட்டான்.

''என்ன தாத்தா.. இவ்ளோ தூரம்'' ன்னு கேட்டுகிட்டே டீக்கடையிலேர்ந்து வந்தான். கையில டீ கிளாசிருந்தது.

''டீ குடிக்கிறீங்களா?'' ன்னு கேட்டான்.

''இல்லடாப்பா இப்பதான் கலெக்டர் ஆபிசுல காப்பிதண்ணி குடிச்சோம். அது இன்னும் நாக்குலயே நிக்குது. வீட்டுக்குப் போயி சாப்பிடணும். இப்ப டீதண்ணி வேண்டாம்.''

''என்னது கலெக்டர் ஆபிசுல காபிதண்ணி குடிச்சீங்களா?''

''ஆமா.''

''சரி.. ஊருக்குத்தானே போறீங்க... நானும் ஊருக்குத்தான் போறேன். இங்குன ஒரு சவாரி வந்தேன். எறக்கி விட்டுட்டேன்... ந்த டீய குடிச்சிட்டு வாரேன்... போம்போது டிக்கட்டு கெடைக்குமான்னு யோசிச்சிகிட்டிருந்தேன்... வீட்டு வாசல்ல எறக்கி விட்டுர்றேன்.''

எல்லாரும் வேன்ல ஏறி ஒக்காந்ததும் வேன் புறப்பட்டது. அப்போதுதான் ஞாபகம் வந்தவராக சாம்பசிவம்.

''தம்பி அவயம்பா இங்கேர்ந்து கெளம்புற நேரம். அது காய்கறி யெல்லாம் வித்துட்டு இருந்தா அதயும்கூட்டிட்டு போயிடலாம்.''

செல்லமுத்து போன எடுத்தான். அவயம்பாவுக்கு போன் பண்ணான். கொஞ்ச நேரம் போனதும் போன எடுத்துது.

''அக்கா நான் செல்லமுத்து பேசுறேன். எங்க இருக்கீங்க? காய்கறியெல்லாம் வித்துட்டுதா? ஊருக்கு பஸ் ஏறிட்டீங்களா?''

“சொல்லுங்க புள்ள... காய்கறி வித்துட்டுது. கோட்டவாசப்படி மளிகக் கடையில நிக்கேன். நம்ம பாளையன்தம்பி கொஞ்சம் மளிகச் சாமான் வாங்கிட்டு வரச்சொன்னிச்சி. வாங்கிட்டேன். ரோக்கா போட்டுகிட்டிருக்காவோ. காச குடுத்துட்டு கெளம்ப வேண்டியதுதான்.”

“சரி... சரி... கடையிலயே நில்லுங்க. நாங்க வேன்ல வர்றோம். ஒங்களையும் ஏத்திகிட்டு போறோம்.”

சொல்லிட்டு போன ஆஃப் பண்ணி பாக்கட்டுல போட்டான் செல்லமுத்து.

பாளையன் அவயம்பா வீட்டுக்குப் பக்கத்துல மளிக கட வெச்சிருக்கான். வீட்டையே கடையா மாத்திட்டாரு. முன்கொட்டாவயும் வீடும் போதுமானதா இருந்தது அந்தக் கடைக்கு. பேருதான் மளிக கட. ஆனா காய்கறி, நாட்டு மருந்து, பிளாஸ்டிக்கு பொருளுன்னு எல்லாமும் கெடைக்கும். கடையில இல்லாதத எதையும் கேட்டா மறுவாரம் டவுனுக்குப் போறப்ப வாங்கிவந்து கொடுத்துடுவாரு.

மளிக பொருளு மொத்தமா வாங்கணும்னா நாகப்பட்ணம் கோட்டவாசபடி மரைக்காயர் கடதான். அவயம்பா திரும்ப வரும்போது வெறுங்கையோட வர்றதால வாரத்துக்கொரு தடவ மளிகப் பொருள் வாங்கி எடுத்துக்கிட்டு வந்து கொடுக்கும். அதுக்கு கொஞ்சம் காசு கொடுத்துடுவார்.

பாளையனுக்கு மட்டும்ல. இன்னும் ஊர்ல யாருக்கு என்ன வேணுமோ அவயம்பாகிட்ட காசு கொடுப்பாங்க. வாங்கிக்கிட்டு வந்துடும். அவயம்பா இப்ப முன்னமாறியில்ல. கையில கொஞ்சம் காசு பொரளுது. ஆளும் கொஞ்சம் பளிச்சின்னு ஆயிட்டுது.

வேன் மளிக கடைகிட்ட வந்தது. கூட்டம் அதிகமாயிருந்ததால இன்னும் கணக்கு பாக்கல. வேன்லேர்ந்து நாலஞ்சி பேரு எறங்குனதும் மளிக கட ராவுத்தரு என்னமோ ஏதோன்னு நெனைச்சிகிட்டு.

“யாருப்பா நீங்கல்லாம்”னாரு.

அதுக்குள்ள அவயம்பா,

“எல்லாம் நமக்கு தெரிஞ்சவோதான் பாயீ”ன்னுச்சி.

“மளிக கட இவ்ளோ பெரிசா இருக்குமா என்ன?” சாம்பசிவம்

ஆச்சரியமா கேட்டாரு. வாசல்ல ஸ்டார் மளிகைனு அவ்ளோ பெரிசா எழுதியிருக்கு. பெரிய கல்லா பெட்டி. ரோக்கா போடவே நாலஞ்சிபேரு. உள்ள சாமான மடிக்க பத்து பதினைஞ்சி பேரு இருப்பாங்க. எல்லாம் மெஷினு மாதிரி வேல செய்யுறாங்க.

கட வாசல்ல நாலஞ்சி பெஞ்சி போட்டிருந்தது. பொருள் வாங்க வர்றவங்கள்ளாம் கடைக்காகத்தான் வந்திருக்காங்க. ரோக்காவ கொடுத்துட்டு வேற ஏதாவது வாங்க போயிட்டு வந்தா எல்லாம் தயாரா இருக்கும். இங்க சுத்துபட்டு பத்துக் கிராமத்துக்கு இங்கேர்ந்துதான் மளிக சாமான் போவுது. அப்ப இது பெரிய கடதான். ஒரு நாளைக்கு எவள ஏவாரம் நடக்கும்? சாம்பசிவம் யோசிச்சிகிட்டிருக்கும்போதே ஒரு தட்ல முந்திரியும் காய்ஞ்ச திராச்சையும் கொண்டுவந்து கொடுத்தான் பையன் ஒருத்தன். அவங்க ஒன்னும் புரியாம முழிச்சாங்க. ஓடனே பாய்.

“சாப்டுங்க சாரே. எங்க கடையோட கஸ்டமருக்கு கொடுக்கறதுதான்”ன்னு சொல்லிட்டு ரோக்காவ பார்க்கறதுல மும்முரமா இருந்தாரு. இவங்க அத சாப்புடாதத பார்த்த அவயம்பாக்கா.

“சாப்புடுங்க புள்ள. இங்க கடைக்கு வந்து நிறையா பொருளு வாங்குறவங்களுக்கு பாய் கொடுக்கறதுதான். செல சமயம் பேரிச்சம்பழம் கொடுப்பாரு. செல சமயம் ஒடைச்சகடலயும் நாட்டு சக்கரையும் கொடுப்பாரு.”

அவயம்பாக்கா சொன்னதும் ஆளுக்குக் கொஞ்சம் எடுத்து வாயில போட்டுகிட்டாங்க. முந்திரியும் காய்ஞ்ச திராச்சையும் சேர்த்து சாப்பிட நல்ல ருசியாத்தான் இருந்துச்சி. ஆனா வீட்ல விசேசம்னா பாயசம் வெக்க, சக்கர பொங்கலுக்குன்னு செல்லமுத்து அப்பா சருகு செத்தைய போட்டு கொளுத்தி சுட்டு ஒடைச்சி தர்ற முந்திரி பருப்பு அளவுக்கு ருசியா இல்ல.

மளிக சாமான் தயாரானதும் வேன்ல ஏத்திக்கிட்டு அவயம்பாக்காவயும் கூட்டிக்கிட்டு கௌம்புனாங்க.

“யாந்தம்பி அந்த முருகேசன்சார ஒங்களுக்கு எவ்வளவு நாளா தெரியும்?”

சொக்கலிங்கம் கேட்டார்.

“ம்... ஒரு ஆறேழு வருசம் இருக்கும். நானிருந்த எடத்துல ஒரு பெரிய

பூங்கா இருந்தது. அங்க நடைபயிற்சி நண்பர்கள் நலச்சங்கம்னு ஒரு அமைப்பு. அதுல பதவியில இருந்தவங்கள்லாம் தொழிலதிபர்கள். நல்ல வசதியானவங்க. நானும் அதுல செயற்குழு உறுப்பினர். நானும் இன்னஞ்சிலரும் தொழிலாளிங்க. மாச சம்பளம் வாங்குறவங்க.

முருகேசன் சாரு அதுல கௌரவ தலைவர். அப்பப்ப ஏதாவது பங்சன் நடத்துவாங்க. ஒருமுற பொங்க பண்டிக கொண்டாடனம்னு அதுக்காக ஒரு கூட்டம் போட்டாங்க. எல்லாரும் கரகாட்டம் வைக்கலாம், போஸ்டர் அடிக்கலாம், ப்ளக்ஸ் வைக்கலாம்னு ஆலோசனை சொன்னாங்க. நான் மூலிகை செடிங்க கொடுக்கலாம் துணிப்பைகள் கொடுக்கலாம். மக்களிடம் சில விழிப்புணர்வ ஏற்படுத்தலாம்னு சொன்னேன்.

அதுக்கு ஒருத்தர்,

“போஸ்டர்... ப்ளக்ஸ்ல நம்ம மூஞ்சி தெரியும். மூலிகை செடியில நம்ம மூஞ்சி தெரியுமா?”ன்னு கேட்டாரு.

ஒடனே நான், “போஸ்டரும், ப்ளக்ஸும் ஒருவாரத்துக்கோ, ரெண்டு வாரத்துக்கோஇருக்கும். மூலிகை செடிங்க ஒண்ணு பத்தாகும். பத்து நூறாகும், நூறு ஆயிரமாகும்”னேன்.

ப்ளக்ஸும் போஸ்டரும் வைக்கலாம்னு சொன்னவரு பெரிய தொழிலதிபரு. நிகழ்ச்சிக்கு ஐயாயிரம் பத்தாயிரம்னு பணம் கொடுப்பாரு. நம்மால அதுமாதிரி செய்யமுடியுமா அதுனால அவரு பேச்சுதான் எடுபட்டுது. நான் மொகம் வாடிப்போயி ஒக்காந்திருந்தேன்.

முருகேசன் சாரு என்னைய கவனிச்சிருக்காரு. “செல்லமுத்து சாரு சொல்றதுலயும் ஞாயமிருக்குல்ல?” அப்படீன்னாரு. அந்த அமைப்புல எல்லாரும் எல்லாரயும் சாரு போட்டுத்தான் அழைப்பாங்க. ஒரு பெரிய அதிகாரி என்னய செல்லமுத்து சாருன்னு சொன்னதும் எனக்கு நெகிழ்ச்சியா இருந்துச்சி. ஒடனே ஒருத்தர். “அப்ப செல்லமுத்து சாரு எவ்வளவு பணம் கொடுப்பாரு”ன்னு நக்கலா கேட்டாரு. ஒடனே முருகேசன் சாரு, “ஒங்களுக்கு பணம்தான் பிரச்சனையா?”ன்னாரு. என்னய பாத்து “சார், ஒரு நூறு மூலிக செடிகளும் நூறு துணிப்பையும் கொடுக்க எவ்வளவு ஆகும்?”ன்னு கேட்டாரு. நான் டக்குன்னு நூறு மூலிக செடிங்க ஆயிரம் ரூவா. நூறு துணிப்பைங்க ரெண்டாயிரம் ரூவா மொத்தத்துல மூவாயிரம் ஆகும்னேன்.

பர்ச எடுத்தாரு. பணத்த எடுத்து மூவாயிரம் எண்ணினாரு. எல்லாருக்கு முன்ன எங்கிட்ட கொடுத்தாரு. நீங்க நெனைச்சத செய்ங்கன்னாரு. கூட்டத்த பாத்து,

“ப்ளக்ஸு மண்ணுக்குப் போயி மண்ணப் பாழாக்கப்போகுது. ஒட்ற போஸ்டருல இருக்குற நம்ம மொகத்துல நாயி ஒண்ணுக்கடிக்கப்போகுது. அதெல்லாம் அவசியமா? இன்னிக்கு நாட்டுக்கு எது அவசியம்னு தெரிஞ்சிகிட்டு செய்யணும்”னு கோவமா சொன்னாரு.

அவரு உயரதிகாரின்னு எல்லாருக்கும் தெரியும். அந்த அமைப்பு உருவாக்க பதிவு பண்ணன்னு அவரு நெறைய ஒதவியிருக்காரு. அதுனால யாரும் எதுவும் பதில் சொல்லல.

பொங்க விழாவுல யாராரு பேசனும்னு லிஸ்ட் எடுத்தாங்க. பணம் கொடுத்ததுல பாதி பேரு நான் பேசலன்னு ஒதுங்கிகிட்டாங்க. பேசறவங்க லிஸ்டுல என் பெயரையும் சேர்த்து விட்டாரு. பொங்கல் விழாவுக்கு சிறப்பு விருந்தினரா ரிட்டைடு போலீஸ் ஐ.ஜி.ய முருகேசன் சாருதான் கூட்டிட்டு வந்தாரு. கொடுத்த பணத்துக்குத் தகுந்தமாதிரி ஆட்களுக்கு மேடையில எடம் கெடைச்சுது. எனக்கு மேடையில எடமில்ல. ஆயிரக்கணக்கானவங்க கூடியிருந்தாங்க. போட்டிருந்த ஐநூறு நாற்காலி பத்தாம எல்லாம் நின்னுகிட்டிருந்தாங்க.

மேடையில பேசுனவங்கல்லாம் ஒருத்தர ஒருத்தர் பாராட்டி பேசுனாங்க. கடைசியா எனக்கு பேச வாய்ப்பு கெடைச்சுது. நேரடியா, “எல்லாருக்கும் வணக்கம்னு ஆரம்பிச்சேன். இன்னிக்கு கோலப்போட்டி நடத்தி அதுக்கு பரிசெல்லாம் கொடுத்தோம். கோலம் எதுக்குப் போடறோம்னு தெரியுமான்னு கேட்டேன்.

எல்லாருமே ஆளாளுக்கு சத்தம் போட்டாங்க. சிறப்பு விருந்தினரா வந்திருந்த ஐ.ஜி சார் கைய காட்டினார். மைக்க அவர்கிட்ட கொடுத்தேன்.

“கோலம் போட அப்பல்லாம் அரிசி மாவு பயன்படுத்துவாங்க. மத்த ஜீவராசிகள்லாம் சாப்பிட உணவு வேணுமில்ல...” அதான்னாரு.

அதுக்குள்ள மைக்செட்காரரு எங்கிட்ட ஒரு மைக்க கொடுத்தாரு.

“ஐயா உண்மதாங்க. அப்ப கோலத்த ஆண் பெண் ரெண்டு பேரும் போடலாமே. எதுக்கு பெண்கள் மட்டும் போடறாங்க?”ன்னு

கேட்டேன். அதுக்கு யார்கிட்டேர்ந்தும் பதிலில்ல. ஐஜி சிரிக்கிறார்.

“சமீபத்துல சுகப்பிரசவம் யாருக்கெல்லாம் நடக்குதுன்னு ஒரு ஆய்வு பண்ணாங்க. அதுல மலைவாழ்மக்களுக்கும். நரிக்குறவர்களுக்கும் மட்டுந்தான் சுகப்பிரசவம் நடக்குதுன்னு அந்த ஆய்வுல தெரிய வந்துச்சு. அவங்களுக்கு மட்டும் ஏன் சுகப்பிரசவம் நடக்குதுன்னு ஆய்வு பண்ணப்ப அவங்கெல்லாம் தரையில குத்துக்காலிட்டு ஒக்கார்றாங்க. அதனால கர்ப்பப்பை பலப்படுது. அதனால சுகப்பிரசவம் நடக்குது.” எல்லாரும் அமைதியா கேட்டுக்கிட்டிருந்தாங்க.

“நம்ம மாதிரி மக்கள் குத்துக்காலிட்டு செய்யும் ஒரே வேல கோலம் போடுறது. எனவே சுகப்பிரசவம் வேணும்னா கோலம் போடணும்”னு சொன்னேன்.

எல்லாரும் கைதட்டுனாங்க. அடுத்து பிளாஸ்டிக் பைய தவிர்த்து துணிப்பைய ஏன் பயன்படுத்தணும், மூலிகை செடியோட அவசியம் என்னன்னு சுருக்கமா பேசினேன்.

எல்லாரும் கைதட்டுனாங்க. மொதல்லய பேசி முடிச்சிருந்த ஐ.ஜி. திரும்ப மைக்க வாங்கி துணிப்பை கொடுத்ததுக்கும், மூலிகைசெடிங்க கொடுத்ததுக்கும் அமைப்பப் பாராட்டுனாரு. அதுல அமைப்போட தலைவருக்கு அவ்ளோ சந்தோசம்.

மறுநாள் முருகேசன் சார்கிட்டேர்ந்து போன் வந்தது. வீட்டுக்கு வரச்சொன்னாரு. வீட்டுக்குப் போனேன். வாசல்ல நாலு புங்கமரம் இருந்தது. எனக்கு ரொம்பப் புடிச்சிப் போயிட்டுது.

“நேத்து நிகழ்ச்சிக்கு வந்ததுக்காக நன்றி சொல்ல ஐ.ஜி-க்கு போன் பண்ணேன். நீங்க பேசினதப் பாராட்டினாரு. புதுசா தேவையான தகவலா இருந்துச்சி. இனி நான் பேசப்போற எடத்துல பயன்படுத்திக்குவேன்னு சொன்னாரு.

இவங்க பேசுறதல்லாம் பெருசா எடுத்துக்காதீங்க. நீங்க செய்யறது சரியான விஷயம். அப்படியே போய்கிட்டிருங்கன்னு பாராட்டினாரு. டீ போட்டுக் கொடுத்தாங்க. குடிச்சேன். வீட்டச்சுத்தி கொஞ்சம் எடமிருந்தது. அதுல கொஞ்சம் செடிகள் வெச்சிகொடுக்கக் கேட்டாரு. ஒருநாள் போய் வெச்சிக் கொடுத்தேன். அதுல முருங்கக் கிளையும் ஒண்ணு. நான் வீட்டுக்குப் போறப்பல்லாம் நீங்க வெச்சதுன்னு சொல்லி முருங்கக் கீர கொடுப்பாரு.

அவரு எனக்கு கொடுத்த மரியாத, அவர்மீது எனக்கு மரியாதைய அதிகபடுத்திச்சி. அவரு வேற ஊருக்கு டிரான்ஸ்ர் ஆகிப் போயிட்டாரு. கொஞ்சம் தொடர்பு இல்லாம போயிட்டு. பின்ன இப்ப இங்க வந்துருக்காரு. நமக்கு எதுவும் தேவன்னா அவர நல்ல விதமா பயன்படுத்திக்கணும்."

செல்லமுத்து சொல்லச் சொல்ல எல்லாரும் அமைதியா கேட்டுகிட்டிருந்தாங்க. வேன் போய்கிட்டிருந்தது.

பதினைந்து

வேன் புத்தூர் அண்ணாசிலையில திரும்புனுது. ஒருத்தர் கைய நீட்டி வேன நிறுத்தினார். பத்துபேரிக்கும் அவர் பின்னாடி நின்னாங்க.

“பூவத்தடிக்குப் பக்கத்துல றால் பண்டுக்கு போகணும்னார்.”

“தலைக்குப் பதினைஞ்சி ரூவா. நின்னுகிட்டுத்தான் போகனும். பரவாயில்லயா” சிவனேசன் பையன் கேட்டதும். “பரவாயில்ல”ன்னார் வண்டிய மடக்குனவர். வேலைக்கு போற அவசரம். எல்லாம் தூக்கு சட்டியோட ஏறுனாங்க. பஸ்ல பத்து ரூவா கொடுத்தா போதும். ஆனா ஒவ்வொரு எடமா நின்னு நின்னு போவ தாமதமாகும். வேணுன்னா வேகமா போயிடலாம். தலைக்கி அஞ்சி ரூவா அதிகமானாலும் பரவாயில்ல.

இந்தத் தலைமுறை இப்படி மாறியிருக்கு. பணம் அவங்களுக்கு ஒரு பொருட்டா தெரியல. ரெண்டு ரூவா டிக்கட் எடுக்க அச்சப்பட்டுகிட்டு நாலுமைலு நடந்து போனவங்களோட வாரிசுதான் இவங்கள்லாம்.

பூவத்தடி வந்தது. றால் பண்டுக்கு வேலைக்குப் போறவங்கல்லாம் எறங்கிட்டாங்க.

வேன் இப்ப ப்ரீயாயிட்டு.

“ஒருபக்கம் நிலத்தடி நீரப் பாதுகாக்கணும்னு ஒரு கூட்டம் போராடிக்கிட்டிருக்கு. இன்னொரு பக்கம் பூமிக்குக் கீழ இருக்குற உப்பு நீர றால் பண்டு போடுறன்னு மேல கொண்டு வந்து வெளையிற நிலத்த பாழாக்குது இன்னொரு கூட்டம்.”

சாம்பசிவம்தான் இப்படிச் சொன்னாரு. பத்திரிகையில றால் பண்டுக்கு எதிரா நடந்த போராட்டத்தப்பத்தி ஏதோ படிச்சிருக்காரு.

“ஆமா. இன்னைக்குப் பணம் கெடைச்சா போதும் நாளைக்கு பூமி எப்படி வேணும்னாலும் போகட்டும்னு எண்ணம்தான். ஆனா ஒண்ணு இன்னிக்கு பூமிய அழிச்சி அடுத்த தலைமுறைக்கு சேர்க்குறவங்களோடு அடுத்த தலைமொற வாழ பூமி இருக்குமான்னு தெரியல.”

செல்லமுத்து இப்படிச் சொன்னதும் மன்றத்து பையன்.

“இதுக்கு ஏதாவது பண்ணனும்ணே. பெரீய அளவுல ஒரு போராட்டம் நடத்தணும்ணே.. பணம் வெச்சிருக்க இவனுங்க றால் பண்டு போடுறேன்னு வெளையிற நெலத்தையெல்லாம் வீணடிச்சிப்புட்டாங்க. தலைஞாயிறுல எங்களுக்கு நெல்லு வெளையிற நெலமிருக்கு. நெறைய வெளஞ்சப்ப வீட்டுக்கு போக மீதமிருக்குறத சென்டர்ல போட்டு காசு வரும். கொஞ்சமா வெளையிறப்ப எங்களுக்கு சாப்பாட்டுக்குப் போதும். அறுத்து அடிச்சி தூத்தி பத்தாயத்த நொப்பி வெச்சிக்குவோம். மாதாமாதம் தேவையானத எடுத்து அவிச்சி அரச்சி சமைச்சி சாப்பிடுவோம்.

இவனுங்க றாலு வளக்குறேன்னு, ஆளு ஒயரத்துக்கு பாத்திகட்டி. போரு போட்டு உப்புதண்ணிய எடுத்து. பாத்தியில நொப்பி றாலு வளக்குறானுங்க. றால புடிச்சதும் அந்த தண்ணிய அப்படியே பக்கத்துல இருக்குற வயல்ல தொறந்து விட்டுடுறானுங்க. அந்த உப்பு தண்ணி பாஞ்சா வெளையுமா. நெல்லு வெளையிற எடத்த வெச்சிகிட்டு கடையில அரிசி வாங்கி திங்கக் கேவலமா இருக்கு. போய் கேட்டம்னா ஆள வெச்சிகிட்டு ரௌடியிசம் பண்ணுறானுங்க. அவங்களக் கேக்க யாருமில்லன்னு நெனப்பு.”

வெளயிற நெலத்த வெச்சிகிட்டு அரிசி வாங்குற ஒரு இளைஞனோட தார்மீக கோபம்.

“சரிப்பா கோபப்படாத. அவங்களயெல்லாம் எதிர்க்கணும்னா நம்மகிட்ட பணபலம், இல்ல ஆள்பணம் வேணும். ரெண்டுமே நம்மகிட்ட

இல்ல. இது ரெண்டும் ஒரு நாளக்கி நம்மகிட்ட வரும் அன்னக்கி பாத்துக்கலாம். நான் ஓங்கிட்ட இன்னொரு கேள்வி கேக்கட்டா?''

கொஞ்சம் தயங்கியபடியே, ''கேளுங்கண்ணே'' என்றான்.

''தலைஞாயிறு எங்கருக்கு?''

''நம்மூர்லேர்ந்து ஏழெட்டு மைலு தள்ளியிருக்கு.''

''ஏழெட்டு மைலு தள்ளிப்போயி... அங்க குடிக்க தண்ணிகொட கெடையாது. பூமிக்கடியில உப்பு தண்ணி... இங்கேர்ந்து தண்ணி எடுத்துகிட்டு போயி குடிக்கணும். இல்ல ஆத்துத் தண்ணிய அள்ளிக் குடிக்கணும். நமக்கு அங்க வீடு வாச கெடையாது. அங்கருக்குற ஒருத்தனுக்கு கூலி கொடுத்து, அவன நம்பி வெவசாயம் பண்ணி, அத அறுத்து எடுத்துகிட்டு வரணும்.

அப்படிச் செய்யற வெவசாயம், செய்யமுடியாம போச்சுன்னு வருத்தப்படுறியே. நம்மூர்ல பூமியில ஏழெட்டடியில் நல்லதண்ணி கல்கண்டு மாதிரி இருக்கு. ஊர்ல எல்லாருக்கும் நெலமும் இருக்கு. ஆனா ஒட்டஞ்சத்திரத்துலேர்ந்து நம்மூருக்கு காய்கறி வருது. அதயும் நாம பணங்கொடுத்து வாங்கி சமைச்சி சாப்புடறமே. அத பத்தி என்னைக்காச்சும் யோசிச்சீங்களா?''

செல்லமுத்து இப்படிக் கேட்டதும் எல்லாரும் வாயடச்சி போய்ட்டாங்க. யாருக்கும் பதில் சொல்ல தெரியல.

''நம்மூரு மண்ணுக்கும் தண்ணிக்கும் ஒவ்வொருத்தரும் ஒரு பத்து சென்டுல காய்கறி போட்டம்னா மொதல்ல நமக்கான காய்கறிய பறிச்சி சமைச்சுக்கலாம். அதிகமா இருக்குறத அக்கம்பக்கத்து வீட்டுக்குக் கொடுத்துக்கலாம். இல்லனா வித்துக்கலாம். இதுக்காவ நாம எவ்வளவு நேரத்த செலவு செய்ய போறோம். நம்மூர்ல இருக்குற பொம்பளையாளுங்கல்லாம் வேலைக்கா போறாங்க. அவங்ககிட்ட இந்த வேலையக் கொடுத்தா மாசமாசம் ஒரு நல்ல வருமானம் பாக்கலாம்ல.

காய்கறி வாங்குற காச மிச்சம்பண்ணா நம்மூர்ல ஒவ்வொருத்த வீட்லயும் மாசம் எவ்வளவு ரூவா மிச்சமாகும். அதோட முழுக்க முழுக்க வெஷத்த போட்டு வெளைய வெக்கிறாங்க. அது ஒடம்புக்கு எவ்வளவு கெடுதி.

ரெண்டு ஏக்கர்ல கடலைக்கு எடையில ஊடுபயிராப் போட்ட கீரைய தெனமும் அவயம்பாக்காகிட்டத்தான் பறிச்சி கொடுத்தேன். எவ்வளவுக்கு வித்துகொடுத்ததுன்னு அதுகிட்டயே கேளுங்க. ஒரு அம்பது சென்டுல எல்லாவகையான காய்கறியும் போட்டு. காலையில கொஞ்ச நேரம் சாயங்காலம் கொஞ்ச நேரம் நீங்க அதுக்காக ஒழைச்சா போதும். இப்ப நீங்க மாசா மாசம் வாங்குற ஏழெட்டாயிரம் சம்பளம் மாதிரி ரெண்டு பங்கு சம்பாதிக்கலாம். வீட்டு சோத்த தின்னுட்டு ராசா மாதிரி வாழலாம்.

நம்ம மேஸ்திரியார் பேரன் நாடிமுத்து பி.இ முடிச்சிட்டு மெட்ராசுல வேல பாக்குறானே அவனுக்கு சம்பளம் எவ்வளவு தெரியுமா?"

"பாஞ்சாயிரம். அது சாப்பாட்டுக்கும் வாடகைக்குமே பத்தல. சமயத்துல இங்கேர்ந்து அவங்க தாத்தா பணம் அனுப்புவாரு. நான் அவரு வீட்டுக்கு நியூசு பேப்பர் வாங்க போறன்ல அப்ப மேஸ்திரியாரு எனகிட்ட பொலம்புவாரு. வீட்டுக்கு வாடான்னா நல்லதா வேல கெடைக்கட்டும் அத வெச்சி கல்யாணம் பண்ணிகிட்டு ஊருக்கு வர்றேன்னு சொல்றான்னு சொல்லி சிரிச்சாரு" சாம்பசிவம் சொன்னதும்.

"அவருக்கு வீட்டுக்குப் பக்கத்துல கெணத்தங்கர. வீட்டசுத்தி நெலம். அதுல ஏதாவது பண்ணா அந்த சம்பளத்த இங்க சம்பாதிக்க முடியாது?"

செல்லமுத்து கேட்டதும் அந்த பசங்ககிட்ட பதிலில்ல.

"ஏன் தம்பி நெலம் இல்லாதவங்களும் ஒருத்தர்ரெண்டு பேரு இருக்காங்கல்ல. அவங்க வேலக்கி போயிதானே ஆகணும்?"

கொஞ்சம் தயங்கித் தயங்கி சாம்பசிவம் கேட்டாரு. அவரு மவன் இங்கேர்ந்து பதினைஞ்சி மயில் தெனமும் வேலைக்கு போயி, செக்யூரிட்டி வேல பாத்து ஒரு நாளைக்கு முன்னூர்வா சம்பளம் வாங்குறான்.

"நெலம் இருக்குறவன் உற்பத்தி பண்ணட்டும். இல்லாதவன் வாங்கிட்டுப் போய் வித்து லாபம் பாக்கட்டும். விழுந்தாமாவடியிலேர்ந்து இங்கவந்து தேங்கா மாங்க வாங்கி விக்கிறாரே கட்டையரு அவரு எவள வசதி வாய்ப்போட இருக்காரு. நம்மூரு புள்ளவொ நாலு பேர வியாபாரியாக்குவோம். அவனவோ நாலு காசு சம்பாதிக்கட்டும். அவனுங்க இன்னொருத்தன் கிட்டபோயி எதுக்கு கூலிக்கு வேல பாக்கணும்?"

“ஆமாந்தம்பி... எம்மவனும் காலையில அஞ்சரைக்கு கௌம்பி சோறுகட்டிகிட்டு போறான். ராவுக்கு எட்டு மணிக்குதான் வீட்டுக்கு வர்றான். பன்னன்டு மணிநேரம் நிக்குறதுதான் வேல தெனமும் முந்நூறு ரூவா தர்றாங்க. பஸ்க்கு போக எரநூத்தம்பதுதான் மிச்சமாவுது.”

சாம்பசிவம் வருத்தத்தோட சொன்னாரு. செல்லமுத்து அவயம்பாவ பாத்தான்.

“அக்கா ஒண்ணு கேட்டா தப்பா எடுத்துக்க மாட்டீங்களே?”

“கேளுங்கபுள்ள.”

“ஓங்களுக்கு எழுத படிக்க தெரியுமா?”

செல்லமுத்து இப்படிக் கேட்டதும் அவயம்பாவுக்கு வெக்கமா போயிட்டு. வெக்கத்துல ரெண்டு வயசு கொறஞ்சமாதிரி ஆயிட்டு. என்னடா இவன் அவயம்பாவுக்கு எழுதபடிக்கத்தெரியுமான்னு கேக்குறான். அந்தம்மாவ பள்ளிக்கொடத்துல சேத்துவிடப் போறானான்னு சாம்பசிவம் யோசிச்சாரு.

“அதெல்லாம் எனக்கெங்க புள்ள தெரியும். கூலி வேலைக்குப் போன காலத்துல ஏதோ அனுபவத்துல கொஞ்சம் கணக்குப் போடக் கத்துகிட்டேன். பள்ளிகொடமே போனதில்ல. பத்துபாஞ்சி வருசத்துக்கு முன்னவீட்ல வந்து கட்டாயமா வரணும்னு சொன்னாவோன்னு ராப்பள்ளிகூடத்துக்குப் போனப்ப கையெழுத்து போட கத்துகிட்டேன். அதுவும் எழுத்துகூட்டி போட்டு முடிக்குறதுக்குள்ள கண்ணாலம் ஆயி புள்ள பொறந்துடும் போங்க.”

அவயம்பா இப்படி சொன்னதும் பசங்க கொல்லுன்னு சிரிச்சிட்டாங்க. ஒடனே செல்லமுத்து.

“பள்ளிக்கொடமே போகாத அவயம்பாக்கா ஒரு நாளைக்கு எவ்ளோ சம்பாதிக்குது தெரியுமா? காலேஜிக்கு போய் படிச்ச ஓங்களவிட அதிகமா.”

இப்படிச் சொன்னதும் பசங்களுக்குக் கொஞ்சம் கோவம் வந்துச்சி. இருந்தாலும் அவன் சொல்றதுல உண்மையிருக்கே. ஒடனே மன்றத்து பையன் ஒருத்தன்.

“அண்ணே இவ்ளோ வெவரமா சொல்றீங்க. நீங்க யாண்ணே வெவசாய வேலைக்கு பயந்துகிட்டு மெட்ராசுக்கு ஓடுனீங்க?"

செல்லமுத்த பாத்து ஒருத்தன் இப்படியொரு கேள்வி கேட்டதும் சாம்பசிவத்துக்கு அளவு கடந்த மகிழ்ச்சி. ஏன்னா ரொம்ப நாளா அவரு கேக்கணும்னு நெனைச்சிகிட்டிருந்த கேள்வி. செல்லமுத்து என்ன சொல்றான்னு ஆர்வமா பாத்துகிட்டிருந்தாரு.

செல்லமுத்து சிரிச்சான்.

“இப்ப நான் ஒங்களுக்குச் சொல்றமாதிரி அப்ப எனக்குச் சொல்ல யாருமில்லயே. ரெண்டாவது... பட்டா புத்திவரும்னு சொல்வாங்க. நான் பட்டேன். எனக்கு புத்தி வந்தது. அது ஒங்ககிட்ட சொல்லிகிட்டிருக்கேன்.

தம்பி... எல்லா பெரிய பிரச்சினைக்கும் தீர்வு ரொம்பச் சின்னதா இருக்கும். இதுதான் தீர்வுன்னு தெரியிற வரைக்கும் நாம ஓடிக்கிட்டுதான் இருக்கணும். தீர்வு தெரிஞ்சதும் பிரச்சினை ஒண்ணுமில்லாமல் போயிடும். தீர்வு இதுதான்னு தெரியிற வரைக்கும் மூச்ச புடிச்சி ஓடிகிட்டுத்தான் இருக்கணும்.”

ஏதோ தத்துவம் மாதிரி சொல்லி முடிச்சான் செல்லமுத்து.

“நான் ஊர விட்டுப் போய் இருவது வருஷத்துக்கு மேல ஆவுது. நெறைய அடிபட்டு மிதிபட்டு நெறைய தெரிஞ்சிகிட்டு வந்துருக்கேன். அத சொல்லித் தர்றேன். நீங்கல்லாம் என்னோட இருக்கணும்.”

“அண்ணே... அத நீங்க சொல்லத்தேவயில்ல. அவ்ளோ பெரிய ஆபீசுல ஒரு பெரிய ஆபீசர் ஒங்கள ஒக்கார வெச்சி மரியாத கொடுக்கும்போதே ஒங்ககூட இருக்கணும்னு ஒரு எண்ணம் வந்துட்டு. நாங்க ஒங்ககூட இருப்போம். ஒங்களுக்காக இல்லண்ணே.. எங்களுக்காக.”

இதக் கேட்டதும் செல்லமுத்துக்கு ஒரே சந்தோசம். இந்த மாதிரி இளைஞர்களைத்தான் விவேகானந்தரும் எதிர்பார்த்தார் நம்மாழ்வாரும் எதிர்பார்த்தார்.

வேன் கேரவில்பத்தில் மெயின்ரோட்லேர்ந்து உள்ள திரும்புச்சி. அவயம்பாக்கா செல்லமுத்தைப் பாத்து,

“புள்ள... நான் வீரன்கோயிலுகிட்ட எறங்கிக்கிறேன். நடராசன் பொண்டாட்டி கீரதண்டு கொடுத்துவிட்டா. வித்துட்டு வந்தேன் அவகிட்ட காசு கொடுக்கணும். பாளயனுக்கு போன்பண்ணிச் சொல்லிட்டேன். வேன் சத்தம் கேட்டதும் அவரு வந்து மளிக பொருள எறக்கிக்குவாரு.”

“சரி... சரி...”

“அப்பெறம் நடராசன் பொண்டாட்டி ஓங்க வீட்டுக்குக் கடல வெதக்க வந்துருக்கா. அப்ப நீங்க வெதைங்கல்லாம் கொடுத்தீங்களாம். அவ்வோ வீட்ல கொளம் சேறு வாருனாங்களாம். வாருன சேறு காஞ்சதும் அதுல செவப்புத் தண்டுக் கீர மட்டும் வெதச்சிருக்கா. அவ பறிச்சி சாப்டதுபோவ மீதமிருந்த தண்ட வித்துக் கொடுக்கமுடியுமான்னு கேட்டா. கொண்டாடி ஆத்தான்னு வாங்கிக்கிட்டு போனேன். ஒவ்வொரு தண்டும் கணுக்கையி சைசுல. தளதளன்னு இருவது தண்டிருக்கும். கொண்டு போயி வெச்சேன். கேட்டவங்களுக்கு ஒரு தண்டு அஞ்சு ரூவான்னு சொன்னேன். அஞ்சே நிமிசத்துல வித்திருச்சி. நீங்க கால் கரண்டி வெததான் கொடுத்தீங்களாம். சிட்டிக வெதக்கு இவ்ளோ வெளஞ்சிருக்கேன்னு ஆச்சரிபட்டா. இன்னும் கொஞ்சம் வெத வேணும்னு கேட்டா.”

“ம்... தர்றேன். ஆனா அடுத்த தடவ கேட்டா கொடுக்க மாட்டேன். ஒரே ஒரு கீரதண்ட பறிக்காம விட்டா நான் கொடுத்த மாதிரி பத்து பங்கு வெத கெடைக்குமே.”

மன்றத்துப் பசங்களுக்கு ஆச்சரியமா இருந்தது. கோயில்ல விபூதி வாங்கி மடிச்சிகிட்டு வர்ற மாதிரி ஒரு சின்ன பொட்லத்துல கொடுத்த கீர வெத. அவங்க வீட்ல சமைச்சி தண்டா பறிச்சி இவ்ளோத்துக்கு விக்கமுடியுதேன்னு.

எல்லாரும் செல்லமுத்து வீட்டு வாசல்ல எறங்குனாங்க. வாசல்ல மண்பானையில தண்ணி இருந்தது. எடுத்துக் குடிச்சாங்க.

“முடிஞ்சா நாளைக்குக் காலையில வாங்க. பயிற்சிவகுப்பு நடத்துறதப் பத்தி பேசலாம்” செல்லமுத்து சொன்னதும்,

“முடிஞ்சா என்ன... கண்டிப்பா வர்றோம். ஆனா காலையில வேண்டாம். வேலைக்கு போகணும். நைட்டு எட்டு மணிக்கு மேல வர்றோம்.” சொல்லிட்டுக் கௌம்புனாங்க எல்லாரும்.

செல்லமுத்து சட்டையையும் வேட்டியையும் மாத்திக்கிட்டு கைலிக்கு மாறினான். கொல்லப்பக்கம் போய் கைகால் கழுவிட்டு வந்தான். சாப்பாடு தயாரா இருந்திச்சி. வாழ எலய போட்டு சாப்பாட போட்டாங்க. அவனுக்குப் பிடிச்ச சின்ன வெங்காயக் காரக் கொழம்பு. ரசிச்சி சாப்பிட்டான். அப்போது போன் வந்தது. அவன்

மனைவிதான் எடுத்தாள். உத்தமசோழன் என்ற பெயர் வந்தது. அவனிடம் கொடுத்தாள். வாங்கி பேசினான்.

“தம்பி மெசேஜ் போட்டிருந்தேன். நீங்க ரிப்ளே பண்ணல அதான் போன் பண்ணேன்.”

“இல்லய்யா நாகப்பட்டணம் போயிருந்தேன். இப்பதான் வீட்டுக்கு வந்து சாப்புடுறேன். நான் ஒங்க மெசேஜ் பாக்கல.”

“சரி தம்பி. நாளைக்குக் காலையில ஒன்பது மணிக்கா ஒங்க வீட்டுக்கு வர்றோம். எங்கயும் போயிடாதீங்க. சம்பத்து தம்பிகிட்டயும் சொல்லிட்டேன். ஒங்கள பேட்டி எடுத்துக்கிட்டு அப்படியே விழுந்தமாவடி போவணும்.”

“நல்லதய்யா. காலையில டிபன் தயார்பண்ண சொல்லிடறேன். வாங்க இங்கயே சாப்டுடலாம்.”

“ஏந்தம்பி ஒங்களுக்கு செரமம். நான் வர்ற வழியில பாத்துக்கறேன்.”

அவர் இப்படிச் சொன்னாலும் அவன் வீட்டில் சாப்பிட வேண்டும் என்ற ஆவல் அவருக்கு இருந்தது. சம்பத் பல தடவை சொல்லியிருக்கார் அவங்கவீட்ல சாப்பாடு நல்லாருக்கும்”னு.

“அதெல்லாம் ஒண்ணுமில்லய்யா. ஒங்களுக்காக தனியாவா சமைக்கப்போறோம். எங்களுக்கு செய்யறதுல சேத்து செய்யப்போறோம்.”

நாளை காலை ஒன்பதரை மணிக்கு நமது வயலைப் பாக்கவும் பேட்டி எடுக்கவும் திருத்துறைபூண்டியிலிருந்து கிழக்குவாசல் மாதபத்திரிகையின் ஆசிரியர் திரு. உத்தமசோழன் வருகிறார். வாய்ப்பிருப்பவர்கள் பங்கேற்கவும்.

விவசாயம் வாட்ஸ் ஆப் குரூப்பில் ஒரு மெசேஜ் தட்டிவிட்டான். சதாசிவத்துக்கு மட்டும் தகவல் சொல்லச்சொல்லி பக்கத்துவீட்டு வெங்கடேசுக்கு ஒரு பதிவு போட்டுவிட்டான்.

பதினாறு

காலையில் எழுந்ததும் கொல்லைக்குப்போய் பார்த்துவிட்டு வந்தான் செல்லமுத்து. வரும்போதே மூங்கில் அலக்கு போட்டு சட்னிக்கு ஒரு எளந்தேங்கா பறிச்சிட்டு வந்தான்.

சொன்னதற்கு கால்மணிநேரம் முன்னதாக வீட்டுக்கு வந்தார் உத்தமசோழன். வரும்போதே சம்பத்தத்தானையும் கூட்டிக்கிட்டு வந்தார். வாசல்லயிருந்த நாற்காலியில ரெண்டுபேரும் ஒக்காந்தாங்க.

“என்ன தம்பி எதோ வித்தியாசமா வாசம் வருதே?”ன்னு கேட்டாரு உத்தமசோழன்.

“ஐயா அது பஞ்சகாவ்யம்யா. பயிருக்கு அடிக்க தயாரிச்சி வெச்சிருக்கேன். அதோட வாசனதான்” பக்கத்துல இருந்த பிளாஸ்டிக் டிரம்ம காட்டினான் செல்லமுத்து.

“அப்படீன்னா? எங்கயோ கேள்விபட்ட பெயரா இருக்கே? அத எப்படித் தயாரிக்குறது? எப்படிப் பயன்படுத்துறது?”

செல்லமுத்துக்கு சின்ன சந்தேகம். உண்மைக்கு இவருக்குத் தெரியலையா? இல்ல நம்மள சோதிக்கிறாரா?

“ஐயா இது நம்ம பசு மாட்டோட புது சாணம், பசுவின் கோமியம், பசு மாட்டுப்பால், பசுந்தயிர், பசு நெய், கரும்புச் சாறு, இளநீர்,

வாழைப்பழம், கள்ளு இதெல்லாம் சேர்த்து தயாரிக்கிறதய்யா. இதத் தண்ணியில கலந்து பயிர்மேல அடிச்சா பயிர் நல்லா வளர்ந்து நெறைய காய்க்கும்.

இத ஒரு காலத்துல நம்மூரு சிவன் கோயில்ல பிரசாதமா கொடுத்துருக்காங்க.''

''ஓ... அப்படியா... அது என்ன பக்கத்துல இன்னொரு டிரம் இருக்கே?''

''அது பூச்சிவிரட்டி. ஆடு மாடு சாப்பிடாத எதாவது அஞ்சுவகை எலய எடுத்துவந்து அத இடிச்சி பசு மாட்டுக் கோமியத்துல ஊற வெச்சிருக்கேன். இத தண்ணியில கலந்து பயிருக்கு அடிச்சா பூச்சிங்க வராதுய்யா.''

''இரசாயன ஓரம் பூச்சி மருந்து எல்லாம் பயன்படுத்தாததுதானே இயற்கை விவசாயம். நீங்க பூச்சி வராம இருக்க மருந்து தயார் பண்ணியிருக்கீங்க?''

''ஐயா ரெண்டுக்கும் வித்தியாசம் இருக்கு. நாம பயன்படுத்தகூடாதுன்னு சொல்றது பூச்சிகொல்லி. கடையில வாங்குற மருந்து. அத அடிச்சா பூச்சிங்க செத்துடும். நம்ம தயாரிக்கிறது பூச்சி விரட்டி. பூச்சி வராது. பூச்சிய விரட்டும். ரெண்டுக்கும் வித்தியாசம் இருக்கு. அதோட நாம தயாரிச்சிருக்குற இந்த பொருட்களால நமக்கும் எந்த ஆபத்தும் இல்ல. பூமிக்கும் எந்த பிரச்சினையும் இல்ல.''

''ஓ!''

அப்போது செல்லமுத்து மனைவி எட்டிப்பார்த்தாள். டிபன் தயாராகிட்டுன்னு சைக காட்டினாள்.

''ஐயா சாப்பிடலாம். டிபன் ரெடியாயிட்டு.'' சொல்லிட்டு சொம்புல தண்ணி எடுத்துக் கொடுத்தான். திண்ணையில இருந்த மேஜையில ரெண்டு எலபோட்டிருந்தது. எதிரெதிர ரெண்டு நாற்காலியும் போட்டிருந்தது. சம்பத்து ஒரு எலய எடுத்து தரையில போட்டு ஒக்காந்தார்.

''நமக்கு தரையில ஒக்காந்து சாப்டே பழக்கமாயிடுச்சி.''

கேவுரு இனிப்பு இடியாப்பம். சப்பாத்தி. சாமை பொங்கல். தேங்காய் சட்னி. கதம்ப சாம்பார். எள்ளுப்பொடி. சம்பத்தத்தான்

நல்ல சாப்பாட்டுப் பிரியர் என்பது செல்லமுத்துவுக்கு நல்லாவே தெரியும். ஆனா பத்திரிகையாசிரியரும் அப்படித்தான்னு அவர் சாப்பிடுறத வெச்சித் தெரிஞ்சிகிட்டான். மெதுவா மென்னு ரசிச்சி ருசிச்சி சாப்பிட்டாரு.

“ஏன் தம்பி. இந்த சப்பாத்தி கோதுமையில செஞ்சது. இந்த இடியாப்பம்?”

“ஐயா அதே கேவருல செஞ்சது. பொங்கல் சாமையில செஞ்சது.”

“எல்லாம் நல்லாருக்கு தம்பி.. ஆனா அரிசியில செஞ்சது எதுவுமில்லையா?” ன்னு கேட்டுட்டு சிரிச்சாரு.

“இருக்கு”ன்னு உள்ளேர்ந்து குரல் வந்தது. ஒரு தட்ல ரெண்டுதோசய எடுத்துகிட்டு வந்தாங்க செல்லமுத்து மனைவி.

“ஏம்மா தோசயும் செகப்பு கலர்ல இருக்கு?”

“ஆமாய்யா... ரத்தசாலின்னு ஒரு பாரம்பரிய அரிசி.”

செல்லமுத்தோட மனைவி சொன்னாங்க. ஐயா சிரிச்சிக்கிட்டாரு.

“எல்லாம் ரொம்ப ருசியாருக்கும்மா. இந்த தேங்கா சட்னி ரொம்ப டாப். அதுல வதக்கி போட்டிருந்த சின்ன வெங்காய தாளிப்பு .. அது எனக்கு ரொம்பப் புடிக்கும்.. ரொம்ப நன்றிம்மா.”

மன்றத்துப் பசங்க சிலர் வந்தாங்க. சாம்பசிவமும் கூட வந்தாரு. மத்தவங்க ஒவ்வொருத்தரும் ஏதோ வேலையா போயிட்டாங்க. சொக்கலிங்கம் கொஞ்சம் லேட்டா வர்றதா சாம்பசிவம் சொனனாரு.

“சரி தம்பி தோட்டத்துக்குப் போகலாமா?”

“ம்... போகலாம்யா...”

எல்லாரும் கடல கொல்லைக்கு கௌம்புனாங்க. சாம்பசிவம் வழிகாட்ற மாதிரி முன்ன போனாரு.

“தம்பி இந்த ஐயா யாரு?”

“ஐயா நானே அறிமுகப்படுத்துணும்னு இருந்தேன். இவரு பேரு சாம்பசிவம். நான் ஊருலேர்ந்து வந்ததிலேர்ந்து எனக்கு எல்லா விதத்திலும் பக்கபலமா இருக்குறது இவருதான். இந்த தம்பிங்க

இங்க நற்பணிமன்றம் வெச்சி நடத்திகிட்டிருக்காங்க.

எல்லாரும் டிகிரி முடிச்சிருக்காங்க. இவங்களும் இனி விவசாயம் சார்ந்த தொழில்ல எறங்க ஆர்வமா இருக்காங்க.''

''நல்லது தம்பி. இளைஞர்கள் எந்த ஒரு செயல்ல ஆர்வம் காட்றாங்களோ அந்த செயல் சிறப்பாகவே நடைபெறும். என்னவொண்ணு அவங்களுக்கு சரியான வழிகாட்டுதல் வேணும்.

இன்னைக்கு அவசியம் விவசாயம்தான். அதுவும் மண்ணை மலடாக்காத விவசாயம். அதனால ஒங்களுக்கு சரியான நபர்கள் கெடைச்சிருக்காங்கன்னு நெனைக்கிறேன்.''

பேசிக்கொண்டே வந்தார்கள் கடலக்கொல்லை வந்தது. உத்தமசோழன் அதை ரசித்துப் பார்த்தார்.

''தம்பி... இந்த பட்டு பொடவ இருக்கும்ல... மத்தியில ஒரு கலரு அதுல அங்கங்க சின்னதா புட்டா போட்டிருக்கும்... நாலு பக்கமும் பார்டர் இருக்கும்ல.. அது மாதிரி இருக்கு ஒங்க வயலு... நான் இதுவரைக்கும் இப்படிப் பல நெறத்துல, பல வளர்ச்சியில, பல பயிர்கள ஒரே எடத்துல பாத்ததில்ல. பயிரெல்லாம் நல்லா பச்ச கட்டி நிக்குதே ஒரம் என்ன போட்டீங்க?''

''ஐயா... இருபத்தி நாலு வகையான பயிர்கள வெதச்சி, வளந்ததும் அத ரோட்டாவீட்டர் வெச்சி மடக்கித் தண்ணி விட்டு மக்க வெச்சேன். அதான் இதுக்கு ஒரம்.''

''நீங்க செய்யற இந்த முறையில, விவசாயம் செய்யறதுல எப்படி லாபம்?''

''ஐயா வெளியிலேர்ந்து எதுவும் விவசாய நெலத்துக்குள்ள வரக்கூடாது. ஆனா இங்கேர்ந்து எல்லாம் எடுத்துக்கணும். இங்க இருக்க ஒவ்வொரு பயிர்லேர்ந்தும் ஒவ்வொரு காலகட்டத்துல வருமானம் கெடைக்கும். செலவில்லா வருமானம். இப்போ இங்க நான் செலவு பண்ணது விதைகளுக்காக மட்டும்தான். அடுத்த மொற நான் விதைகள் வெலகொடுத்து வாங்க மாட்டேன். பல தானிய வெதப்புக்கு மட்டும் ரெண்டாயிரம் செலவாச்சி. இதுவரைக்கும் வித்த கீரையில அதவிட அதிகமா கெடைச்சிட்டு... இதுல பயிர்பண்ண ஒவ்வொண்ணுலேர்ந்தும் ஒரு லாபம். அதோட ஒண்ணோட ஒண்ணு ஒத்தாச பண்ணி வளரும்.''

“அதெப்படி.. கொஞ்சம் புரியும்படியா சொல்லுங்க.”

“இங்க வெதச்சிருக்க உளுந்து, பயறு, காராமணி, ஓரத்துல இருக்குற அகத்தி இதெல்லாம் காத்துல இருக்குற நைட்ரஜன எடுத்து வேர் வழியா மற்ற பயிர்களுக்குக் கொடுக்கும். மற்ற பயிர்களும் நல்லா வளரும். உளுந்து, பயறு, காராமணி இதெயெல்லாம் அறுவட பண்ணா அதுலேர்ந்து ஒரு வருமானம் கெடைக்கும். அகத்தித் தழை ஆடுமாட்டுக்குப் போடுவோம். அதுங்க போடுற சாணி புழுக்கய மக்க வெச்சி திரும்ப வயலுக்கு ஒரமாக்கலாமா?”

“அடடே.... மனசனும் இதுமாதிரி ஒருத்தருக்கு ஒருத்தர் ஒத்தாசையா இருந்தா எவ்வளவு நல்லாருக்கும்?”

“இல்லாம.. இப்ப இவங்களுக்கெல்லாம் நான் என்ன பண்ணேன்.. இவங்கெல்லாம் எனக்கு ஒத்தாசயா இல்ல.”

செல்லமுத்து இப்படி சொன்னதும் அங்கயிருக்குறவங்களுக்கு ஒரே நெகிழ்ச்சி.

“சரி தம்பி முக்கியமா நான் ஒங்ககிட்ட கேக்க நெனைச்சது. நீங்க ரொம்ப நாளா நமது பாரம்பரியமான காய்கறி விதைங்கள இலவசமா கொடுக்கறீங்களாமே?”

“அது ஒரு பெரிய கத. வெவரமாச் சொல்லணும்.”

“உண்மையில நான் மெட்ராசுக்குப் போகக் காரணமே வெவசாயம்தான். ஊர்ல இருந்தவரைக்கும் குளிக்க சாப்ட நேரமிருக்காது. ஆடு, மாடு, கடல, தென்ன ன்னு காலையில அஞ்சி மணிக்கு எந்திரிச்சி நீராகாரத்த குடிச்சிட்டு வேலய ஆரம்பிச்சா ஒன்பது மணிவரைக்கும் வேல டைட்டா இருக்கும். அதுக்கு மேல அவசர அவசரமா குளிச்சிட்டு சமயத்துல குளிக்கக் கூட நேரமிருக்காது, கைகால் கழுவிட்டு பழைய சோத்தத் தின்னுட்டு அவசர அவசரமா பள்ளிக்கொடத்துக்கு ஓடுவோம்.

சாயங்காலம் வந்தா திரும்ப ஆடு, மாடு, கீத்து மொடையிறது, பாள கிழிக்குறதுன்னு ஏழெட்டு மணி வரைக்கும் வேலையிருக்கும். அதுக்கு மேல போனாப் போவுதுன்னு படிக்க விடுவாங்க. இவ்ளோ வேல பாத்துட்டு அதுக்கு மேல எங்க படிக்கிறது. அசதி தீரக் குளிச்சிட்டு வந்து சாப்டா தூக்கம் கண்ணச் சொக்கும். அதுக்கு மேல எங்க படிக்கிறது. எப்படியாவது இந்த ஊர விட்டும் விவசாயத்த விட்டும்

ஓடிடணும்ங்குறதே ஒரே எண்ணமா இருந்தது.

பள்ளி படிப்பு முடிஞ்சிது. அப்பாவுக்கு நான் வெவசாயம் பாக்கணும்ங்கறது ஆச. எனக்கு எப்படா ஊர விட்டு ஓடுவோம்ங்கறதுல ஆச. அப்படி சில வேலைகளுக்கு முயற்சி பண்ணப்ப என்னைய வெளிய போக விடாம தடுத்துகிட்டே இருந்தாங்க. ஒரு வாய்ப்பு கெடைச்சிது. ஒரு தனியார் கம்பெனியில மெஷின் மெக்கானிக்கா வேல. மொத மாசம் நாநூத்தி அம்பது ரூவா சம்பளம். அடுத்த மாசம் ஐநூத்தி அம்பது.

அப்படியே ஒரு பத்தாயிரம் சம்பளம் பாக்க ஆறுவருசமாச்சி. கம்பெனிக்காரவுகளுக்கு என்ன நோக்கம்னா சம்பளம் கம்மியா கொடுத்தா இவன் பாதியில ஓடிடுவான். இந்த சம்பளத்துக்குத் தாக்குபுடிச்சி எவன் நிக்கிறானோ அவனுக்கு வேலைய நிரந்தரம் பண்ணுவோம்னு.

கஷ்டம்னா கஷ்டம் அப்படியொரு கஷ்டம். சம்பளம் கொறைவு. வேல கஷ்டம். சரி விட்டுட்டு ஊருக்கு போலாம்னு நெனைக்கிறப்பல்லாம் ஊர்ல பாக்குற வெவசாய வேல ஞாபகத்துக்கு வரும். அங்க போயி கஷ்டபடுறதுக்கு இங்கயே கஷ்டபடலாம்னு இருந்துட்டேன். நமக்கான ஒரு வேல. நகர வாழ்க்க. இதெல்லாம் எனக்கு புடிச்சிருந்தது.

அப்பறம் கல்யாணம். ஒரு கொழந்தன்னு ஆனபின்ன என்னோட முப்பத்தி மூனு வயசுல ஒரு நாள் கம்பெனியில மயக்கம் போட்டு விழுந்துட்டேன்."

செல்லமுத்து சொல்லச் சொல்ல பேய்படம் மாக்குற மாதிரி எல்லாரும் அமைதியா கேட்டுகிட்டிருந்தாங்க.

"ஒடனே கம்பெனி பஸ்ட் எய்டுக்கு கூட்டிகிட்டு போனாங்க. டாக்டர் காலையில சாப்டியான்னு கேட்டாரு. சாப்டேன்னு சொன்னேன். பிரசர் பாத்தாரு. கொஞ்சம் அதிகமா இருந்துச்சி.

சுகர் டெஸ்ட் எடுத்துகிட்டு என்னைய வந்து பாருன்னு சொன்னாரு. டெஸ்ட் எடுத்துபாத்தா சுகரு இருக்கு.

சுகரு கொரைக்க என்னென்னல்லாம் பண்ணலாம்னு ஆலோசனை சொன்னாரு.

எனக்கு அதிர்ச்சி. நமக்கு எப்படி இந்த நோவு வந்ததுன்னு. மண்டய

போட்டுப் பிச்சுகிட்டேன். என்னடா எண்பதஞ்சி வயசுல அப்பா ஊர்ல கும்முன்னு இருக்காரு. எந்த நோவுநொடியுமில்ல. நமக்கு சின்ன வயசுலயே பிரசரு சுகரல்லாம் வந்துட்டு. யோசிச்சி யோசிச்சி பாத்தேன். ஒண்ணும் புடிபடல. எனக்கு புத்தகம் படிக்குற பழக்கம் இருந்ததால நோயல்லாம் ஏன் வருதுன்னு தெரிஞ்சுக்க புத்தகத்த தேடிதேடி படிச்சேன்.

மெட்ராசுக்குப் போனதுலேர்ந்து கல்யாணம் ஆகுறவரைக்கும் நான் வாழ்ந்த வாழ்க்க. சாப்பட்ட சாப்பாடு. அதுவும் விரும்பி சாப்ட பரோட்டா. விரைவு உணவுக இதெல்லாம்தான் என்னைய பாதிச்சிதுன்னு புரிஞ்சிது.

சரி விட்டுட்டு ஊருக்குப் போவும்னா. போயி என்ன பண்றதுன்னு புரியல. வீட்டம்மாவும் மவளும் மெட்ராசவிட்டு வரமாட்டேன்னு அடம்புடிக்குதுங்க. சரி தலயெழுத்து இதுக்குமேல என்ன பண்ண முடியும். நம்ம ஒடம்பு இதுக்கு மேல கெட்டு போகாம இருக்க சாப்பாட்ல கவனம் செலுத்த ஆரம்பிச்சேன்.

ரசாயன ஒரமும் பூச்சிக்கொல்லி மருந்தும் பயன்படுத்தாம வெவசாயம் பண்றவங்கள தேடி அவங்ககிட்டேர்ந்து அரிசி சிறுதானியம்லாம் வாங்க ஆரம்பிச்சேன். சரி காய்கறிக்கு என்ன பண்ணலாம்னு யோசிச்சேன். மாடியிலயே காய்கறிங்க போடலாம்னு முடிவெடுத்து அதப் பத்தித் தெரிஞ்சுகிட்டு வெதங்கள தேடுனப்ப எனக்கு வீரிய ஒட்டுரக வெதங்கதான் கெடைச்சது. சரி இதநாம பயன்படுத்தகூடாது. நம்ம மரபு காய்கறி விதைங்க எங்க கெடைக்கும்னு தேடினேன்.

அந்த நேரம் பாத்து மெட்ராசுல மரபணுமாற்றம் செய்யப்பட்ட கடுகுக்கு எதிரான போராட்டம் ஒண்ணு நடத்துனாங்க. அத விதைத்திருவிழான்னே நடத்துனாங்க. அந்த செய்திய பத்திரிகைல பாத்துட்டு நானும் மகளும் போயிருந்தோம்.

எனக்கு ஆச்சரியம்னா ஆச்சரியம் அவ்ளோ ஆச்சரியம். வெவசாயமே செய்யாத மெட்ராசுல. மருந்து போடாம வெவசாயம் செய்யுற பலர அங்க பாக்கமுடிஞ்சுது. ஆளாளுக்கு மரபு உணவுகளும், மரபு அரிசிங்க, சிறுதானியங்க, அதுல செஞ்ச பலகாரங்கன்னு எல்லாம் வெச்சிருக்காங்க.

மரபு விதைகள்னு ஒரு ஸ்டால். அதுல போயி பாத்தா நம்ம

தாத்தால்லாம் பயன்படுத்துன காய்கறி வெதங்க வெச்சி விக்கிறாங்க. நான் எதெல்லாம் தேடிகிட்டிருந்தனோ அதெல்லாம் அங்கருக்கு. கொஞ்சம் கீர காய்கறி விதைங்க வாங்கிகிட்டு அவரு போன் நெம்பரும் வாங்கிகிட்டு வந்து மறுநாளு அவருகிட்ட பேசுனேன்.

அவரு பேரு யோகநாதன். முசிறிகாரரு. அவருகிட்ட வாங்கிக்கிட்டு வந்த கீர வெதங்கள மாடித் தோட்டத்துல போட்டேன். அருமையா வெளஞ்சிச்சி. பறிச்சி சாப்டா செமையான ருசி. அதுக்கப்பறம் வீட்டுல உள்ள குப்பைங்கள வெளியில போடுறதில்ல. தொட்டியில போட்டு மக்க வைக்குறது அதுல கீரைய வௌைய வெக்குறது.

என்னோட வீடு சின்னதா இருந்ததால கொஞ்சமாத்தான் விளைய வெக்க முடிஞ்சது. அதுலேர்ந்து மாடியில வௌையிற கீரைங்கதான்.

இதப் பாத்துட்டு அக்கம்பக்கத்துல உள்ளவங்கல்லாம் வெத கேட்டாங்க. அவங்களுக்கும் கொடுத்தேன். அப்படியே ஒருத்தர் இன்னொருத்தர்கிட்ட சொல்ல அவங்க எங்கிட்ட கேக்கன்னு ஒரு கட்டத்துல மாசாமாசம் வெதைங்க வெள கொடுத்து வாங்கறது. அத கொஞ்ச கொஞ்மா பிரிச்சி பொட்டலம் போட்டு எலவசமா கொடுக்கறதுன்னு அதயே சேவையா செய்ய ஆரம்பிச்சேன்.

இது தெரிஞ்சி ஒரு பத்திரிகையில இதபத்தி எழுதி என் போன் நெம்பர போட்டு விட்டாங்க.

அதப் பாத்துட்டு வெளியூர்லேர்ந்து கேட்டவங்களுக்கு தபால்ல எஞ்செலவுல அனுப்புனேன். பாத்தா பத்துக்கு மேல பத்திரிகையில இதப்பத்தி எழுதிட்டாங்க.

ஒரு கட்டத்துல என்னால அனுப்ப முடியாத அளவுக்குப் பிரச்சன. ஒரு நாளைக்கு நூறு எரநூறு பேரு கேட்டா நான் என்ன பண்ணமுடியும். ஒடனே என்ன பண்ணன்னா வெளியூர்லேர்ந்து கேக்குறவங்களுக்கு விதைகள் மட்டும்தான் இலவசமா தரமுடியும். ஒங்க முகவரி எழுதி ஸ்டாம்ப் ஒட்டி ஒரு கவரு அனுப்புங்க. இல்லன்னா ஒங்க சொந்தகாரங்க தெரிஞ்சவங்க யாராவது மெட்ராசுல இருந்தா நேரடியா வந்து வாங்கிக்கோங்கன்னு சொல்லிட்டேன்.

நான் மெட்ராசுல இருக்குறவரைக்கும் ஒரு நாளைக்கு ஒருத்தர் ரெண்டு பேரு வீட்டுக்கு வெதங்க வாங்க வருவாங்க. நாங்க ஊருக்கு வந்த

பிறகு இப்பவும் யாராவது வெத வாங்க வீட்டுக்கு வந்துகிட்டிருக்குறதா இப்ப அந்த வீட்ல இருக்குறவங்க போன் பண்றாங்க.''

உத்தமசோழன் கேக்கக் கேக்க செல்லமுத்து பதில் சொல்லிகிட்டிருந்தான்.

தூரத்துல செல்லமுத்து மனைவி வந்துகிட்டிருந்தாங்க. ஒரு கையில ஒரு சில்வர் வாளியும், இன்னொரு கைல நாலஞ்சி எவர் சில்வர் தம்ளரும் இருந்துச்சி. சாம்பசிவம் கண்ல பட்டதும் அவரு நாக்கு பரபரக்க ஆரம்பிச்சிச்சி. இன்னைக்கு என்ன வர்தோ தெரியலையே.. ஏதோ குடிக்கத்தான் வருது.

உத்தமசோழன் கொல்லைக்குப் பக்கத்துல இருந்த கயித்துக்கட்டில்ல வந்து ஒக்காந்தாரு. சாம்பசிவம் வாளியையும் தம்ளரையும் வாங்கிகிட்டு

‘‘எங்கம்மா வெத்தலத் தட்ட எடுத்துக்கிட்டு வர்ல?'' ன்னு கேட்டார்.

‘‘ம்... முன்னாடியே சின்னவகிட்ட கொடுத்துவிட்டனே.. அது வழியில எங்க வெளையாட போச்சோ தெரியலையே.''

நீராகரத்தண்ணி கலர்ல எதோ ஒண்ணு குடிக்க. ஒருசமயம் நீராகரத்தண்ணியா இருக்குமோ? யோசிச்சிகிட்டே ஒரு டம்ளர் எடுத்து உத்தமசோழன்கிட்ட கொடுத்தாரு.

‘‘யாம்பா... காலையில சாப்டதே இன்னும் நெஞ்சில நிக்குதே.. இப்ப என்னப்பா இது?''

‘‘அத சரிசெய்யத்தான் இது சாப்புடுங்க. ஒடனே சரியாயிடும். இது எலுமிச்சஞ்சாறு. வழக்கமா சாப்பிடறதில்ல... தோலோட கசக்கி சாறெடுத்தது.. பித்தம் செரிமானப்பிரச்சன எதுன்னாலும் சரிபண்ணிடும்.. தைரியமா சாப்புடுங்க.''

ஒரு டம்ளர் எலுமிச்சஞ்சாற வாங்கி உத்தமசோழன் வாயில வெச்சி கொஞ்சமா உறிஞ்சி குடிச்சாரு. மொகம் ஒரு மாதிரி ஆயிச்சி. சாம்பசிவம் வாயில எச்சூற ஆரம்பிச்சிடுச்சி. இனி தாக்குப் பிடிக்க முடியாது. அவரும் ஒரு டம்ளர்ல ஊத்திக் குடிக்க ஆரம்பிச்சாரு. செல்லமுத்து வாங்கி சம்பத்தத்தானுக்கும் பசங்களுக்கும் கொடுத்தான். சம்பத்து கையில ஒரு பை வெச்சிருந்தாரு.

‘‘அதக் கீழ வெச்சிட்டு குடிங்க. இங்க யாரெடுக்கப்போறா''ன்னான் செல்லமுத்து. அவரு பைய கீழ வெக்கிற மாதிரி தெரியல. சரி ஏதோ முக்கியமான பொருளு போலிருக்குன்னு நெனைச்சிகிட்டான்.

“இந்த சூசு நல்லாத்தான் இருக்கு... கசப்பும் புளிப்புமா... தோலோட சாறெடுத்து எலுமிச்ச சூசு நான் இதுவர குடிச்சதில்ல.”

உத்தமசோழன் சொல்லிகிட்டிருக்கும்போதே அவருக்கு பெருசா ரெண்டு ஏப்பம் வந்தது. நெஞ்சுவரைக்கும் இருந்த சாப்பாடு அடிவயித்துக்கு போனமாதிரி ஒரு உணர்வு.

“சரி... கௌம்பலாமா?”

சம்பத்த பாத்து ஆசிரியர் கேட்டாரு.

“கௌம்பலாம்”னு சம்பத்து சொன்னாரு. ஒடனே சாம்பசிவம்.

“ஏதோ பேட்டி எடுப்பீங்கன்னு சொன்னுதே தம்பி.”

“இப்ப இவ்ளோ நேரம் என்ன பண்ணிக்கிட்டிருந்தோம்?”

“பேசிகிட்டிருந்தீங்க.”

“சம்பத்து தம்பி கையில ஒரு பையிருக்கே அது வாய்ஸ் ரெக்கார்டர். வீட்டு வாசல்ல பஞ்சகரவ்யத்தபத்தி கேட்டன்ல... அப்பவே பேட்டி ஆரம்பிச்சாச்சி. ஒக்கார வெச்சி கேள்வி கேட்டா தடுமாற்றம் இருக்கும்னு பேசியத பதிவு பண்ணியாச்சி. நான் எதிர்பார்த்து வந்தத விட அதிகமா தகவல் கெடைச்சிச்சி. இது போதும். புத்தகத்துல வந்ததும் அனுப்பி வைக்கிறேன்.”

“அப்படியே எல்லாரும் ஒண்ணா நில்லுங்க.” எல்லாரையும் ஒண்ணா நிக்க வெச்சி ஒரு போட்டோ எடுத்துகிட்டாரு.

“புத்தகத்துல ஒங்க பேட்டி வந்ததும் சம்பத் தம்பிக்கு புத்தகம் அனுப்பி வைக்கிறேன்.”

உத்தம சோழன் புறப்படத் தயாரானார். செல்லமுத்தோட சின்னமகள் அழுதுகொண்டே வந்தாள்.

“என்னடி... என்னாச்சி... வெத்தல தட்டு எங்க?” அவ அம்மா கேட்டதும்,

“வெத்தல தட்ட எடுத்துகிட்டு வந்தனா... வர்ற வழியில ஆட்டுக்குட்டி நின்னுச்சா... அதுகூட வெளையாண்டனா... ஆடு வெத்தலத் தட்ட தள்ளிவுட்டுச்சிதா... என்ன முட்ட வந்துச்சா... நான் பயந்துட்டு ஓடியாந்துட்டேன்.”

“ஏன்டி ஆடு என்னடி பண்ணும். ஒரு வெத்தலத் தட்ட ஒழுங்கா எடுத்துகிட்டு வரத்தெரியல. என்ன கத சொல்றா பாருங்க?”

“ஏம்மா... கொழந்தய போயி... இங்க வாம்மா... ஆடு எப்படிம்மா முட்டவந்துச்சி.”

உத்தமசோழன் கேட்டாரு... தலைய குனிஞ்சிகிட்டு வேகமா முன்ன வந்து இப்புடி வந்து முட்டுச்சு...”ன்னா..

“அழகான பொண்ணு...”னு சொல்லிட்டு அவகூட ஒரு செல்பி எடுத்துக்கிட்டு கௌம்பிட்டாரு.

★★★

செல்லமுத்துக்கு இது புது அனுபவம். ஏற்கனவே சென்னையில் இருந்தபோது சில பத்திரிகையில் அவன் பேட்டி வந்தது. அப்போதெல்லாம் போன் பண்ணி சில கேள்விகள் கேட்பார்கள். பின்னர் பத்திரிகை அலுவலகத்திலிருந்து ஒரு புகைப்படமெடுப்பவர் வருவார் சில புகைப்படமெடுப்பார். பின்னர் பத்திரிகையில் அவன் பேட்டி வரும்போது அவர்கள் இஷ்டத்துக்கு தகவல்கள் இருக்கும். அப்படித்தான் ஒரு பிரபலமான வாரஇதழில் இவர் இந்த இதழின் வாசகர். இந்த இதழை படித்ததால்தான் மரபு காய்கறி விதைகள் குறித்து இவருக்குத் தெரியும் என்று எழுதியிருந்தார்கள்.

ஆனால் ஒரு பத்திரிகை ஆசிரியர் நேரில் வீட்டுக்கே வந்து, தன் வீட்டில் சாப்பிட்டு தன்னோடு ஒருமணிநேரம் தங்கி பேசிவிட்டு போனது அவனுக்கு சந்தோசமாக இருந்தது.

உத்தமசோழன் சென்றதும்,

“ஏந்தம்பி... நம்ம போட்டோவெல்லாம் எடுத்துகிட்டு போறாங்க அந்த புத்தகத்துல வருமா?” சாம்பசிவம் ஆர்வமா கேட்டார். இதுபோன்ற நேரங்களில் அவர் ஒரு குழந்தையாக மாறிவிடுவார்.

“அதெல்லாம் சரியா சொல்லமுடியாது.. அவங்க இஷ்டத்துக்கு எழுதுவாங்க. நாம சொன்னது ஒண்ணாயிருக்கும் அவங்க எழுதறது ஒண்ணாயிருக்கும். நாம பத்து விஷயம் சொன்னா அதுல அஞ்சி விஷயத்த எழுதுவாங்க. நம்ம சொல்றத ஒழுங்கா புரிஞ்சிக்காம ஏதாவது மாத்தி எழுதிடுவாங்க.

பேட்டி எடுக்குறவங்களுக்கு எந்த அளவுக்குப் பேட்டி எடுக்குற விஷயத்துல ஒரு புரிதல் இருக்கோ அந்த அளவுக்கு எடுத்த பேட்டி சிறப்பா இருக்கும்.

சில பத்திரிகையில இந்த பேட்டிக்கு இத்தன பக்கம்தான் இருக்கணும். இத்தன வரிகள்தான் இருக்கணும். அந்த மாதிரியெல்லாம் இருக்கும். அதுக்கு தகுந்தமாதிரி விஷயத்த வெட்டிடுவாங்க.

பத்து வருசத்துக்கு முன்ன நான் வெதைங்க கொடுக்குறத ஒரு பத்திரிகையில எழுத பேட்டி கேட்டாங்க. நிருபர் ஒருத்தர் ஃபோன் பண்ணி அரமணி நேரம் பேசுனார். ஒரு ரெண்டு மூணு பக்கத்துக்குப் பேட்டி வரும்னு நெனைச்சிகிட்டிருந்தேன். கடைசியில சின்னதா ஒரு போட்டோ போட்டு கால்பக்கத்துக்குக் கட்டம் கட்டி நாலு வரி எழுதியிருந்தாங்க.

ஆனா ஐயா உத்தமசோழன் ரொம்ப ஆர்வமா கேட்டுப் பதிவு பண்ணிக்கிட்டு போறார். அதனால பேட்டிய நல்லா போடுவார்னு நெனைக்கிறேன் பாக்கலாம்.”

செல்லமுத்து சொல்லி முடித்தான்.

“சரி தம்பி போயிட்டு சாயங்காலமா வர்றேன். பயிற்சி வகுப்பு பத்தி பேசனும்னு சொன்னீங்கல்ல. சாயங்காலம் பேசலாம்.”

சாம்பசிவம் கிளம்பினார். உத்தமசோழன் பேட்டி எடுத்ததயும் செல்லமுத்து விதைகள் கொடுத்த கதையயும் ரெண்டு பேர்கிட்டயாவது சொல்லியாகணுமே.

அவர் போனதும் மன்றத்துப் பசங்க ஒரு மாதிரி பிரமிப்போட செல்லமுத்துவ பாத்தானுங்க.

“யப்பா... ஒங்க கிட்ட ஒரு விஷயம் கேக்கணும்.”

“சொல்லுங்கண்ணா.”

“விவசாயம் சம்பந்தமான விஷயத்துல உண்மைக்கே ஒங்களுக்கு ஆர்வமிருக்கா?”

“என்னண்ணா இப்படி கேட்டுட்டீங்க.. நீங்க சொல்ற ஒவ்வொர விஷயமும் எவ்வளவு முக்கியம்னு புரிஞ்சிக்க முடியுது. அதுவும் அன்னிக்கு அவயம்பாத்தா சொன்னுதே கால் ஸ்பூன் கீர வெத வெதச்சி.

அதுல வீட்டுக்கு பறிச்சது போக தண்டு ஐஞ்சி ரூபான்னு இருவது தண்டு வித்தேன்னு. அது இன்னும் எம்மனசுல ஓடிகிட்டேருக்கு.''

''தம்பி மெட்ராசுல ஆடி மாசத்து ஞாயித்து கெழமயில எல்லாரும் கூழ்ஊத்துவாங்க. அன்னிக்கு மார்கட்ல இந்த தண்டுகீர ஒரு தண்டு இருவது ரூவான்னு வாங்கிட்டு போவாங்க.''

''என்னண்ணே சொல்றீங்க?''

''ஆமாப்பா... காய்கறியெல்லாம் அங்க கன்னாபின்னான்னு வெல விக்கும். இங்க பாரு நம்மூர்லேர்ந்து பிரவேட் பஸ் நெறைய மெட்ராசுக்கு போகுது. அவங்க டிக்கட்ட மட்டும் நம்பி வண்டி ஓட்டல லக்கேஜ்ஜயும் நம்பியிருக்காங்க. நாம உற்பத்தி பண்ண ஆரம்பிச்சமுன்னா வண்டியில ஏத்தி மெட்ராஸ் அனுப்பலாம். அங்க வெயபாரிங்க நெறைய இருக்காங்க.

அதுவும் ஹைபிரிட் வெத போடாம இயற்கையா வெளைஞ்சதுன்னா எவ்வளவு பணம் கொடுத்தும் வாங்கிக்குவாங்க. நம்ம மக்கள தயார்படுத்தணும். நமக்கு இருக்குற மண்ணுக்கும் தண்ணிக்கும் நாம அவ்வளவு சம்பாதிக்கலாம். நல்ல உணவ மக்களுக்கு கொடுத்தோம்குற மனத்திருப்தியும் இருக்கும்.''

''ஆமாண்ணே.. சேர்ந்தே செய்வோம்ணே.''

''சரி. எனக்கு ஒரு ஒதவி பண்ணணும்.''

''சொல்லுங்கண்ணே.''

''கடல அரிச்சதும் அதுல போட ஒரம் வேணும். ஒரக்குழி ஒண்ணு ரெடிபண்ணணும். குழியெல்லாம் எடுத்துட்டேன். நீங்க வந்திங்கன்னா அதயும் ரெடி பண்ணிடலாம்.''

''அண்ணே வர்ற ஞாயித்து கெழம காலையில வந்தர்றோம். செஞ்சிடலாம். ஒரு சின்ன திருத்தம். ஒங்களுக்கு ஒதவிபண்ணஇல்ல. நாங்க கத்துக்க. கண்டிப்பா அதுல எங்களுக்கு தெரியாத ஏதாவது நல்ல விஷயங்க இருக்கும்.

சாயங்காலம் வந்தர்றோம். பயிற்சி வகுப்பு நடத்தறது பத்தி பேசனும்னீங்களே'' சொல்லிட்டு கௌம்புனாங்க. சொக்கலிங்கத்துகிட்டேர்ந்து போன் வந்தது.

“தம்பி ஒரு பசுமாடு வாங்க தரகரு கிருஷ்ணமூர்த்தியக் கூட்டிட்டு புதுச்சேரிவரைக்கும் வந்தேன். மாடு படியல. அவரு சிநேகிதன் வீடு இங்க இருக்கு. அவரு ராத்தங்கிட்டு காலையில போலாம்னு சொன்னாரு. தங்கிட்டோம்.”

“உண்மையிலே மாடு வாங்கத்தான் புதுச்சேரி போனீங்களா... இல்ல...”

“அடப் போங்க தம்பி. மாடு வாங்கதான் போனோம். தலச்சங்கீத்துமாடு கெடைக்கும்னு போனா நாலாங்கீத்து மாட்ட காட்றான். வேணாம்னு சொல்லிட்டு வந்துட்டோம். இப்ப கௌம்பி ஊருக்கு வந்துகிட்டிருக்கோம். மதியத்துக்குமேல வந்துடுவோம்.

அப்பறம் பத்திரிக ஆசிரியர் வந்தப்ப அங்க இருக்க முடியல. நம்ம ராசின்னு நெனைக்கிறேன் தம்பி... கலெக்டர் வந்தப்பயும் அங்க இருக்க முடியல. இப்ப ஒங்கள பேட்டி எடுக்க வந்தப்பயும் அங்க இருக்க முடியல. ஆமா ஒங்களுக்கு சின்ன வயசிலயே பிரசரு சுகரெல்லாம் வந்துட்டுதாமே.. அதுனாலதான் காய்கறி விதைங்க கொடுத்தீங்களாமே.”

“சாம்பசிவம் சித்தப்பா போன்பண்ணாரா?”

“ஆமாந்தம்பி.. ராத்திரி படுக்க தாமதமாயிட்டு காலையில வெள்ளனே எழுந்திரிக்கல. அவருதான் எழுப்பிவிட்டாரு.”

ரைட்டு புதுச்சேரியில இருந்தவருக்கு ஃபோன்ல தகவல் போயிட்டுன்னா இன்னேரம் ஊரு முழுக்க தகவல் போயிருக்கும்.

“சரி..சரி.. சாயங்காலம் சீக்கிரிரமா வந்துடுங்க. மத்தத நேரல ஒரு நாளைக்கு பேசலாம். வெச்சிடட்டுமா?”

“வெச்சிடுங்க தம்பி.”

பதினேழு

கொல்லயிலேர்ந்து வீட்டுக்கு வந்தான் செல்லமுத்து.

“ஏங்க... வெளிய போகும்போது இந்த செல்போன கையில எடுத்துகிட்டு போங்க... எப்ப பாத்தாலும் நொய்யீ... நொய்யீன்னுகிட்டு வேல செய்ய விடமாட்டங்குது.”

“கொல்லைக்குப் போற நான் அத எப்படி எடுத்துகிட்டு போறது?"

“ம்... கோமணத்துல வெச்சிகிட்டு போங்க... எனக்கென்ன வந்துருக்கு... எம்போனையே நான் எடுத்துப் பேச யோசிப்பேன். இவளுவொள போன் வருது எடுடீன்னா எடுக்குறாளுவோளா?”

அம்மையார்கிட்டேர்ந்து இந்த மாதிரி வார்த்தைங்க வருதுன்னா ஒண்ணு கோவத்துல இருக்கணும். இல்லன்னா ஜாலியா இருக்கணும். இப்பகோவத்துல இருக்காங்க. அம்மணி பெரிசா ஏதோ பாதிக்கப்பட்டிருக்காங்க. ஒண்ணு வேலையில இருக்குறப்போ போன் வந்துருக்கணும். இல்லன்னா ஃபோன் எடுக்கச்சொன்னப்ப பசங்க எடுக்காம இருந்துருக்கணும்.

“சரி... விடு... இப்ப என்ன ஒனக்கு...? யார்கிட்டேர்ந்து போன் வந்தது?”

“இறையழகன் ஐயா போன் பண்ணாரு.”

“ஓ... அப்படியா.. என்ன சொன்னாரு?”

“நம்மாழ்வார் ஐயா பொறந்தநாளுக்கு ஒங்கள கூப்டாரு. அன்னிக்கு நீங்க நிகழ்ச்சி வெச்சிருக்குறத சொன்னேன். வீட்டுக்கு வந்ததும் பேசச்சொன்னாரு.”

16 ஏக்கர் காடு. சுத்திலும் மூங்கியில வேலி. வணிக மரங்க, பழமரங்க, காய்கறிங்க. மூலையில கெணறு. ஒரு பொட்டு சூரிய ஒளி பூமியில படணுமே. நம்மாழ்வார் பிறந்தநாள். இறந்தநாள்னா அங்க விழா இருக்கும். லீவுபோட்டுகிட்டாவது நாலஞ்சி பேர கூட்டிகிட்டு செல்லமுத்து போய்டுவான். போகும்போது காய்கறி விதைங்க. மரக்கன்றுகள்னு எடுத்துக்கிட்டு போயி ஐயா படத்துக்குக் கீழ வெப்பாங்க. அங்க போய்வந்தா அப்படி ஒரு புத்துணர்ச்சி.

செல்லமுத்தால மறக்கமுடியாத எடம்.

“என்ன அதுக்குள்ள கனவு... பகல்கனவு பலிக்காதுன்னு சொல்வாங்க.. கனவு கண்டுட்டு அவருக்கு ஃபோன் பண்ண மறந்துடாதீங்க.”

வீட்டம்மா சொன்னதும் செல்லமுத்து போன் எடுத்து இறையழகன் அய்யாவுக்கு போட்டான்.

“வணக்கம் தோழர்.”

“ஐயா வணக்கம். இந்தக் குரல கேட்டு எத்தன நாளாகுது. நல்லாருக்கீங்களா?”

“நல்லாருக்கேன் தோழர். என்ன விவசாயப் பணியெல்லாம் எப்படிப் போவுது?”

“ஐயா சிறப்பா போகுது.”

“ஏப்ரல் ஆறு. ஐயாவோட பிறந்தநாள்... வழக்கம் போல நம்ம தமிழ்நிலம் தமிழ் பண்ணையில நிகழ்ச்சி வெச்சிருக்கோம். நீங்க அவசியம் வரணும்.”

“கண்டிப்பா வர்றேன். அன்னக்கி இங்க நாங்க நிகழ்ச்சி வெச்சிருக்கோம். நீங்க இங்க வந்துடுங்க.. நான் அங்க வந்துடுறேன்.”

பரஸ்பரம் இருவரும் சிரித்துகொண்டார்கள்.

“ஐயா நான் நிகழ்ச்சியில கொடுக்க விதைகள் அனுப்பி வெக்கிறேன். அன்னக்கித்தான் நாங்க இயற்கை விவசாயப் பயிற்சி வகுப்பு

நடத்துறோம். சுனாமி வந்தப்ப ஐயா நம்மாழ்வார் இங்கதான் வேல பாத்தாரு. இருந்தாலும் இங்க யாருக்கும் அவர பெரிசா அறிமுகபடுத்தல. இந்தப் பகுதியில இதுதான் முதல் நிகழ்வு. வேறொரு நிகழ்ச்சியில சந்திக்கலாம். நீங்க வாய்ப்பிருக்குறப்ப எங்கூருக்கு வாங்க.''

''சரி தோழர்... நீங்க சென்னைக்கு வர்றப்போ இங்க வந்துட்டு போங்க... வெச்சிடுறேன்.''

★★★

மாலை. செல்லமுத்துவின் வீட்டில் சாம்பசிவம், சொக்கலிங்கம், பரமசிவம், சற்குணம், மாரிமுத்து, மன்றத்துப் பசங்க எல்லாரும் கூடியிருந்தனர்.

''ஏப்ரல் 6. நம்மாழ்வார் பிறந்தநாள். அன்னிக்குப் பயிற்சி வகுப்பு. சிறப்பு விருந்தினர் ஏற்கனவே சொன்ன மூணுபேர். அவங்க மூணு பேர்கிட்டயும் பேசிட்டேன்.

கலெக்டர் வருவாரான்னு முருகேசன் சார்கிட்ட கேட்டேன். வாய்ப்பு ரொம்ப கம்மின்னு சொன்னார். கலெக்டர் வரலன்னாலும் நான் வர்றேன். ஆனா குறிப்பிட்ட நேரத்துல வர முடியாது. அன்னைக்கு ஏதோ ஒரு நேரத்துல வந்து நான் கொஞ்ச நேரம் பேசிட்டு வந்துடுவேன்னு சொன்னாரு. அன்னக்கு முருகேசன் சார் வந்தா அவர கவனிச்சிக்குற பொறுப்ப யார் ஏத்துக்கிறீங்க?''

''தம்பி... அத நான் பாத்துக்குறேன்.'' சாம்பசிவம் தானே முன் வந்தார்.

''அண்ணே... வர்றவங்கள வரவேற்க ப்ளக்ஸ் வெக்கலாமா?''

''நம்ம நிகழ்வுகள்ல பிளாஸ்டிக் பொருட்கள் எதுவும் வேண்டாம்.''

''பக்கத்துல கோவில்பத்துல மூர்த்தின்னு ஒருத்தன் இருக்கான். காடா துணியில விளம்பரம் எழுதி கொடுப்பான். அவங்கூரு மன்மதன் கோயில்ல அத்தி கட்டயில செல செஞ்சான். நல்லா ஓவியமும் வரைவான்.''

''ஓ... சூப்பர்... அவர நான் பாக்கணுமே...''

''அவனப் பாக்குறதுதான் கொஞ்சம் கஷ்டம்.''

''ஏன் ரொம்ப பிசியா இருப்பாரா?''

செல்லமுத்து இப்படிக் கேட்டதும் மன்றத்துப் பசங்க எல்லாரும் கொல்லுன்னு சிரிச்சிட்டாங்க.

“ஏம்பா இப்ப நான் என்ன தப்பா கேட்டுட்டேன்னு எல்லாரும் இப்படிச் சிரிக்கிறீங்க?”

“தம்பி நீங்க எதுவும் தப்பா பேசல. அந்த கயவாளிபயமவன் பிசியால்லாம் ஒண்ணும் இருக்கமாட்டான். தெளிவா இருக்கணும் அவ்வளவுதான்.”

சாம்பசிவம் சொன்னதும் செல்லமுத்து புரிஞ்சிகிட்டான்.

“ம்.. நல்ல தெறமயானவங்ககிட்டெல்லாம் இந்தமாதிரி வீக்னஸ் ஏதாவது இருக்கும். நிகழ்ச்சி அன்னைக்கு நம்மாழ்வார் உருவத்த அழகா கொண்டு வரணும். அது ஓவியமாவோ இல்ல வேறு வகையிலேயோ.”

“அண்ணே... கண்டிப்பா மூர்த்தி அத நல்லாவே பண்ணித் தருவான். சுதந்திர தினத்தன்னிக்கு அரசாங்க பள்ளிக்கொடத்துல கல்லுப்புல கலர் பொடிய கலந்து தரையில தேசியக் கொடிய வரைஞ்சிருந்தான். அவ்ளோ அழகாயிருந்தது.”

“சரி. அவர நான் பாக்கணுமே. எப்பப் போவலாம்.”

“நாம ஏன் அவன பாக்கப் போவணும். ஒரு போன் போட்டா அவனே ஓடி வந்திடுவான். என்னவொண்ணு இப்ப அவன் தெளிவா இருக்கணும்.”

சொல்லிட்டு போன் எடுத்து நம்பர தட்டினாரு சொக்கலிங்கம். மூர்த்தி ஒடனே போன எடுத்துட்டான்.

“என்னடா இன்னும் கடைக்கு போகலியா? கொரல் தெளிவாயிருக்கு.. சரி...சரி... மானாம்பதியில நம்ம காசிநாதண்ண இருந்தாருல்ல அவரு வீட்டுக்கு வா” சொல்லிட்டு போன பாக்கெட்டுக்குள்ள வெச்சாரு.

“பயிற்சி வகுப்புக்கு எவ்ளோ பேரு வருவாங்க” செல்லமுத்து கேட்டதும்,

“அண்ணே... இதுவரைக்கும் மூணு கிராமத்திலேர்ந்து நாப்பது பேரு வர்றதா சொல்லியிருக்காங்க. அவங்க பெயரல்லாம் பட்டியல் போட்டு வெச்சிருக்கேன். அது இல்லாம நம்ம மன்றத்துப் பசங்க பதினஞ்சி பேரு வருவாங்க. இப்ப நம்மகூட இருக்கவங்க ஒருபத்துப் பேரு

இருப்பாங்க இதுவரைக்கும் அறுவத்தஞ்சி பேரு தேறுது. இதுல ஒண்ணு ரெண்டு கூட கொறைச்சல் ஆகலாம். தகவல் தெரிஞ்சி செல பேரு தானா வரலாம். இன்னும் எவளோ பேர கூப்பிடலாம்னு சொல்லுங்க.''

மன்றத்துப் பையன் ஒருத்தன் இப்படிக் கேட்டதும் செல்லமுத்துக்கு மகிழ்ச்சியா இருந்துச்சி. அன்னக்கி வாட்ஸ்ஆப் எப்படி பயன்படுத்தறதுன்னு தெரியலன்னு சொன்னதும் இந்தப் பையன்தான் கூப்பிட்டு வெச்சி வாட்ஸ் ஆப் இன்ஸ்டால்பண்ணி அத எப்படி பயன்படுத்தறதுன்னு தெளிவா சொல்லிக் கொடுத்தான். மன்றத்து பசங்கள்ல கொஞ்சம் தெளிவானவனா இருந்தான்.

''தம்பி ஒங்க பேரு?'' செல்லமுத்து கேட்டதும் சாம்பசிவம் பதில் சொன்னாரு.

''மேலக்காட்டுல நம்ம லட்சுமணன் இல்ல... அவர் மவன் மூத்தவன். பேரு அரிகரன். நல்லா படிக்குற பயதான். சேர்க்க சரியில்ல. அதுனால ஊர்லயே இருந்துட்டான்.''

''சரி தம்பி நாம மொத நிகழ்ச்சியா நடத்தறோம். அதனால அதிகபட்சமா எண்பது பேருன்னு வெச்சிக்குவோம். அதுக்குத் தகுந்தமாதிரி திட்டம் போட்டுக்கலாம். எழுவத்தஞ்சி பேருக்கு நோட்டு பேனா வாங்கிக்கணும். செய்யுற செலவு எல்லாத்துக்கும் கணக்கு எழுதிக்கணும். முன்னமே பேசுனபடி ஆளுக்கு எரனுரு ரூவா பணம் கொடுத்துடணும். உண்மைக்கே அந்த எரநூறு ரூவா யாராலயும் கொடுக்கமுடியாதுன்னா விட்டுடலாம். கட்டாயப்படுத்த வேண்டாம்.

கொஞ்சம் பெண்களும் கலந்துக்க ஏற்பாடு பண்ணணும். ஏன்னா மதிப்புக்கூட்டல் பத்தி அவங்களுக்குத் தெரியணும். சாப்பாடு, குடிக்குறதுக்கு ஏதாவது நான் பாத்துக்குறேன். எனக்கு சமையக்காரங்க ரெண்டு பேரு வேணும். பயிற்சி கொடுக்க ஒரு அம்மா வர்றாங்கல்ல அவங்க சொல்றத சமைக்கணும். குடிக்குற தண்ணி வெக்க ஒரு பெரிய மண்பானையும் மடக்கும் வாங்கிக்கணும்.''

செல்லமுத்து சொல்றத எல்லாரும் கேட்டுக்கிட்டே இருந்தாங்க. பரமசிவம் குறுக்கிட்டு.

''மாப்ள, மண்பானையும் மடக்கும் நம்ம கொசவன்ட சொன்னா கொண்டாந்து கொடுத்துடுவான். அவன் காசு கொடுத்தா

வாங்கமாட்டான். சூள வெக்கிறதுக்கு உரிக்காமட்ட கேப்பான். அத நான் கொடுத்திடுறேன். ஞாயித்து சந்தைக்குப் போறப்ப நான் அவன்கிட்ட சொல்லிடறேன். அப்பறம் நான் எரநூறு ரூவா பணம் தர்றதுக்கு பதிலா அன்னிக்கு வெத்தல பாக்கு செலவ ஏத்துக்குறேன். எரநூறு ரூவாயவிட அதிகமாதான் ஆகும் ஆனாலும் நல்ல விஷயம் செய்யும்போது நம்ம பங்கும் இருக்கணுமில்ல.''

எல்லாருக்கும் ரொம்ப சந்தோசமாச்சி. பரமசிவம் எப்போதும் இப்படித்தான் ஊர்ல ஏதாவது நல்லது நடக்குதுன்னா அவரோட பங்களிப்பு அதிகமா இருக்கும். அஞ்சாப்பு வரைக்கும் சின்னப்பள்ளிக்கொடத்துக்கு எடம் கொடுத்தது அவருதான். இன்னமும் அந்த பள்ளிக்கொடத்துல 'பள்ளிக்கு இடம் அன்பளிப்பு அளித்தவர் திருமதி நாகவல்லிபரமசிவம்'னு ஒரு கல்வெட்டு இருக்கும். கால் ஏக்கர் நெலம் முக்குட்டுல. கடகட்டி வாடகக்கி விட்டா நல்ல வருமானம் வரும். இவரு பள்ளியொடத்துக்கு எழுதி வெச்சிட்டாருன்னு அவரு மவன் அடிக்கடி திட்டிகிட்டிருப்பான்.

"ரொம்ப நல்லது மாமா. ஆனா நான் எல்லாரோட பங்களிப்பு இருக்கணும்னு நெனைக்கிறேன். குறிப்பா யார் பயன்பெருறாங்களோ அவங்க பங்களிப்பு இருக்கணும்ல. அதான் யோசிச்சேன். பரவாயில்ல. நீங்க ஆசபடுறீங்க.''

செல்லமுத்து பேசி முடிக்குறதுகுள்ள சற்குணம் குறுக்கிட்டாரு.

"தம்பி இந்த பொம்பளயாளுவொள கூப்புடணும்னு சொன்னீங்கல்ல. நம்மூர்ல குழுப்பொம்பளைங்களக் கூட்டிக்கலாமா?''

மகளிர் சுய உதவி குழுவதான் அவரு அப்படி சொல்றாரு. செல்லமுத்து புரிஞ்சிக்கிட்டான்.

"ம்ம்ம்... நல்லது... நல்லது... அவங்கதான் நமக்கு வேணும். கண்டிப்பா அவங்களயும் கூப்பிடுங்க.''

"அப்பறம்...''

செல்லமுத்து ஆரம்பித்தான். அவனைப் பேசவிடாமல் சொக்கலிங்கம் குறுக்கிட்டார்.

"தம்பி சும்மா அப்பறம். அப்பறம்னு சொல்லாதீங்க... இது கல்யாணம் காட்சியில்ல ஒவ்வொண்ணும் கலந்து கேட்டுக்கிட்டு செய்ய...

ஒங்களுக்கு தெரியாததா... வேலய பங்கு போட்டுக் கொடுங்க... நாங்க பாத்துக்குறோம். என்ன நான் சொல்றது?''

''சரியாச் சொன்னிங்க. வேல என்னன்னு மட்டும் சொல்லுங்க. எல்லாம் நம்ம புள்ளவோதான். எங்ககிட்ட என்ன கேட்டுகிட்டு'' சொக்கலிங்கம் சொன்னத சற்குணம் வழிமொழிந்தார்.

''சரி... எம்மேல வெச்சிருக்குற நம்பிக்கைக்கு நன்றி. ஆனா என் இஷ்டத்துக்கு செஞ்சிட்டேன்னு சொல்லக்கூடாதில்லயா... அதுக்குத்தான்... இன்னும் ஒரே ஒரு விஷயம். அன்னிக்கி நிகழ்ச்சியில சிலருக்கு விருதுகொடுக்கலாம்னு இருக்கேன்.''

''மாப்ள நம்மூரு கிராமம். நியூசு பேப்பரே ஊர்ல நாலு பேரு வீட்டுக்குமட்டுந்தான் வருது. நம்மூருக்குன்னு பெரும பீத்திக்க என்னருக்கு? நம்மூர்ல விருதுவாங்க நாலு பேரு வர்றான்னா அது நமக்குத்தான பெரும... நீங்க தாராளமா செய்ங்க'' பரமசிவம் சொன்னதும் செல்லமுத்துக்கு இன்னும் சந்தோசம்.

செல்லமுத்து வீட்டுக்குள்ள போனான். ரெண்டு ஐநூறு ரூவா நோட்ட கொண்டு வந்து சற்குணத்துகிட்ட கொடுத்தான்.

எங்கவீட்ல நாலு பேரு சதாசிவம் சித்தப்பா ஒண்ணு ஆக மொத்தம் அஞ்சி பேருக்கு ஆயரம் ரூவா.

''அன்னிக்கி ஒரு ஆளுக்கு எரநூறு ரூவா போடலாம்னு சொன்னப்பவே சித்தப்பா மடியிலேர்ந்து எரநூறு ரூவாவ எங்கிட்ட கொடுத்தது. நான் பணம் வசூலிக்கிறத்துக்கு சற்குணம்மாமாகிட்டதான சொல்லியிருக்கு மாமாகிட்ட கொடுத்துடுங்கன்னு சொன்னேன். இப்ப எங்கிட்ட பணமிருக்கு அப்பறம் செலவாயிடும்னு சொல்லி எங்கிட்ட கொடுத்தது'' சற்குணம் எல்லாரயும் பாத்தாரு.

இவன் பணம் கொடுத்தாத்தான் எல்லாரும் கொடுப்பாங்கன்னு இவன் மொதல்லயே கொடுக்கறான்னு மனசுகுள்ள நெனைச்சிகிட்டு வாங்கி வெச்சிகிட்டாரு. சாம்பசிவத்துக்கு ஒண்ணும் புரியல. நாம எப்ப இவன்கிட்ட பணம் கொடுத்தோம். நம்மகிட்ட பணமில்லன்னு தெரிஞ்சிகிட்டு என்னா நாடகம் போடறான்.

''ஒரு நோட்டு வாங்கி வரவு செலவ ஒண்ணு விடாம கணக்கெழுதிக்குங்க''ன்னு சொக்கலிங்கம் சொன்னதும் பரமசிவம்,

“அதெல்லாம் சற்குணத்துக்கிட்ட சொல்லவேண்டியதில்ல. கரட்டா பண்ணிடுவாரு”ன்னாரு.

ரோட்ல ஒரு சைக்கிள் வர்ற சத்தம் எல்லாரோட கவனத்தையும் தெசதிருப்புச்சி.

சாம்பசிவம்தான் சொன்னாரு “அடடே அண்ணாமல வந்துட்டான்டா?”

அண்ணாமல படத்துல ரஜினி வெச்சிருக்குறமாதிரி ஒரு சைக்கிள். ஏகபட்ட எக்ஸ்ட்ரா பிட்டிங். அதனாலதான் அவன அண்ணாமலன்னு சொல்றாங்க. வண்டியே பளபளன்னு இருந்துச்சி... ஆனா அவன் போட்டிருந்த உடுப்புல அவ்ளோ அழுக்கு. சவரம் பண்ணி ரொம்ப நாளிருக்கும். வந்தது மூர்த்தி.

“வாடா... வாடா... தம்பி இவன்தான் மூர்த்தி.”

முன்கொட்டாயில இருந்த சிமென்ட் கட்டயில ஒக்காந்தான். செல்லமுத்து தன்னோட செலபோன்லேர்ந்து ஒரு நம்மாழ்வார் படத்த எடுத்துக் காட்னான். வர்ற ஏப்ரல் ஆறு. ஒரு நிகழ்ச்சி வெச்சிருக்கோம். அதுக்கு ஐயாவோட படத்த அழகா வரையணும். காடாதுணியில வரையலாமா இல்ல வேற எதுவும் செய்யலாமா? பிளாஸ்டிக்கும் கெமிக்கல் பெயின்டும் பயன்படுத்தக் கூடாது.”

செல்போன வாங்குனான். உத்துப் பாத்தான். தலைய இப்புடியும் அப்புடியும் ஆட்டுனான்.

“காடா துணியில வரைய நான் எதுக்கு. அத நாட்ல ஆயிரம் பேர் செய்வானே! ம்... தேங்கா பஞ்சுல செய்யலாமா...?”

சொன்னதும் செல்லமுத்துக்கு ரொம்ப சந்தோசம்.

“ம்... செய்யலாம்... செய்யலாம்.”

“சரி...சரி... அத நான் பாத்துக்குறேன். மத்தத நீங்க பாத்துக்குங்க...” ரொம்ப அலட்சியமா சொன்னான்.

“சரிடா... மத்தது நாங்க பாத்துக்கறோம்... தண்ணியடிச்சிட்டு எங்கயும் போயி கவுந்துடாத... மொத நாளே சொல்லிவிடுறோம்.”

சொக்கலிங்கம் சொன்னதும்.

“அப்ப நான் போயிட்டு வர்றேன்”னுட்டு கௌம்பினான். அதுக்குள்ள

சாம்பசிவம் மொதநாளே அவனக் கொண்டாந்து கட்டிப் போடணும்"னு சொல்லிட்டுச் சிரிச்சாரு.

"சரி... இப்ப எல்லாரும் கௌம்புவோம். நேரமாயிடுச்சி..."

சொல்லிட்டு சொக்கலிங்கம் கௌம்புனாரு. எல்லாரும் கௌம்புனாங்க.

செல்லமுத்து பசங்ககிட்ட, "நாளைக்குக் காலையில யாராரு வர முடியுமோ கொஞ்சம் வந்துடுங்கப்பா"ன்னு சொன்னதும். சாம்பசிவம்,

"பசங்களுக்கு மட்டும் என்ன வெச்சிருக்கீங்க?" ன்னு கேட்டாரு.

"ஒரக்குழி எடுக்கற வேலயிருக்கு"ன்னு செல்லமுத்து சொல்லவும் நானும் காலையில வர்றேன்னு சாம்பசிவம் சொல்லிட்டு கௌம்புனாரு.

பதினெட்டு

இரவு பத்துமணியிருக்கும். சாப்பிட்டு வீட்டு வாசலில் இருந்த மாமரத்தடியில் போட்டிருந்த கயித்துக்கட்டிலில் படுத்திருந்தான் செல்லமுத்து. அந்த கயித்துக்கட்டிலில் ராப்பகல் எப்ப வேண்டுமானாலும் படுக்கலாம். மேலே அடர்ந்திருக்கும் மாமர நிழல் நாட்டுமாமரம். துளி வெயில கீழே விடாது. இவ்வளவு அடர்த்தியாக மாமரத்தை எங்கவும் பார்க்கமுடியாது. அதிகம் காய்க்காது. நாரு நாராய்இருக்கும் காய் கொழம்புக்கும் பயன்படாது. பழமும் பால்வாசம் அடிக்கும். மரத்த வெட்டிடலாம்னா செல்லமுத்தோட அப்பா தடுத்துட்டாரு.

“பந்த போட்டாகூட இவ்ளோ நெழலு கெடைக்காதுடா... மழ பேஞ்சிச்சின்னா மரத்தத் தாண்டித் தண்ணி கீழ வர செத்த நாழி ஆவும். காய் புடிக்கலன்னா என்ன? நாரு காச்சி... உப்பு ஊறுகா போடலாம். மத்தியானம் களைச்சி வர்றப்ப இதுக்குக் கீழ படுத்துப் பாருங்கடா. எவ்வளவு எதமா இருக்கும் தெரியுமா. அதப் போய் வெட்ட போறானுங்களாம்.”

அப்பாவோட ஆச. அந்த மாமரத்த வெட்டல. வீட்டச் சுத்தி நாப்பது மாமரம் இருக்கும். எல்லாம் நாட்டு ரகம். ஒவ்வொரு மரத்துக்கும் அளவு, ருசி, இத வெச்சி ஒரு பேரு வெச்சிருப்பாரு அப்பா. செந்திரிக்கன். நாரு காச்சி, கொட்ட காச்சி, சத காச்சி, வெள்ளச்சி, திராச்ச கொத்து, வெள்ளரிப் பிஞ்சி, மணியன் மரம்னு.

ஏப்ரல் ஆறில் நடக்கவிருக்கும் நிகழ்ச்சி குறித்து யோசித்துக் கொண்டிருந்தான். தொலைவுல நாய் கொரைக்கும் சத்தம் கேட்டது. அவனுக்குப் பக்கு பக்குன்னு அடிச்சிக்கிட்டு.

இப்படித்தான் ஒரு இருவத்தெட்டு வருசம் இருக்கும். கோட லீவு விட்டிருந்த நேரம். இதே மரத்துக்குக் கீழ தாருபாய விரிச்சி எல்லோரும் படுத்திருந்தோம். ஊர்லேர்ந்து ஆத்தா வந்திருந்தது. ஊர்லேர்ந்து ஆத்தா வந்தா பக்கத்துல படுக்க நீ. நான்ன போட்டியிருக்கும். ஆத்தா கத சொல்லிக்கிட்டிருந்தது. எல்லாரும் கத கேட்டுகிட்டிருந்தோம். நாய்கொரைக்கிற சத்தம் கேட்டிச்சி.

ஏதோ அழுகுரல் கேட்பதுபோல் இருந்தது. கத சொல்லிகிட்டிருந்த ஆத்தா நிறுத்திட்டு கூர்ந்து கவனிச்சுது.

கொரலு பக்கத்துல வரவர யாரோடதுன்னு தெளிவா தெரிஞ்சுது. மொட்டபுள்ளயோட அம்மாதான் அழுதுகிட்டு ஓடிவர்றாங்க. கரண்டுகம்ப குண்டு பல்பு வெளிச்சத்துல பாத்தா... தலமுடி விரிஞ்சு கெடக்கு மார்லயும் வயித்துலயும் அடிச்சிகிட்டே ஓடுறாங்க. பின்னாடியே நாலஞ்சி பேரு ஓடி வர்றாங்க. ஒருத்தர மறைச்சி என்னாச்சின்னு கேட்டுச்சி ஆத்தா. “திருநாவுக்கரசு மருந்தக் குடிச்சிட்டானாம்.”

மொட்டபுள்ளயோட அப்பா சின்னபுள்ள. அவருக்கு ரெண்டு சம்சாரம். மொத சம்சாரத்துக்குப் பொறந்தவனுங்க சண்முகமும் திருநாவுக்கரசும். ரெண்டு பேருக்கும் மொட்டபுள்ளயோட அம்மாவுக்கும் ஆகாது. மூத்தவன் சண்முகம் அவங்க சித்திகிட்ட பேசமாட்டான். போட்டதத் தின்னுட்டுப் போயிடுவான். ஆனா திருநாவுக்கரசு அப்படியில்ல. கொஞ்சம் சண்ட போடுவான். சித்திக்கும் அவனுக்கும் ஒத்துவராம அவங்க தாத்தா வீட்ல வளர்ந்தான். ரோட்லேர்ந்து கொஞ்சம் உள்ள தள்ளியிருக்கும் வீடு.

ரெண்டு பேரு வீட்டுக்கும் எடையில அரமைல் தூரம்தான்.

“பீயள்ள போனவன் வரலயா?” சற்குணம் சத்தமா கேட்டாரு.

அவருக்கு பக்கத்து வீடு. அவருதான் திண்ணயில படுத்திருந்தவன்கிட்ட ஏதோ கேட்டுருக்காரு. அவன் பதில் சொல்லாம வாந்தியெடுத்துருக்கான். “என்னடா செய்யுதுன்னு” கேட்டுக்கிட்டே பக்கத்துல வந்துருக்காரு. ஒரே மருந்து நாத்தம். அவரு சத்தம் போட்டதும் எல்லாரும் வந்துருக்காங்க. ரெண்டு எளவட்ட பசங்க இருட்டுல தேடி பீயள்ளிப்போட்டு ஒரு

வாளியில கரைச்சிக்கிட்டு வந்தானுங்க. ஆயில் என்சினுக்கு டீசல் ஊத்துற பொனல எடுத்துக்கிட்டு வந்தாரு ஒருத்தர். நாலஞ்சி பேரு திருநாவுகரச ஒக்கார வெச்சி புடிச்சிகிட்டானுங்க. ஒருத்தரு ஒரு இரும்புக்கம்பிய வாய்ல விட்டு பல்லுக்கெடையில புடிச்சிக்கிட்டாரு. பொனல வாயில திணுச்சி கரைச்ச பீய வாயில ஊத்துனாங்க. ஒதச்சிக்கிட்டு திமுறினான். இறுக்கிப் பிடிச்சிக்கிட்டாங்க.

“இப்பயான்டா திமுறுர. கூறுகெட்ட குப்பன் மவனே. பால்டாயில குடிக்கறதுக்கு முன்ன யோசிக்கணும். கரைச்ச பீ ஒரு லிட்டருக்கு மேல உள்ள போயிருக்கும். ஓமரிகிட்டு வாந்தியெடுத்தான். விட்டுடுங்கப்பா இனியெல்லாமும் வெளியில வந்துடும். சற்குணம் சொன்னாரு. எல்லாரு மேலயும் பீயும் பால்டாயிலும் கலந்து வாந்தியா தெளிச்சிவிட்டுருந்தான்.

நெல்லுக்கார சித்ரவேலு ரோட்லேர்ந்து கொரலு கொடுத்தாரு.

“டிராக்டர் வந்துட்டு.”

வயித்துலேர்ந்து எல்லாம் வந்துட்டு. சோர்ந்து போயிட்டான். ஒரு கயித்துக்கட்டில எடுத்துவந்து அதுல தூக்கிப்போட்டு ரோட்டுக்கு எடுத்துகிட்டு ஓடுனாங்க. கயித்துக் கட்டில்லேர்ந்து டிராக்டர்ல தூக்கிப் போடவும் டிராக்டர் விழுந்தமாவடிக்கு பறந்துச்சி. அஞ்சி மைலு தூரம். அரமணிநேரத்துல வந்தாச்சி. அவசரமா போய் டாக்டர எழுப்புனாங்க.

சட்டய மாட்டிகிடடு மூஞ்சியக் கழுவிக்கிட்டு வந்தாரு டாக்டரு. கைய புடிச்சிப்பாத்தாரு. மூஞ்சிய சுழிச்சாரு.

“எடுத்துகிட்டு போயி போலீஸ் கேஸ் வராம கொளுத்துறதுக்கு வழியப் பாருங்க. மருந்து குடிச்சவங்கள ஆடாம அலுங்காம எடுதுக்கிட்டு வாங்கன்னா. அவசரத்துல எடுத்துட்டு வர்றதா நெனைச்சிக்கிட்டு குலுக்கிக் குலுக்கி கூப்பிட்டுகிட்டுவந்தா எப்படி? மருந்து ஒடம்பு முழுக்க பரவிடுச்சி.”

டாக்டர் சொன்னதும் சற்குணம். “பைக்குல வந்தவங்க ரெண்டு பேரு போயி வீஓவ பாத்துடுங்க!” ன்னு சொல்லிட்டு, “டிராக்டர வீட்டுக்கு விடுங்க”ன்னாரு.

ரெண்டு பேரு பைக்க எடுத்துக்கிட்டு வீஓ வீட்டுக்குப் போனாங்க.

கதவு சாத்தியிருந்தது. வாசல்ல நின்னு சார்... சார்னு ரெண்டு தடவ கூப்டதும் உள்ள லைட் எரிஞ்சிது. வீஓ எழுந்திரிச்சி வெளியில வந்தாரு. வந்ததும்,

"எவன்யா செத்தது?" ன்னாரு.

"சார் நம்ம சின்னபுள்ளமவன் திருநாவுக்கரசு சார்"ன்னதும்..

"என்ன காரணம்?"ன்னார்.

"தெரியல சார்."

"சரி... சரி... இப்ப பன்னென்டு மணியாவுது. காலையில ஆறு மணிக்கு பாடியிருக்ககூடாது. இதுக்கு மேல யாரும் போலீசுக்கு போனாலும் அவங்க காலையிலதான் வருவாங்க. எதிரிங்க யாருமிருக்காங்களா?"

"அதெல்லாம் ஒன்னுமில்ல சார்."

"இப்ப அப்படித்தான் சொல்லுவீங்க. நாளைக்கு எந்தாலிய அறுப்பீங்க.. போங்க... போயி ஆகவேண்டியத பாருங்க."

பாடி வீட்டுக்கு வந்தது.

"இந்த பால்டாயிலு எப்ப ஒழியுதோ அப்பதான் இந்த ஊரு நல்லாருக்கும். இந்த ஒரு வருசத்துல இவனோட மூணு பேரு. பன்னீரு மவன் அனபாயனுக்கும் முனியப்பனுக்கும் சாவுற வயசா?"

திருநாவுக்கரசோட அம்மாவப் பெத்த ஆத்தா தலையிலயும் வயித்துலயும் அடிச்சிகிட்டு அழுவுறாங்க.

"ஏய் பழனிவேலுக்குத் தகவல் தெரியுமா?" சற்குணம் கேட்டாரு.

"தெரியல மாமா."

"அவன் வீடு உள்ளுக்குள்ள இருக்கதால அவனுக்குத் தெரிஞ்சிருக்க வாய்ப்புல்ல. ஒருத்தன் போயி அவனக் கூட்டிட்டு வாங்க."

"ஏய்... வெங்கடேசு... வண்டிய எடுத்துக்கிட்டு போயி அப்பாவ கூட்டிக்கிட்டு வேலாயுதம் சைக்கிள் கம்பெனியில பத்து பழைய டயரு எடுத்துக்க. அப்படியே பரமசிவத்த எழுப்பி கடையில இருக்குற சீனிய எடுத்துக்கங்க... நேரா சுடுகாட்டுக்கு வந்துடுங்க."

சொல்லிட்டுத் தனியா போனாரு. வெங்கடேசு அவன் டிவிஎஸ்

பிப்டிய எடுத்துகிட்டு போனான்.

“ஏய் மணிவண்ணா...”

“சொல்லுங்க பெரியப்பா.”

“நேரா வீட்டுக்குப் போ. கொல்லயில பம்செட் கொட்டாயில சாராய கேன் இருக்கு அதுல அஞ்சி லிட்டர் சின்ன கேன எடுத்துக்க. அத சுடு காட்டுக்கு கொண்டு வந்துடு. மறந்துடாம ரெண்டு சவுக்குமரத்த வெட்டி எடுத்துக்க. பச்சமரமா இருக்கணும்.”

கொஞ்ச நேரத்துல பழனிவேல் வந்தாரு. ஊர்ல சாவுன்னா அவருதான் முன்னாடி நின்னு எல்லாம் செய்வாரு.

“வெரவுக்கு ஏற்பாடு பண்ணியாச்சா?” பழனிவேல் கேட்டதும்,

“நான் ரெண்டு பேரக் கூட்டிகிட்டு மரவாடிக்குப் போய்கிட்டுருக்கேன். வெரவு எடுத்துகிட்டு வந்துடுறேன். நீங்க மத்தத பாத்துக்கங்க”ன்னு சொல்லிட்டு சித்ரவேல் போயிருக்கான்.

எல்லாம் தயாராகிக்கிட்டிருக்கு. சீக்கிரமா எடுத்தாகணும். ரெண்டு மணிக்குள்ள சுடுகாட்டுக்குப் போனாதான். விடியறதுக்குள்ள எரிக்க முடியுன்னு பரபரப்பா வேல பாத்துகிட்டிருந்தாங்க எல்லாரும்.

அவசர அவசரமா குளிப்பாட்டுனாங்க கைபாட தயாரா இருந்துச்சி. தூக்கி வெச்சி சுடுகாட்டுக்கு எடுத்துகிட்டு போனாங்க. மரவாடியிலேர்ந்து மரம் அறுத்ததுபோக மீதமிருந்த துண்டுக்கட்டைகள அடிக்கி வெச்சிருந்தாங்க. சில சம்பிரதாயங்களச் செஞ்சிட்டு பாடிய தூக்கி வெரகுள வெச்சி மேல கொஞ்சம் வெரககுகள அடுக்கி சின்னபுள்ள கொள்ளி வெச்சாச்சி.

ரத்த ஒறவுகள்லாம் கௌம்பியாச்சி. பழனிவேல், சற்குணம் இன்னும் சில இளவட்ட பசங்க மட்டும் நின்னாங்க. செத கொஞ்சமா எரிய ஆரம்பிச்சிகிட்டிருந்தது.

சற்குணம் பழனிவேல் கிட்ட கண்ணக் காட்னாரு. பழனிவேல் கேன்லேர்ந்து கொஞ்சம் சாராயத்த எடுத்துக் குடிச்சாரு. கொஞ்சம் சற்குணத்துக்குக் கொடுத்தாரு. பின்ன வெட்டிவச்ச பச்ச சவுக்கு கம்பு ரெண்டையும் எடுத்தாரு. எரிஞ்சிக்கிட்டிருந்த சிதையில பாதிஒயரத்துக்கு உள்ள விட்டாரு. பலம் கொண்டமட்டும் கம்ப மேல தூக்குனாரு.

மேல எரிஞ்சிகிட்டிருந்த வெறவெல்லாம் செதறி கீழ விழுந்திச்சி. பாடி செதயிலேர்ந்து அந்தப் பக்கமா தனியா வந்து விழுந்தது.

கோடாலிய எடுத்தாரு. கை தனியா, கால்தனியா வெட்டுனாரு. கழுத்துல ஒரு போடு போட்டாரு. ஒடம்புல ரெண்டு மூணு எடத்துல வெட்டி ஒடம்ப செதைச்சாரு. திரும்ப எல்லாத்தையும் அள்ளி செதையில வெச்சி சீனிய அள்ளி மேல கொட்டுனாரு. நெருப்பு நல்லா திகு திகுன்னு எரிஞ்சிச்சி. சைக்கிள் டயர எடுத்து மேல போட்டாரு இன்னும் நல்லா எரிஞ்சிச்சி. தார் உருகுற நாத்தம். கேன்ல இருக்குற சாராயத்த இன்னும் கொஞ்சம் எடுத்து குடிச்சாரு. ஒடனே சற்குணம்,

“ஏய்... கொஞ்சமா குடிடா... அவசரத்துக்கு வண்டிக்கு ஊத்த தண்ணி கலக்காம வெச்சிருந்தது. வவுறு எரியும். எடுத்து செதயில ஊத்து”ன்னு சொன்னதும். கேன்ல இருந்த சாராயத்த எடுத்து செதயில ஊத்துனாரு. செத கொழுந்து விட்டு எரிஞ்சிச்சி.

“இன்னம் செத்த நேரத்துல எல்லாம் பஸ்பமாயிடும். எலும்பகூட ஒடயாம எடுக்க முடியாது” ன்னு சொல்லிட்டு பக்கத்துல இருந்த ஆலமரத்தடியில ஒக்காந்தாரு.

ஒருமன்னேரம் இருக்கும்.

“வாங்கடா போவும்... போயி குளிக்கணும். ஒடம்பு முழுக்க பீநாத்தமும், பால்டாயிலு நாத்தமும், கூட சாராய நாத்தமும் சேந்துகிட்டு.

போய் எவனும் ரொம்ப நேரம் தூங்கிடாதீங்க. காலையில நேரத்தோட வந்து சாம்பல அள்ளி கொட்டிப்புட்டு போயிடனும். பாவி மவன் வெச்சி அழுவுறமாதிரி ஒரு சாவு செத்தானா எழவு. ஊர்ல பாதி பேரு தூங்கிட்டிருக்கும்போதே அள்ளிக்கிட்டு வந்து கொளுத்தியாச்சி.

நேத்தி சாயங்காலம் இவனப் பாத்தவனங்க இன்னிக்கு இவன் சாம்பலத்தான பாக்க முடியும். என்ன எழவுக்குத்தான் இந்த பால்டாயிலு கருமாந்துரத்த குடிக்குறானுவொளோ.”

★★★

திருநாவுக்கரசு ஞாபகம் வந்ததும் அவனுக்குத் தூக்கம் வரல. போன மாசம்கூட கோவில்பத்துல காஞ்சியப்பன் மருந்தக் குடிச்சிட்டு செத்து போயிட்டாரு. ரெண்டு வருசத்துக்கு முன்ன குடிக்க பொண்டாட்டி

காசு தரலன்னுட்டு முருகேசண்ண மருந்த குடிச்சித்து செத்துப்போனப்ப ரெண்டு பொட்டப் புள்ளய வெச்சிக்கிட்டு அண்ணி பட்ட அவஸ்த இருக்கே. சொந்தகாரவங்க புண்ணியத்துல ரெண்டு பசங்களையும் கரயேத்துனுது.

ஒரு பக்கம் வெவசாயம் செய்யும்போது மண்ணுல இருக்குற புழுபூச்சிய அழிக்குது. வெவசாய உற்பத்திப் பொருள சாப்பிடுற மனிதர்களுக்கு பிரச்சன கொடுக்குது. இதுல குடிச்சிட்டு சாவுறவங்க வேற. எப்படித்தான் இத ஒழிக்கறதோ தெரியல.

யோசிச்சிக்கிட்டே படுத்திருந்தான். எப்ப தூங்குனான்னு தெரியல. நல்ல தூக்கம். ஊருக்கு வந்ததுக்கு அப்பறம் தூங்குற நேரம் கொறச்சலா இருந்தாலும் ஆழ்ந்த தூக்கம். மெட்ராசில இந்த மாதிரி கோழி தூக்கமெல்லாம் கெடையாது. பொழுது விடிஞ்சிட்டு. அதுகூட தெரியாம தூங்கிக்கிட்டிருந்தான். பக்கத்துல ஏதோ அரவம் கேட்டது மாதிரி இருந்தது. சின்ன சத்தம் கேட்டாலும் முழிச்சுக்குவான். இப்ப முழிச்சிகிட்டான். பக்கத்துல சாம்பசிவம். வாயில நொச்சி குச்சி.

“என்ன தம்பி இன்னும் பொழுது விடியலயா?” எழந்து கைலிய அவுத்து கட்டிகிட்டான்.

“கொஞ்சம் இருங்க. இந்தா வர்றேன்...”னு சொல்லிட்டு வீட்டுக் கதவ தட்டுனான். வீட்டம்மா எழுந்து வந்தாங்க. இன்னும் கொஞ்சம் தூங்க விடமாட்டிங்களாங்குறமாதிரி இருந்துச்சி அவங்க மொகம்.

“சாம்பசிவம் சித்தப்பா வந்துட்டாரு. பசங்க வந்துடுவாங்க ஓரக்குழி வேல இருக்கு. கூழுக்கு தேவையானத ரெடி பண்ணு!”

சொல்லிட்டு திரும்ப கயித்துக்கட்டிலுக்கு வந்தான். சாம்பசிவம் கொளத்துல வாய் கொப்பளிச்சிகிட்டிருந்தாரு. அவசர அவசரமா வேலியிலயிருந்த ஒரு நொச்சிகுச்சிய ஒடிச்சி வாய்க்குக் கொடுத்தான். அவரு வந்ததும் கட்டில்ல ஒக்காரச்சொன்னான்.

“ரொம்ப சீக்கிரமா வந்துட்டீங்க. பசங்க வர லேட்டாகும்.”

“எங்க தம்பி தூக்கம் வருது. காலைல அஞ்சி மணியாயிடக் கூடாது. டான்னு முழிப்பு வந்துடுது. எழுந்தவொடனே எனக்கு டீ தண்ணி குடிக்கணும். வீட்ல எழுந்திரிக்க லேட்டாகும். அதான் ஏதோ ஓரக்குழி எடுக்கணும்னு சொன்னிங்களேன்னு வந்துட்டேன்.”

செல்லமுத்து போயி வாய் கொப்புளிச்சிட்டு வந்தான். சாம்பசிவம் கையில டீ தம்ளரோட ஒக்காந்திருக்காரு. அவன் வீட்டம்மா மேல அவ்ளோ கோவம் வந்துச்சி. அவங்களுக்கு காலையில எழுந்திரிச்சதும் டீ வேணும். அதுவும் டம்ளருல பத்தாது அர லோட்டா.

செல்லமுத்துக்கு டீன்னா கடையில குடிக்குறமாதிரி சின்ன டம்ளர்ல வேணும். காலையில டீ குடிக்குற பழக்கம் அவனுக்கில்ல. அதுவும் வெறும் டீத்தூள் மட்டும் போடப்படாது. இஞ்சி, ஏலக்கா, எலுமிச்ச புல்லு, கிராம்பு, ஆவாரம்பூ. இதுல எதாவது ஒண்ணு போட்டிருக்கணும்.

“ஒங்கப்பாவுக்கு காரக்கொழம்புல போடறதெல்லாம் போட்டு டீ வெக்கணும்டி”ன்னு கிண்டல் பண்ணுவாங்க.

சாம்பசிவத்த கணக்கு காட்டி இன்னிக்கு ஒரு லோட்டா டீ குடிச்சாச்சி. வெத்தல தட்ட எடுத்து வந்து அவர்கிட்ட கொடுத்தான். திண்ணையில ஒரு பெரிய மொறத்துல சின்ன வெங்காயமும் ஒரு காய்கறி வெட்டுற கத்தியும் கொண்டாந்து கொடுத்தாங்க. வெங்காயத்த உரிச்சான். இன்னிக்கு காலையில ஏதோ வெயிட்டா செய்யுறாங்கங்றத சாம்பசிவம் புரிஞ்சிகிட்டாரு. அதுக்குள்ள பசங்க கும்பலா வந்துட்டாங்க. செல்லமுத்து எல்லாரயும் கூட்டிகிட்டு தென்னந்தோப்புக்குப் போனான்.

அங்க ஒரு எடத்துல வட்டமா சாந்து சட்டிய மண்ணுல பதிச்சமாதிரி பள்ளம் எடுத்து அதுல சணல் சாக்குகள போட்டு மூடி வெச்சிருந்தான் செல்லமுத்து. பசங்களக் கூப்பிட்டு அந்த சாக்குகள எடுக்கச்சொன்னான். சாக்குகள எடுத்த எடத்துல ஈரமா இருந்துச்சி.

“சாக்க எடுத்த எடத்துல யாராவது ஒருத்தரு குந்துனாப்புள மண்ண கெளறுங்க.” செல்லமுத்து சொன்னதும் ஒரு பையன் மண்ண லேசா கெளறுனான்.

“ஒண்ணுமில்லையே”ன்னான்.

“இன்னும் கொஞ்சம் நல்லா கெளறனும்.”

இன்னும் கொஞ்சம் நல்லா கெளறுனதும்.

“ஐ.. உழவர்களின் நண்பன்.”

ஆச்சரியமா உத்துபாத்தாங்க எல்லாரும்.

“ஈரமே இல்லாத இவ்ளோ ஒயரத்துல எப்படி வந்தது இதுக. இத

பாத்தே ரொம்ப நாளாச்சே... இங்கன என்ணண்னே பண்ணீங்க... நெறைய புழுக்கவேற தள்ளிருக்கு.''

“நவீன வேளாண்மையில தொலைச்சதுகல்ல இதுவும் ஒண்ணு. இத திரும்பக் கொண்டு வரணும்னா ஒரம் மருந்த நிறுத்தணும். அடுத்ததா இந்த மாதிரி வட்டமா ஒரு குழி எடுக்கணும். தரமான நாட்டு சக்கரய வாங்கிவந்து தண்ணியில கரைச்சி இங்கன தெளிக்கணும். மேல சணக்கோணிய போட்டு மூடணும். அதிக வெக்கயாவும் இருக்கப்படாது. தண்ணியும் நிக்கக்கூடாது. பைஞ்சி நாளு இப்படியே விட்டா மண்புழுங்க தேடிக்கிட்டு வந்துடும். மண்புழுவ நம்ம கொல்லைக்கு வரவெக்கிறது எப்படீன்னு தெரிஞ்சிகிட்டீங்களா,''

ஒரு ஆசிரியரின் தோரணையோடு சொல்லிக்கொண்டிருந்தான் செல்லமுத்து.

“இப்ப குப்பைங்கள மக்க வெக்கிறதுக்கு நாம சாணக்கரைசல பயன்படுத்தப்போறோம். அந்த வாளிய எடுத்துகிட்டு வாங்க.''

அவன் கையக் காட்டுன எடத்துல பிளாஸ்டிக் வாளிய பனமட்ட போட்டு மூடி வெச்சிருந்தான். ரெண்டு பசங்க அத எடுத்துக்கிட்டு வந்தாங்க. அதுல சாணிக் கரைசல் தளும்பத் தளும்ப இருந்துச்சி.

“மாட்டுக் கொட்டகையில ஒரு மூலையில சின்னதா ஒரு தொட்டி கட்டி வெச்சிரும்கோம். அதுல வந்து விழுந்த சாணியும் மூத்திரமும் இது. ஒருநாள் வெச்சிருந்தது. இதுல நுண்ணுயிரிங்க உண்டாகியிருக்கும்.

ரவுண்டா பள்ளம் எடுத்துருக்கமில்லயா. அதுல நடுப்ற விட்டுடுங்க. நாலுபக்கமும் நாம சேத்து வெச்சிருக்க குப்பய ஒரு அடுக்குப் போடணும். சொல்லிட்டுக் குப்பைகள அள்ளி ஓதறிக் காட்டுனான் எல்லா பசங்களும் அதேபோல அள்ளி ஓதறுனாங்க. ஒரு அடுக்கு வத்ததும் வாளியில வெச்சிருந்த சாணக்கரைசல அதுமேல கோலம் போடுறதுக்கு மின்ன வாச தெளிக்குறமாதிரி தெளிச்சி விட்டான். அடுத்து இன்னொரு அடுக்கு குப்ப. லேசா சாணக்கரைசல். இப்படியே மூணு அடுக்கு வந்ததும் குப்பயெல்லாம் முடிஞ்சிச்சி.

பாக்குறதுக்கு ஓட்ட உளுத்த வட மாதிரி இருந்தது குப்பமேடு.

“இப்ப நாம சாணக்கரைசல தெளிச்சோமில்லயா... அதுக்குப் பதிலா நாட்டு சக்கரைய கரைச்சி தெளிக்கலாம். வாழப்பழம், பப்பாளிபழம்,

பரங்கி பழம்னு பழங்களையும் கரைச்சி ஒருநாள் வெச்சிருந்து தெளிக்கலாம்.

எலுமிச்ச, சாத்துகுடி. நாரத்த மாதிரி தோல்ல எண்ணெய் இருக்குற பழங்கள மட்டும் பயன்படுத்தக்கூடாது.

தென்ன மட்டய எடுத்துவந்து அதுமேல போட்டு மூடி விட்டான்.

"இப்போ இதுல சாணி தெளிச்சிருக்குறதால கொஞ்சமா ஈரம் இருக்கும். ஈரம் காஞ்சிட்டா லேசா பட்டதும் படாததுமா தண்ணி தெளிச்சிவிடணும். ரெண்டு நாளுகழிச்சி வந்து குப்பைக்குள்ள கைய விட்டுப் பாக்கணும். கையி சுடக்கூடாது. சுட்டா நுண்ணுயிரிங்க வராது. அப்ப என்னபண்ணணும்னா."

ஒரு பையன் குறுக்கிட்டு...

"இன்னும் கொஞ்சம் தண்ணி தெளிச்சி விடனுமா?"னான்.

"ம்கூம்ம்... தண்ணி தெளிக்கக்கூடாது. குப்பயக் கௌறி விடணும். குப்பையக் கொஞ்சமாப் போட்டாலும், சரியா காயவெச்சிப் போட்டாலும் சூடு வராது. எதுக்கு வட்டமா போட்டம்னா குப்பைக்கு எல்லா பக்கத்திலேர்ந்தும் காத்து கெடைக்கணும். அப்பதான் உள்ள இருக்குற உயிருக்கெல்லாம் காத்து கெடைக்கும். அடிக்கடி குப்ப சூடாயிருக்கான்னு பாத்துக்கணும்."

குப்பைய முட்டா போட்டு வெச்சா ஆறு மாசத்துல மக்கப்போகுது. அத விட்டுட்டு என்னென்னமோ பண்றானேன்னு சாம்பசிவம் நெனைச்சிக்கிட்டிருந்தாரு.

"ஒரு விவசாயிகிட்ட முக்கியமா இருக்கவேண்டியது ஒரக்குழி. அதுதான் உயிர்மாதிரி. நம்ம வெளையிற மண்ண உயிர்ப்போட வெச்சிருக்குறது அதுதான். நாம பெரிய கார்த்திக கொண்டாடுவோம் தெரியுமா?"

"ஆமா அன்னக்கி பொரியில வெல்ல பாகும் வறுத்த கடலயும் போட்டு கலந்து கொடுப்பாங்க. செம சூப்பராயிருக்குமே..."ன்னான் ஒருத்தன்.

"ம்... திங்கறத மட்டும் நல்லா ஞாபகம் வெச்சுக்க"ன்னான் இன்னொருத்தன். எல்லாரும் சிரிச்சாங்க.

"கார்த்திகை அன்னைக்கு அகல் வெளக்கு கொளுத்துவோம்ல.

அப்ப ஓரக்குழிக்கும் ஒரு வெளக்கு ஏத்தி வெச்சி கும்புடுவாங்க'' செல்லமுத்து சொன்னதும்.

"ஆமா தம்பி வீட்ல நல்ல வெளக்கும் அகல் வெளக்கும் கொளுத்தி வெச்சிட்டு, அரிக்கன எடுத்துக்கிட்டு போய் குப்பகிட்ட, கூடக்குள்ள அணையாம ஒரு வெளக்கு வெச்சிட்டு வருவோம்.''

சாம்பசிவம் சொன்னாரு.

"ஆமா. ஒரு வெவசாயிக்கு கோயில் கொளம்லாம் முக்கியமில்ல. இயற்கைதான் கடவுள். அதுனாலதான் நாம வெதைக்கிறப்ப வெத முகூர்த்தம் பண்றோம். அறுக்குறப்ப புதுரு கொண்டாடுறோம். இயற்கைக்கு நன்றி சொல்லி பொங்கல் விழா எடுக்குறோம்.

சரி... இப்ப வேல முடிஞ்சிட்டு வீட்டுக்குப் போகலாம். ரெண்டு நாளு கழிச்சி வந்து சூடிருக்கான்னு பாக்கலாம்.''

எல்லாரும் கொளத்துல போயி கைகால் கழுவிட்டு வீட்டுக்கு வந்தாங்க. செல்லமுத்து சின்ன வெங்காயம் உரிச்சானே... இன்னிக்கு சாப்பிட என்ன செஞ்சிருப்பாங்க... யோசிச்சிகிட்டிருந்தாரு சாம்பசிவம்.

வீட்டுக்கு வந்ததும் திண்ணையில ஒரு சில்வர் கொவல நெறைய கூழ் இருந்தது. எல்லாம் ஆளுக்கொரு கிளாசுல ஊத்திக் குடிச்சாங்க. அவ்வளவு ருசியா இருந்தது. அதுவும் சின்னவெங்காயமும் வெள்ளரித் துண்டும் கொஞ்சம் புளிச்ச கூழோட சேந்து கடிபடும்போது அடடா. கூட மொளவாதூளு போட்ட பிஞ்சு மாங்கா பத்த... கேக்கவா வேணும் குடிச்சிமுடிஞ்சுது. ரெண்டிரு ஏப்ப சத்தம் கேட்டுது.

"ஏலேய்... சம்பத்து தம்பி வருது. கொஞ்சம் கூழு மிச்சம் வெய்ங்கடா.''

சாம்பசிவம் சொன்னதும் கூழ விட்டுட்டு ரோட்டுப் பக்கம் திரும்புனாங்க. வாசல்ல சைக்கிள நிறுத்திட்டு எதோ ஒரு பைய எடுத்துகிட்டு வந்தாரு சம்பத்து. அதுக்குள்ள ஒரு டம்ளர் கூழ ஊத்தி கொடுத்தாங்க.

"ஏய் கொஞ்சமா கொடுங்கடா. இப்பதான் டீ குடிச்சேன்...'' ன்னாரு சம்பத்து. வாங்கி கொஞ்சம் குடிச்சதும் அவசரப்பட்டு கொஞ்சமா கொடுக்கச்சொல்லிட்டியே சம்பத்துன்னு அவரு மனசு திட்டுச்சி.

"என்னத்தான் பையோட வந்துருக்கீங்க?''

“மாப்ள திருத்துறைப்பூண்டி போயிருந்தேன். அப்படியே உத்தமசோழன் ஐயாவ பாக்கலாமேன்னு போனேன். நம்மள பேட்டியெடுத்தது வந்துட்டுன்னு ரெண்டு புத்தகம் எடுத்துக் கொடுத்தாங்க. அட்டையில நம்ம படம். சரி பயலுவொ ஆசபடுவானுவோன்னுட்டு இன்னும் கொஞ்சம் புத்தகம் கெடைக்குமான்னு கேட்டேன். பணம் கொடுத்து வாங்கிக்கச் சொன்னாரு. சரி நான் பணத்த செல்லமுத்து மாப்ளகிட்ட வாங்கிக்கிறேன்னு சொல்லிட்டு எரநூறு ரூவா கொடுத்து பத்து புத்தகம் சேத்து வாங்கிகிட்டேன்.”

சொல்லிட்டுப் பைய எடுத்து செல்லமுத்துகிட்ட கொடுத்தாரு. பசங்க புத்தகத்த பாக்க ஆர்வமானாங்க. செல்லமுத்து வாங்கி ஆளுக்கொரு புத்தகம் கொடுத்தான். கிழக்கு வாசல்னு அட்ட மேலே கொட்ட எழுத்துல எழுதியிருந்தது. அட்டையில இவங்கள எடுத்த போட்டோ அழகா போட்டிருந்தது.

‘கடலோரக் கிராமத்தில் இயற்கை விவசாயத்துக்கான விதை’ ன்னு தலைப்பு போட்டு கயித்துக் கட்டில்ல ஆசிரியரும் செல்லமுத்தும் ஒக்காந்திருக்குற போட்டோ போட்டு பேட்டியெடுத்ததும் நாலு பக்கத்துக்கு வந்திருந்தது.

அவங்க பேசிக்கிட்ட எல்லா விஷயமும் தெளிவா அதுல இருந்தது. பத்திரிக ஆசிரியரோட புரிதல் மேல அவனுக்கு மதிப்பு வந்தது. அவருக்கு போன் பண்ணான்.

“ஐயா ரொம்ப நன்றி.”

“நன்றி தம்பி. பேட்டி எப்படி வந்திருக்கு?”

“ஐயா இதுவர என்னப்பத்தி எழுதுனதுல தெளிவான புரிதலோடு எழுதுனது நீங்கதான்.”

“ஆமா தம்பி நம்ப புத்தகத்துக்கு வேற யாரயும் பேட்டி எடுக்க அனுப்ப மாட்டேன். நானேதான். கஷ்டப்பட்டு சாதிக்குற ஒருத்தர பேட்டி எடுக்கறோம். அத அவங்க படிக்கும்போது மகிழ்ச்சியா இருக்கணும். அவங்கள உற்சாகப்படுத்தறதா இருக்கணும்.”

“ரொம்ப நன்றி ஐயா. வர்ற ஏப்ரல் ஆறு நம்மூர்ல ஒரு பயிற்சி வகுப்பு நடத்தறோம். அன்னிக்கு நம்மாழ்வார் ஐயாவோட பிறந்தநாள். அப்ப இங்க சிலர அறிமுகபடுத்தறோம். அவசியம் நீங்களும் வரணும் குறிச்சி வெச்சிக்கங்க.”

“சரி தம்பி. அன்னிக்கு எதும் புரோகிராம் இல்ல. கண்டிப்பா வந்தர்றேன்.”

★★★

பசங்க புத்தகத்து அட்டையில தங்களோட போட்டாவ பார்த்ததுல அவ்வளவு சந்தோசம்.

“இங்க யாருக்காவது புத்தகம் படிக்குற வழக்கம் இருக்கா?”

செல்லமுத்து இப்படிக் கேட்டதும் ஒருத்தர்கிட்டேர்ந்தும் பதில் இல்ல.

சம்பத்து மட்டும்,

“நான் நெறய படிப்பேன் மாப்ள...”ன்னாரு.

“பசங்கள கேட்டேத்தான்.”

“சரி உள்ள வாங்க.”

இதுவரைக்கும் திண்ணையிலேயே ஒக்காந்து பேசிக்கிட்டிருக்கோம். இப்ப உள்ள கூப்பிடுறானேனு நெனைச்சிக்கிட்டு பசங்க உள்ள போனாங்க. கூடத்துல ஒரு பக்கம் புத்தகங்களா அடுக்கியிருந்தது. அரிகிருஷ்ணனுக்கு புத்தகம் படிக்கணும்னு ஆச. ஆனா எப்படி வாங்கறது. யார்கிட்ட கேக்குறதுன்னு தயக்கம். ஒருமுறை சம்பத்துக்கிட்ட ஏதோ ஒரு புத்தகம் கேட்டதுக்கு இங்கனயே ஒக்காந்து படி கடனா கொடுக்கமுடியாதுன்னுட்டார்.

செல்லமுத்து அதுமாதிரி இருக்கமாட்டார்னு நெனைச்சான்.

செல்லமுத்து சில புத்தகங்களத் தேடி எடுத்தான். எதிர்பக்கத்துல செல்லமுத்து வாங்கின விருதுகளும் சில போட்டோக்களும் இருந்தது. ஒவ்வொரு போட்டோவையும் பாத்துப் பசங்க ஏதோ பேசிகிட்டிருந்தாங்க. திடீர்னு ஒருத்தன் சிரிச்சான். என்னடான்னு கேட்டா.

“யார்டா இவரு வேட்டிகட்டிகிட்டு ஷூ போட்டிருக்காரு?”

இது செல்லமுத்துக்கு கேட்டுச்சி. எட்டிப்பாத்தான்.

“அவரு யஷ்வந்த் சின்கா. இப்போ குடியரசுத் தலைவரா இருக்காங்களே திரௌபதி முர்மு அவங்கள எதிர்த்துப் போட்டிபோட்டவரு. தேர்தலுக்கு

முன்ன அவரு இங்க தமிழ்நாட்டுக்கு வந்திருந்தப்ப கொஞ்ச நேரம் சந்திச்சிப் பேச ஏற்பாடு செஞ்சிருந்தாங்க. அப்ப அவருக்கு நம்ம மரபு காய்கறி விதைகள கொடுத்தப்ப எடுத்த போட்டோ.''

சொல்முடிச்ச செல்லமுத்து கையில சில புத்தகங்கள் இருந்தது.

''இதெல்லாம் இயல்வாகைங்குற பதிப்பகம் வெளியிட்டது. ஐயா நம்மாழ்வார் எழுதுனது. சிலது இயற்கை வெவசாயம் சம்மந்தமானது. ஒரு புத்தகத்த எடுத்தான். அதுல 'ஒற்றை வைக்கோல் புரட்சி' ன்னு தலைப்பிருந்தது. அது அரிகிருஷ்ணன்கிட்ட கொடுத்தான்.

''நம்மூர்ல நம்மாழ்வார் மாதிரி. ஜப்பான்ல மசானபு புகோகா. அவரு எழுதுன புத்தகம்.''

ஒவ்வொருத்தருக்கும் ஒவ்வொரு புத்தகத்தக் கொடுத்தான். தெனமும் ரெண்டு பக்கமாவது படிங்க. சாயங்காலமானா நம்ம வீட்டுத் திண்ணையில வந்து ஒக்காந்து படிச்சதபத்திப் பேசுங்க.

இனிமே கொளத்தடி அரசமரத்துக்குக்கீழ கூட்டம் போடக்கூடாது.

ரெண்டு நாளைக்கு முன்ன கொளத்தடி அரசமரத்தடியில கூட்டமா பேசிக்கிட்டிருந்தப்ப போலீஸ் கூப்பிட்டு இனி இங்க ஒக்கார கூடாதுன்னு சொல்லிட்டுப் போனத யாரோ செல்லமுத்துகிட்ட சொல்லிருக்காங்கன்னு மட்டும் தெரியுது.

பத்தொன்பது

கிழக்கு வாசல் பத்திரிக்கையில் செல்லமுத்து, சாம்பசிவத்தோடும் மன்றத்துப் பசங்களோடு நிற்கும் புகைப்படம், அவர்கள் செய்யும் விவசாயம் குறித்த செய்திகள் மூன்று கிராமங்களில் பரவலாக போய் சேர்ந்தது. பல வாட்ஸ்ஆப் குழுக்களில் பகிரப்பட்டது. அதோடு மட்டுமல்லாமல் பத்திரிக்கை செய்தியில் அவன் ஃபோன் நம்பர் கொடுக்கப்பட்டிருந்ததால் பலர் வாட்ஸ்ஆப்பிலும் அழைத்து வாழ்த்தினார்கள். செல்லமுத்துக்கு அளவில்லாத மகிழ்ச்சி. சாம்பசிவத்துக்கு இருப்பு கொள்ளவில்லை.

வாட்ஸ் ஆப்பில் ஒரு எண்ணிலிருந்த, 'அழைக்கவும்!' எனத் தகவல் வந்திருந்தது. அந்த எண்ணிற்கு அழைத்தான் செல்லமுத்து,

"வணக்கம்."

"வணக்கம் தோழர். நான் பசுமை ஷாகுல் நாகர்கோயில்லேர்ந்து பேசறேன்."

"சொல்லுங்க தோழர். நலமா?"

"நலம்தான்."

"கிழக்கு வாசல்னு ஒரு பத்திரிக்கயில உங்களோட நேர்காணல் பார்த்தேன். நீங்க ஊர்ல விவசாயம் செய்யறதா போட்டிருந்தது. நீங்க சென்னையிலதான இருந்தீங்க?"

“ஆமா... இப்ப ஊருக்கு வந்துட்டேன்!”

“என்ன ஞாபகம் இருக்கா? ஒரு முற ஒங்களுக்கு பனம்பாகு அனுப்பி வெச்சிருந்தனே...!”

பனம்பாகுன்னு சொன்னதும் ஞாபகத்துக்கு வந்தது. மறக்கமுடியுமா அந்த ருசிய. கருப்பட்டி செய்யுறப்போ பாகுபதம் வரும்போது அதுல தேங்கா, மாங்கா, கத்தரிக்கா போட்டு எறக்கி அல்வா பதத்துல அவ்வளவு ருசியா இருக்கும்.

“ஓ... ஞாபகம் இருக்கு தோழர்... இறையழகன் ஐயா பண்ணைக்கு ஒரு நிகழ்ச்சிக்கு வந்துருந்தீங்க.”

“ஆமா தோழர். நான் ஒரு ஆர்கானிக் ஸ்டோர் வெச்சிருக்கேன் இல்லயா... நாடு முழுக்க எனக்கு ரெகுலர் கஸ்டமருங்க நெறைய இருக்காங்க. சில பொருட்கள் கிடைக்கும்போது அத பேஸ்புக். வாட்ஸ்ஆப்ல ஷேர் பண்ணா அனுப்பி வைக்க சொல்வாங்க.. அவங்களுக்குப் பணம் முக்கியமில்ல. பொருள் அவங்க விரும்புற தரத்துல இயற்கையில வெளைஞ்சதா இருக்கணும். அவ்வளவுதான்.

கிழக்கு வாசல்ல உங்க பேட்டி வந்ததா அத வாட்ஸ்ஆப் குரூப்ல போட்டேன். அவரு வெளய வைக்கிற கடல அறுவடபண்ணதும் பச்சையா கெடைக்குமான்னு கேட்டிருக்காங்க.”

செல்லமுத்துக்கு சந்தோஷமும் ஆச்சரியமும். வெளஞ்சத காயவெச்சி மெசின்ல கொடுத்து ஓடச்சி பருப்பவெச்சிக்கிட்டு காத்திருந்து விக்கணும். இப்ப என்னடான்னா அறுவடபண்ண இன்னும் நாள் இருக்கு அதுக்குள்ள கேக்கறாங்களே.

இப்ப யாருக்கு நன்றி சொல்றது? இயற்கைக்கா? உத்தமசோழனுக்கா? பசுமை சாகுலுக்கா? நம்மாழ்வாருக்கா?

“என்ன தோழர் யோசிக்கிறீங்க? அங்க கடல பச்சையா எடுக்குறாங்களா?”

“எடுக்குறாங்க தோழர்.”

“கிலோ என்ன வெல?”

“கடைசியா ஊர்ல ஒருத்தர் கிலோ நாப்பத்தி ரெண்டுக்கு கொடுத்தாரு.”

இந்த வெல அதிகபட்ச வெலன்னு செல்லமுத்துக்கு தெரியும். தரத்தப்

பொறுத்து முப்பது ரூவா வரைக்கும் விக்குது. இருந்தாலும் கடலய வாங்கக் கேக்குறவங்ககிட்ட அதிகபட்டசமா என்ன விக்கிதோ அததான சொல்லமுடியும்.

“தோழர் கிலோ அறுபது ரூபான்னு தரமுடியுமா?”

செல்லமுத்துக்கு ஒண்ணும் புரியல. இவன் நம்ம கிண்டல் பண்றானா. ஒரேடியா அறுவது ரூவாய்க்குக் கேக்குறானே. யோசிச்சிகிட்டே.

“ம்... தரலாம் தோழர்.”

“எனக்கு இன்னொரு உதவி பண்ணணும்.”

“சொல்லுங்க.”

“கடலை அறுவடை செஞ்சதும் சொல்லுங்க. சில முகவரிங்க தர்றேன். அவங்களுக்கு சொல்ற அளவுக்கு பார்சல் போட்டு விட்டுடுங்க. பார்சல் பண்ண என்ன மெட்டீரியல் ஆவுதோ அதையும் லேபர் சார்ஜையும் நானே தந்திடுறேன். ஒங்க நம்பருக்கு ஆயிரம் ரூவாய் அனுப்பிடுறேன். அட்வான்ஸ்ஸா வெச்சிக்குங்க.”

அவர் சொல்லச் சொல்ல செல்லமுத்துக்குக் கொஞ்சம் பிரமிப்பா இருந்துச்சி. நீ... கலக்குடா செல்லமுத்துன்னு மனசுக்குள்ள சொல்லிக்கிட்டான்.

இருந்தாலும் இந்த பசுமை ஷாகுல்மேல ஒரு சின்ன சந்தேகம். போனை எடுத்து இறையழகன் ஐயா நம்பருக்கு அழைத்தான்.

“சொல்லுங்க தோழர். நலமா?”

வழக்கமான விசாரிப்புகளுக்குப் பின்ன.

“ஐயா இந்த பசுமை ஷாகுல் இருக்காருல்ல?”

“ஆமா. உலகம் சுற்றும் வாலிபர். பாதி நாள் நாட்ல இருப்பார். பாதிநாள் காட்ல இருப்பார். அவருக்கென்ன?”

கடலைக்கு அதிக வெல வெச்சி கேட்ட வெவரத்த சொன்னான்.

“தோழர் வெளியில பச்ச கடல எவ்வளவு வெல விக்குது தெரியுமா? நகரத்துல எண்பது ரூவா வரைக்கும் விக்கிது.

மருந்து போடாம வெளஞ்சதுன்னா இன்னும் அதிகமா விக்கும்.

அவரு ஒங்ககிட்ட அறுவது ரூவாய்க்கு வாங்குனா ஒங்களுக்கும் லாபம் அவருக்கும் லாபம்.

அவரு ஒரு பதிவப் போட்டுட்டு கடயில ஓய்வெடுப்பாரு. அவருகிட்ட கேக்குறவங்களுக்கு நீங்க அனுப்பிடுவீங்க. பணம் அவருக்குப் போயிடும். ரெண்டு பேருக்கும் லாபம். பணம் விஷயத்துல நீங்க அவர்கிட்ட பயப்படத் தேவையில்ல. அவர் கொடுக்கலன்னா நான் தர்றேன் போதுமா?

அதுமட்டுமில்ல. நீங்க இயற்கையா உற்பத்தி செய்யும் எந்த பொருளா இருந்தாலும் விற்பனை செய்ய அவர் உதவுவார். பெரிய நண்பர்கள் வட்டம் அவர்கிட்ட இருக்கு.”

இறையழகன் ஐயா சொன்னதும் செல்லமுத்துக்கு கொஞ்சம் தெளிவாச்சி. இயற்கையில விளைஞ்சா லாபம்னு தெரியும். ஆனா அத அனுபவ ரீதியா உணரும்போது மகிழ்ச்சிதான்.

★★★

நாளைக்குக் காலையில கடலசெடிக்கு மண்ணு வெக்கணும் வாய்ப்பிருப்பவர்கள் உதவவும்னு வாட்ஸ்ஆப்பில் குழுவில் ஒரு மெசேஜ் போட்டு விட்டான் செல்லமுத்து.

மறுநாள் காலையில் சாம்பசிவமும் மன்றத்துப் பசங்களும் வந்துட்டாங்க.

வீட்லேர்ந்து கடலகொல்லக்கி கெளம்புனாங்க. போற வழியில ஒரக்குழியப் பாக்கலாம்னு பசங்க சொன்னாங்க. அதுக்குள்ள ஒருத்தன் ஒரக்குழியில மெதுவடன்னான். உண்மையில அங்கபோயி பாத்தா மெதுவட மசால்வடையாயிருந்தது.

“என்னண்னே நாம போடும்போது மெதுவடைய விட்டுட்டு போனோம் இப்ப மசால்வடயாயிருக்கு!”ன்னான். ஒருத்தன்.

“தம்பி இன்னும் ஒருவாரமானா ஆஞ்சநேயருக்கு சாத்துற வட மாலயில இருக்கும் தட்டவடமாதிரி ஆயிடும்”ன்னான் செல்லமுத்து.

அதுக்குள்ள ஒருத்தன் மேல போட்டிருந்த தென்ன ஓலய வெலக்கிட்டு கைய உள்ள விட்டான். கை குப்பகுள்ள அரடியாழம் போச்சி. கைய வெளியில எடுத்து சூடு ஏதுமில்லன்னான். குப்பமேல எறும்பு வல எடுத்தமாதிரி மண்புழு ஒரம்தள்ளியிருந்திச்சி.

அத கையால வறண்டி அள்ளி. “இதுதான் மண்புழு ஒரம்” ன்னான் செல்லமுத்து.

“நாம வெவசாயம்கூட பண்ணத் தேவையில்ல... நம்ம நெலத்துல பசுந்தாள் ஒரம் தர்ற பயிர்கள வெளைய வச்சி, அந்த தழைங்கள காய வெச்சி, மக்குனபின்ன மண்புழுவ விட்டா அதுலேர்ந்து மண்புழு ஒரம் கெடைக்கும். அத வரண்டி அள்ளி அத பாக்கெட்போட்டு கிலோ பத்து ரூவாய்க்கு கொறையாம வித்துடலாம். இப்ப ஆன்லைன்ல மண்புழு ஒரம் வித்து வசதியா வாழுறவங்கல்லாம் இருக்காங்க.”

ஒரக்குழிய விட்டு கடலக் கொல்லைக்குப் போனாங்க. ஏற்கனவே ரெண்டு மூணு பக்கெட்டுலயும், சாந்து சட்டியிலயும் மண்ண அள்ளி வெச்சிருந்தான். ஒரு பக்கெட்ல இருந்த மண்ண எடுத்துக்கிட்டு பார்ல எறங்குனான். படர்ந்திருக்குற கடலக் கொடிமேல ஒரு பிட் மண்ண அள்ளி கொடி மேல வராதமாதிரி போட்டான்.

“அண்ண. கடல செடியோட கிளைகள மேல தூக்கி, அடியில களகொத்தியாள மண்ணணைச்சி விடுவோம். நீங்க கொடிய கீழ தள்ளி மேல மண்ண போடறீங்க?”

இதே கேள்விய சாம்பசிவம் கேக்கணும்னு நெனைச்சாரு. ஆனா வேற ஒருத்தன் முந்திக்கிட்டான். சாம்பசிவம் வேற எங்கயோ பாத்துகிட்டு காத மட்டும் செல்லமுத்து பக்கமா திருப்பி வெச்சிருந்தாரு.

“தம்பி நாம வழக்கமா போடும் கடல ஒரு குத்தா இருக்கும் வேரச் சுத்திமட்டும் கடலயிருக்கும். ஆனா இப்ப போட்டிருக்குறது கொடிக்கடல. இது ஒவ்வொரு கௌயிலையும் எலக்காம்புல நாலஞ்சி கடலக்கொட்டங்க இருக்கும். கொடிய மேல தூக்குனா அந்த விழுதுங்க வெளியில வந்துடும். அதான் ரெண்டுக்கும் உள்ள வித்தியாசம்.

இன்னொரு விசயம் விழுதெல்லாம் கீழ எறங்கி காய்பிடிச்சி பருப்பு வெச்சதும், செடியில இருக்குற கெளையோட தோகைய மட்டும் நறுக்கி விட்டுட்டம்னா அறுவட பண்ணும்போது கடல இன்னும் தரமா இருக்கும். ஆனா ஒவ்வொரு செடியோட தோகைய அறுத்து விடுறது செரமம். கொஞ்சமா பண்றவங்க அத செய்யலாம்.”

சொல்லிட்டு செல்லமுத்து செஞ்சதப் பாத்துட்டு மத்தபசங்களும் அதே போல மண்ண தூருமேல அள்ளிப் போட்டாங்க. தூர தூக்கிட்டு

செடிக்கு அடியில கலகொத்தியால மண்ண அணைக்கிறத விட இது ஈசியா இருந்துச்சி.

பாதி கொல்ல முடிஞ்சிது. மணி ஒன்பதாச்சி.

"போதும்பா இதோட நிறுத்திக்கலாம். பாக்கிய நாளைக்கி பாத்துக்கலாம்"னு செல்லமுத்து சொன்னதும் அதுக்குத்தான் காத்துகிட்டிருந்த மாதிரி. எல்லாரும் கொல்லய விட்டு வெளியில வந்தாங்க.

கொலத்துல போய் கைகால் கழுவுனதும் நேரா வீட்டுக்கு வந்து முன்கொட்டகையில ஒக்காந்தாங்க. ஏற்கனவே ஒரு சில்வர் குவளையும் சில டம்ளரும் இருந்துச்சி. சாம்பசிவம் கொவல மூடியிருந்த தட்ட தொறந்து பாத்தாரு.

"ஹா... கொத்துகாயீ.. எனக்கு ரொம்ப புடிச்சது."

சாம்பசிவம் ஒரு குழந்தையாக மாறினார். ஒரு டம்ளர்ல எடுத்து குடிக்க ஆரம்பிச்சாரு. வெந்துபோன காராமணி, அரிசி, கொம்புட்டி பிஞ்சு மூணும் ஒரு ராத்திரி ஊறுனதுல ஒண்ணோட ஒண்ணு ஐக்கியமாயிருந்தது. வாயில போனதும் நாக்குல அகப்படுது. ஆனா பல்லுக்கு வேல கொடுக்கமாட்டங்குது. போனவாரம் நம்மகிட்ட எப்படி செய்யறதுன்னு கேட்டு தெரிஞ்சிகிட்டு இந்த வாரம் செஞ்சிட்டான்னு செல்லமுத்து மனசுக்குள்ள நெனச்சிகிட்டாரு.

"கொத்துக்காய் எப்படிருக்கு?"

செல்லமுத்து கேட்டதும் நல்லாருக்குன்னு சொன்னார்.

"இன்னொரு விஷயம்."

செல்லமுத்து சொன்னதும் எல்லாரும் அவன்பக்கம் கவனத்த திருப்புனாங்க.

"நாம இப்ப ஒரு குழுவா எணைஞ்சி வேல செய்யறோம். நாம ஒரு அமைப்ப உருவாக்கி அதுக்கு ஒரு பேரு வெக்கணும். அதப் பதிவு பண்ணனும். அப்பதான் நாம செல வேலைங்க செய்ய நல்லாருக்கும். என்ன பேரு வெக்கலாம்?"

யாருகிட்டேர்ந்தும் பதில் இல்ல.

“யோசிங்க.. இயற்கை சார்ந்த பெயரா இருந்தா நல்லாருக்கும்.”

ஒருத்தன். “நம்மாழ்வார் குழு”ன்னு வெக்கலாம்னான்.

“தம்பி நம்மாழ்வார் பெயர்ல நெறைய குழு இருக்கு. வேற எதாவது பேர வெக்கலாம்.”

“அண்ணே... இதுக்கு சரியான ஆளு சம்பத்து மாமாதான். அவர கேட்டா சடக்குன்னு சொல்வாரு.”

அரி சொல்லிட்டு சம்பத்துக்கு போன் பண்ணான். வெவரம் சொன்னான்.

“சரிமாமா... சரிமாமா...”

போன வெச்சிட்டு, “சம்பத்து மாமா ‘கொழிஞ்சி’னு வெக்கச் சொல்றாரு”ன்னான்.

“சூ...ப்பர் ஆகா” நல்லாருக்குன்னான் செல்லமுத்து. அதுக்குள்ள ஒருத்தன். “கொழிஞ்சின்னா” சந்தேகமா கேட்டான்.

“அதாம்பா நம்ம காவாள பூண்டுன்னு சொல்வோம்ல. அதான்.”

சாம்பசிவம் சொன்னாரு.

“ஆமா.. அதேதான். அருமையான பசுந்தாள் ஒரம்... அதோட. இதுக்குன்னு ஒரு சிறப்பிருக்கு. நாம வெவசாயம் பண்ணும்போது மொளைக்காது. அறுவட முடிஞ்சி தரிசாக் கெடக்குறப்ப தானா மொளைக்கும். அதுலேர்த்து வெதங்க விழுந்து அப்படியே பூமியில இருக்கும். நாம வெதைக்கவே வேண்டியதில்ல.

இன்னொரு விஷயம் என்னன்னா இது ஒரு மூலிகையும்கூட. நல்ல ஆரோக்கியமா இருக்குறவங்கள பெருவெஷம் எதுவும் தாக்குச்சின்னா அவங்கள ஒண்ணும் பண்ணாது. ஆனா பத்துப் பதினைஞ்சி வருசம் கழிச்சி கண்ணுபார்வ மங்கும். அப்ப அத சரிசெய்ய இந்தக் கொழிஞ்சித் தழ பயன்படும். அதோட பூ ரோசு நெறத்துல சின்னதா அழகாயிருக்கும்.

நல்ல ஒரு தேர்வு. நம்ப அந்த பேரையே வெக்கலாம்.

“கொழிஞ்சி விவசாயக் கூட்டமைப்பு. இது நல்லாருக்குல்ல.”

“நல்லாருக்கு தம்பி.”

சதாசிவம் சொன்னதும் பசங்களும் தலையாட்டுனாங்க.

“ஒரு வேல முடிஞ்சிது. அடுத்து... கொட்டேஷன் கேக்கச்சொன்னனே என்னாச்சி தம்பி?”

செல்லமுத்து அரிகிட்ட கேட்டான்.

“அண்ணே... கோயமுத்தூர்ல ஒரு செக்கு தயாரிக்குற கம்பெனி போன் நெம்பர் கெடைச்சது. அவங்களுக்கு போன்பண்ணிக் கேட்டேன். அவங்க ஏழுவகையான செக்கு வெச்சிருக்காங்கலாம். ஒவ்வொரு வகையப் பத்தியும் சொன்னாங்க. அதனால எல்லாத்தப்பத்தியும் வெவரம் அனுப்புங்கன்னு சொன்னேன். அனுப்புறதா சொல்லியிருக்காங்க.

அப்பறம் ரெக்ஸ்க்கு வேன் வாங்கறத பத்திக் கேட்டிருந்தோம். அவன் புதுசா வாங்க செலவதிகமா ஆகும். அதனான செகனட் வாங்கிக்கலாம் கொஞ்சநாள் ஓட்டி நல்லா ஓட்டக் கத்துகிட்ட பின்னாடி வர்ற வருமானத்த வெச்சி புதுசா வாங்கிக்கலாம்னு சொன்னான். புதுசு ஏழுலட்சமாம். ஓரளவு நல்ல நெலமயில இருக்குற வண்டி நாலு லட்சத்துக்கே கெடைக்குதாம். லோனும் அரேஞ்ச் பண்ணித் தர்றாங்களாம்.

நாகபட்டணத்துல ஒரு கம்பெனி பழைய வண்டி விக்கிறாங்களாம். அவங்களே லோன் பாத்துக்கறேன்னு சொன்னாங்களாம். அது ஒண்ணும் சிக்கல் இருக்காதுன்னு சொன்னான்.

அப்பறம் மீன் எடுத்துக்கிட்டுப்போக ப்ரீசர் பாக்ஸ் வாங்கலாம்னு பேசிகிட்டோம்லயா நம்மூர். மீன சேமிச்சி வெக்க ஒரு கொடவுனு கட்றாங்க. அந்த கொடவுனு முழுக்க ஏசி இருக்குமாம். அது வந்துட்டா பிரீசர் பாக்சுக்கு வேல இல்ல. அவசரப்பட்டு அத வாங்க வேண்டாம்னு பட்ணத்தெரு சிங்காரவேலு சொன்னான். அத மட்டும் கொஞ்சம் யோசிச்சி செய்யலாம்ணே.”

அரி இப்படி வரிசையா சொல்லி முடிச்சதும், கூட இருந்த பசங்க இவன் நம்மகூடவே சுத்தறான். இந்த வேலையெல்லாம் எப்ப இவன் பாத்தான்னு நெனைச்சிகிட்டாங்க.

“சரிதம்பி.. எல்லாம் நல்லதே நடக்கும்னு நெனைப்போம். மன்றத்துப் பசங்க மட்டுமில்ல நம்மூர்ல இருக்குற பசங்க, ஆம்பள பொம்பள. படிச்சவங்க படிக்காதவங்க எல்லாருக்கும் ஏதாவது ஒரு வருமானம் இருக்கணும். அது மத்தவங்களுக்கு எடைஞ்சல் இல்லாத வருமானமா

இருக்கணும்.'' மறுநாள் வருவதா சொல்லிட்டு எல்லாம் கலைஞ்சி போனாங்க. சாம்பசிவம் மட்டும் கௌம்பல. பசங்கல்லாம் போனதும்.

“தம்பி'' ன்னாரு. அந்த கொழைவான வார்த்த... ஏதோ ஒதவி கேக்க வர்றாருன்னு மட்டும் தெரியுது.

“எங்கிட்டப் பேசறதுக்கு ஏன் யோசிக்கிறீங்க... என்ன வேணும் சொல்லுங்க?''

“தம்பி நம்ப அவயம்பா இருக்குல்ல...''

“ஆமா.''

“அது ஒரு வீட்ல இருக்கில்லையா. அந்த வீடு ரொம்ப சின்னதா இருக்கு. மழதண்ணிக்கு ஒழுகுது. தரையோட இருக்குறதால அடிக்கடி பூச்சி பொட்டு வந்துடுதாம். வேற எடத்துல சொவறு வெச்சி ஒரு வீடு கட்டணும். அவங்க அம்மா செத்துபோனாங்கல்லயா? அவங்க இருந்த குடுச இடிஞ்சிபோயி கெடக்கு. அதுல சின்னதா ஒரு வீடு கட்டிக்கப்போறேன். அதுக்கு பன வார வேணும்னு சொக்கலிங்கம் தம்பிகிட்ட கேட்டேன். தல சிறுத்த தென்ன ரெண்டு நிக்குது. நல்லா வைரம் பாஞ்சமரம். அத வெட்டி ஒடைச்சிக்கங்கன்னு சொல்லிட்டு.

கீத்து நாரெல்லாம் கெடைச்சிடும். கொஞ்சம் பன மட்ட மட்டும் வேணுமாம். ஒங்ககிட்ட கேக்கசொன்னிச்சி.''

“இதுக்கு ஏன் தயங்கறீங்க. நம்ம பனமரத்துல வெட்டிக்கச் சொல்லுங்க. நமக்கு இனி மட்ட தேவயில்ல. வருசா வருசம் பன மட்ட வெட்டுவோம். அதுக்கும் இப்ப வேல இல்லாம போச்சி. வேணுங்குறத வெட்டிக்கச் சொல்லுங்க.''

செல்லமுத்து இப்படிச் சொன்னதும் சாம்பசிவத்துக்கு சந்தோசம். அடுத்த தடவ நாகபட்டணத்துக்கு அவயம்பா கூட போகும்போது இதச் சொல்லணும். அப்பதான் சந்தோசத்துல ரெண்டு மசால் வட வாங்கிக் கொடுக்கும்.

★★★

பயிற்சி வகுப்புக்கு இன்னும் கொஞ்ச நாள்தான் இருக்கு. எல்லா ஏற்பாடும் நல்லாவே நடக்குது. போட்டிருந்த கடலயும் முத்திட்டு. காக்காவும் அணிலும் தொல்லகுடுக்குது. யாராவது ஒருத்தர் அங்கய

இருந்து வெரட்ட வேண்டியிருக்கு. கடல அரிக்கிறதும் பயிற்சி வகுப்பும் ஒரே நேரத்துல வந்துடுமோன்னு செல்லமுத்து பயந்தான். ஒரு கடல தூர புடுங்கி கடலயல்லாம் பாத்தான். நல்லா முத்தியிருந்தது.

★★★

சாயங்காலம். செல்லமுத்து வீடு. எல்லாரும் கூடியிருந்தாங்க. நாளைக்கு ஒருநாள்தான் இருக்கு பயிற்சி வகுப்புக்கு. மூர்த்திய அழைச்சிக்கிட்டு வந்து செல்லமுத்து வீட்ல தங்க வெச்சாச்சி. அவனுக்கு என்னென்ன வேலன்னு செல்லமுத்து சொல்லிட்டான். அவன் காட்ன அலட்சியத்த பாத்து செல்லமுத்துக்கு பயமா இருந்துச்சி. சொக்கலிங்கம்தான்.

“தம்பி, பயலோட பேச்சிதான் அப்படியிருக்கும் சொல்ற வேலய அவனமாதிரி யாரும் செய்யமுடியாது. நீங்கன்னா பாருங்களேன். இப்ப பயப்படுற நீங்களே அவனப் பாராட்டுவீங்க.”

“சரிசரி... நீங்க சொல்றது சரியாத்தான் இருக்கும்.”

செல்லமுத்து சொல்லிக்கொண்டிருக்கும்போது போன் அடிச்சது. எடுத்தான்.

“தம்பி... நான் அருணகிரி பேசறேன். அப்பாவுக்கு ஒடம்புக்கு முடியல. காரெடுத்து நாகபட்ணம் அன்சாரி ஆசுபத்திரிக்குக் கூட்டிகிட்டு வந்தோம். டாக்டர் பாத்துட்டு கைய விரிச்சிட்டார். இன்னும் ஒருநாள் ரெண்டு நாள் அவ்வளவுதான்னு சொல்லிட்டார். வீட்டுக்குக் கூட்டிக்கிட்டு வந்துகிட்டிருக்கோம்.”

எப்படி இந்தப் பயிற்சி வகுப்ப நடத்தி முடிக்குறதுன்னு யோசிச்சிக்கிட்டிருந்த செல்லமுத்துக்குக் கொஞ்சம் பதட்டம் தொத்திக்கிட்டு.

“நாளைக்கு மறுநாள் பயிற்சி வகுப்பிருக்கு. கிருஷ்ணப்ப தாத்தா இப்படியிருக்குறப்ப எப்படி நடத்தறது? நிகழ்ச்சியத் தள்ளி வெச்சிக்கலாமா?”

இப்படிக் கேட்டதும் அருணகிரி.

“அதெல்லாம் வேண்டாம் தம்பி. பயிற்சி வகுப்பு அதுபாட்டுக்கு நடக்கட்டும். என்ன நடந்தாலும் நிறுத்த வேண்டாம். யான்னா அவரு ஆசப்பட்டதத்தான நீங்க செய்யறீங்க. என்னால ஒங்ககூட இருக்க

முடியுமான்னு தெரியல.”

மெட்ராசிலேர்ந்து ஊருக்கு வந்து வெவசாயம் செய்யப்போறதா சொன்னதும் உற்சாகப்படுத்துன ஒரே மனுசன். அவரதான் முன்ன ஒக்கார வெக்கணும்னு நெனைச்சிருந்தான் செல்லமுத்து. கடைசியில இப்படி ஆயிடுச்சி. அவங்க போன்ல பேசுனதுலயே எல்லாருக்கும் வெவரம் புரிஞ்சிடுச்சி. அவன் பேசுறத கேட்ட சற்குணம்.

“தம்பி நாம நெனைச்சபடி பயிற்சி வகுப்ப ஆரம்பிக்கலாம். வெவசாயத்த மட்டுமே முக்கியம்னு நெனைச்ச மனுசன் வெவசாயத்துக்காக எடுக்குற வேலைக்கி முட்டுக்கட்ட போடமாட்டார். அதுனால நிகழ்ச்சிய தள்ளிவெக்க வேண்டாம்.

இப்ப ஒரே பிரச்சின என்னன்னா பயிற்சி நடத்துறதா முடிவெடுத்துருந்த மாரிமுத்தோட கடல கொல்லயில. அது அருணகிரி வீட்டுக்கு பக்கத்துலதான் இருக்கு. ஏதும் ஒண்ணுன்னா நிகழ்ச்சிய பாதியில நெறுத்துற மாதிரி இருக்கும். அதனால எடத்த மட்டும் வேற மாத்திகிட்டா நல்லாருக்கும்.”

கொஞ்ச நேரம் அங்கின அமைதியா இருந்துச்சி. பரமசிவம்தான் ஆரம்பிச்சாரு.

“ஏன் தம்பி நம்ம சின்ன பள்ளியொடத்துல நடத்துனா என்ன? வாசல்ல பெரிய அரசமரமிருக்கு. நல்ல நெழலு. நூறு பேரு ஒக்காந்தாலும் எடமிருக்கும். சமையல் வேலைய சத்துணவு சமைக்குற எடத்துல வெச்சிக்கலாம். தண்ணிப் பிரச்சினையும் இல்ல.”

பரமசிவத்தில் தேர்வு நல்லாத்தான் இருந்துச்சி. ஆனா அரசாங்க பள்ளியொடம். அனுமதி கெடைக்கணுமே. செல்லமுத்து யோசிச்சான்.

“என்னதம்பி யோசிக்கிறீங்க?”

“இல்ல... அரசாங்க பள்ளியொடம் பர்மிசன் கெடைக்கணுமே?”

“யாரு என்ன சொல்லப் போறாங்க. நல்ல விஷயம்தானே செய்யப்போறோம். நம்ம எட்மாஸ்டருகிட்ட சொல்லிச் சாவிய வாங்கிக்குவோம். எடம் கொடுத்தது நாம. பள்ளியொடம் கட்ட தண்ணி கொடுத்தது நாம. நமக்கில்லாத பள்ளிக்கொடம் எதுக்கு.

யேய். அந்த எட்மாஸ்டரு நம்பரு யார்கிட்டயாவது இருக்கா?”

பரமசிவம் கேட்டதும் பன்னீரு மவன் மகேந்திரன் நெம்பர எடுத்து கொடுத்தான். அவங்க அப்பாதான் சின்னபள்ளியொடத்து சத்துணவு அமைப்பாளரு.

போன வாங்கினாரு. பேசினார். எச்.எம். போன எடுத்ததும் பரமசிவம் வெவரம் சொன்னார்.

“அதுவொண்ணுமில்ல கடகாரரே... ஆச்சுவலா பள்ளிக்கொடத்துல வெளியாள் நிகழ்ச்சி நடத்த கொடுக்கணும்னா கலெக்டர் ஆபீசுல பர்மிசன் வாங்கணும். பிரச்சன ஒண்ணும் வராதுன்னா நீங்க தாராளமா நடத்திக்கங்க. பிரச்சன ஏதும்னா நான் பதில் சொல்லணும். அத மட்டும் பாத்துக்கங்க. நாளைக்கி சாவிய கொடுத்துடுறேன்.”

எச்.எம். சொன்ன தகவல பரமசிவம் சொன்னதும் செல்லமுத்து போன எடுத்தான். வாட்ஸ்ஆப்ல முருகேசன் சாருக்கு வெவரத்த வாய்ஸ் மெசேஜ்ஜா போட்டு விட்டான்.

“யாருக்கு தம்பி பேசனீங்க?” சற்குணம் கேட்டார்.

“டி.ஆர்.ஓ முருகேசன் சாருக்கு.”

“ஆகன்னனான். கலெக்டர் ஆபீசே நம்ம கையில இருக்கு. அப்பறம் என்ன.”

சாம்பசிவம் இப்படி சொன்னதும் எல்லாரும் சிரிச்சிங்க.

“ம்... ஒருநாளு ஒக்காரவெச்சி ஒங்களுக்கு காபியும் பிஸ்கட்டும் கொடுத்தா கலெக்டர் ஆபீஸ் ஒங்களோடதாயிடுமா?”

சற்குணம் கிண்டலா கேட்டாரு. சின்ன பள்ளியொடத்துல பயிற்சி வகுப்பு நடத்த ஏற்பாடு நடந்துச்சி. செல்லமுத்து போன் பண்ணி அருணகிரிகிட்ட வெவரம் சொன்னான்.

முருகேசன் சாருகிட்டேர்ந்து போன்.

“வணக்கம் செல்லமுத்து சார்.”

அவரோட சிரிப்பு கலந்த கணீர்க் குரல்.

“இப்பதான் ஒங்க வாய்ஸ் மெசேஜ் கேட்டேன். அதெல்லாம் ஒண்ணும் பிரச்சன வராது. லோக்கல்ல எதுவும் பிரச்சன வந்தா எங்கிட்டதான் வரும் நான் பாத்துக்கறேன். ஒரு பேப்பர்ல நிகழ்ச்சி நடத்த பர்மிஷன்

வேணும்னு எழுதி நாலஞ்சி பேர்கிட்ட கையெழுத்து வாங்கி என்னோட ஆபீஸ்ல கொடுத்திடுங்க.”

“சார் நீங்க அவசியம் நிகழ்ச்சிக்கு வரணும்.”

“கண்டிப்பா வர்றேன். நேரம் மட்டும் என்னால சொல்லமுடியாது. வெச்சிடவா?”

முருகேசன் சார் போன வெச்சார். செல்லமுத்துக்குக் கொஞ்சம் பதட்டம் தணிஞ்சது. கிருஷ்ணப்பா தாத்தா மட்டும் கொஞ்சம் ஒத்துழைச்சா நல்லாருக்கும். இயற்கைகிட்ட வேண்டிக்கிட்டான்.

இருபது

மூர்த்திய கட்டியணைச்சுக்கணும்போல இருந்தது செல்லமுத்துக்கு. ஒரு ஆரஞ்சு நிற சால்வயில தலையில முண்டாசு. ஒரு பச்சநிறத் துண்டு பழசு. அத தோல்ல போத்தி, கொஞ்சம் தேங்காப்பஞ்சு. குதுரபுடுக்கன் ஓட்டைப் பாதியா வெட்டி மூக்கு. பள்ளிக்கூட போர்ட அச்சு அசலா நம்மாழ்வாரா மாத்தியிருந்தான்.

மரவாடியில எடுத்த பழைய பலகையில குண்டுமணிகள ஒட்டி ‘கொழிஞ்சி’ ன்னு அழகா எழுதியிருந்தான்.

என்னா ஒரு கலைநயம். செலவேயில்லாம இப்படியொரு பிரமாண்டமான அழகு. இவன் பெரிய ஆளு. இவனுக்குள்ள இருக்குற கலை ஆர்வத்த வெளியில கொண்டு வரணும். அதுக்கு இவன குடியிலேர்ந்து வெளிய கொண்டு வரணும். செல்லமுத்து மனசுக்குள்ள நெனைச்சிக்கிட்டான்.

மூர்த்தி பள்ளிக்கொட பெஞ்சுல படுத்திருந்தான். செல்லமுத்து அவன எழுப்பினான். நூறு ரூவா நோட்டு ஒன்ன அவன்கிட்ட கொடுத்தான்.

“போய் முடிவெட்டி மொகச்சவரம் பண்ணிக் குளிச்சிட்டு நல்ல உடுப்புப் போட்டுகிட்டு வாங்க”ன்னு சொல்லிக்கிட்டிருக்கறத சாம்பசிவம் பாத்துட்டாரு.

“ஏன் தம்பி காலங்காத்தால அவன்கிட்ட நூறு ரூவாய கொடுக்கறீங்க.. இன்னிக்கு அவனுக்கு தீபாவளிதான் போங்க.”

“அதல்லாம் ஒண்ணுமில்ல. நான் சொன்னா அவரு கேப்பாரு. நீங்க வேன்னா பாருங்க.”

செல்லமுத்து இப்படிச் சொன்னது மூர்த்திக்கு ஒரு மாதிரி இருந்துச்சி. இதுவரைக்கும் யாரும் அவன மரியாதையா நடத்துனதில்ல. கெட்ட வார்த்த சொல்லித்தான் திட்டுவாங்க. செல்லமுத்து அவரு இவருன்னு சொன்னதும் நெகிழ்ந்து போயிட்டான்.

நேத்து நைட்டே வந்துட்டாங்க மண்வாசனை மேனகா. காலையில எழுந்ததும் தயாராகி சின்னப் பள்ளியொடத்துக்கு வந்துட்டாங்க. சத்துணவுக் கொட்டாயில சமைக்கிறவங்களுக்கு என்னென்ன செய்யணும். எப்படிச் செய்யணும்னு சொல்லிக்கிட்டிருந்தாங்க.

சமையகாரவங்களுக்கு இது புது அனுபவம். இதுவரைக்கும் அவங்க சமைச்ச அரிசிவேற. இது வேற. தண்ணி அளவு. சமைக்கும் நேரல்லாம் எல்லாமே வேற வேற. செல்லமுத்து சமைக்கிற எடத்துக்கு வந்தான்.

“என்னம்மா... நீங்க கேட்டதெல்லாம் சரீயா இருக்கா?”

“ம்... வந்ததும் பாத்துட்டேன். இத வெச்சி மேனேஜ் பண்ணிக்கலாம். ஒரு எண்பதுபேருக்கு கொறையாம சாப்பிடலாம். அதுக்கு மேல போனா ஒரு நூறு பேரு வரைக்கும் சமாளிக்கலாம்.”

“அது போதும்...”

மன்றத்துப் பசங்கள்லாம் கொடுத்த வேலைய அழகா செஞ்சாங்க. சாம்பசிவத்துக்குப் பத்து வயசு கொறைஞ்சிபோச்சி. அவ்வளவு வேகமா ஓடியாடி வேல செஞ்சாரு.

சற்குணம் கக்கத்துல ஒரு லதர் பேக்க வெச்சிகிட்டு என்னமோ அவரு பொண்ணு கல்யாணத்துக்கு ஒழைக்கிறமாதிரி திரிஞ்சிக்கிட்டிருந்தாரு.

பயிற்சி வகுப்பு நடக்கும் சின்னப் பள்ளியொடத்துக்கு ஒவ்வொருத்தரா வர ஆரம்பிச்சாங்க. ஓ.எப்.எம் அனந்து சார் நேற்றே வேதாரண்யம் வந்துட்டாரு. குமரவேல் அண்ணன் வீட்ல தங்கியிருக்காரு. அவரு கூட்டிக்கிட்டு வந்துடுவாரு.

ஒரு மேஜ. அதுல ஒரு நம்மாழ்வார் படம். சில விருதுகள்.

அழகா அடுக்கி வெச்சிருந்தது. சின்னப்பள்ளிக்கொடம் பயிற்சி வகுப்புக்குத் தயாராகிடுச்சி.

பரமசிவத்து கடைக்கும் சின்னபள்ளியொடத்துக்கும் எடையில ஒரு கிளுவவேலி மட்டும்தான். எதுவும் பாத்திரம்பண்டம் வேணும்னா என்வீட்ல எடுத்துக்கங்கன்னு நேத்தே சொல்லிட்டாரு.

குமரவேல் அண்ணனும், அனந்துசாரும் வந்தாங்க. வரும்போதே அண்ணன் கொஞ்சம் செடிகள எடுத்துக்கிட்டு வந்தாரு.

ரெண்டு பேருக்கும் சாமைகஞ்சி கொடுத்தாங்க. குடிச்சிட்டு,

“இது அருமையான ருசி. யாரு செஞ்சது,”ன்னு குமரவேல் அண்ணன் கேட்டாரு.

“அண்ணே, மண்வாசனை மேனகாண்ணே.”

செல்லமுத்து சொன்னதும்,

“மேனகா வந்துட்டாங்களா”ன்னு கேட்டாரு அனந்து.

“ஆமா சார். பின்னாடி சமைக்குற எடத்துல இருக்காங்க”ன்னு செல்லமுத்து சொன்னதும் ரெண்டுபேரு கஞ்சகுடிச்சுகிட்டே சமைக்குற எடத்துக்கு வந்துட்டாங்க. மூணு பேருக்கும் நல்ல பழக்கம் உண்டு.

குமரவேல் இந்தக் கஞ்சி எப்படிச் செய்யறதுன்னு கேட்டாரு. மேனகா செய்முறைய சொன்னாங்க.

“அடுத்ததா... நாங்க மூணு நாள் பயிற்சிவகுப்பு நடத்தப்போறோம். அப்ப இதெல்லாம் பயன்படுத்திக்கலாம்.”

நிகழ்ச்சி ஏற்பாடு எல்லாம் சரியா போய்கிட்டிருக்கு. இருந்தாலும் செல்லமுத்துக்கு ஒரு பக்கம் கிருஷ்ணப்பதாத்தாவப் பத்திய ஞாபகமும் ஓடிக்கிட்டிருக்கு.

முப்பத்தெட்டு வருசத்துக்கு முன்ன இந்தப் பள்ளிக்கொடத்துலதான் செல்லமுத்து படிச்சான். அப்ப இந்த அரசமரம் இன்னும் சின்னதா இருந்தது. இந்த மாடிக்கட்டடம் கெடையாது. நீட்டா ஓலக்கொட்டக. வாசல்ல இருந்த இந்த எடத்துலதான் வெளையாட்டு வகுப்புல கபடி வெளையாடுவான்.

பள்ளிகொடத்துக்கு வரலன்னா வீட்டுக்கு ஆள் அனுப்புவாரு பெருமாள் வாத்தியார். ஒவ்வொருத்தர் கைவிரலையும் பிடிச்சி மண் தரையில அ.ஆ.ன்னு அவரு எழுதி பழக்குனது இன்னும் ஞாபகத்துல இருக்கு.

ஒவ்வொருத்தரா வரவர சாப்பிடாதவங்கள பாத்து சாமைகஞ்சி கொடுத்துக்கிட்டு இருந்தானுங்க மன்றத்துப் பசங்க.

மகளிர்குழுவ சேர்ந்தவங்க எல்லாம் ஒரே கலர்ல பொடவ கட்டிட்டு வந்திருந்தாங்க. கல்லூரி மாணவிகள் சிலர் ஓடியாடி ஒதவி செஞ்சிக்கிட்டிருந்தாங்க.

அப்பதான் அருணகிரிவந்தாரு. செல்லமுத்து அவர்கிட்ட போய். "என்ன நீங்க வீட்ல இல்லாம இங்க வந்துட்டீங்?"கன்னு செல்லமுத்து கேட்டதும்.

"என்ன தம்பி. முந்தாநேத்திலேர்ந்து கூடவே இருக்கேன். பெருமூச்சி வந்து வந்து போவுதே தவிர ஒண்ணும் முன்னேத்தம் இல்ல. பாவம் வீட்ல பொண்டு புள்ளைவொ ஒழுங்கா சமைக்காம சாப்பிடாம கெடக்குதுங்க. அதான் பாத்துட்டு நான் கௌம்பி வந்துட்டேன். எதுன்னா ஃபோன் பண்ணுவாங்க. அவர இப்பிடிப் பாக்க எனக்கு பாவமா இருக்கு."

"சரி சாப்டிங்களா... தம்பி இவரக் கூட்டிக்கிட்டு போய் சாமைகஞ்சி கொடுப்பா." ஒரு பையன்ட சொல்லிட்டுருக்கும்போதே.

"எல்லாரும் வந்தாச்சி. பயிற்சி வகுப்ப ஆரம்பிக்கலாம்"னு செல்லமுத்து காதுல அரி வந்து சொன்னான்.

செல்லமுத்து போய் குமரவேலையும் அனந்தையும் கூட்டிக்கிட்டு வந்தான்.

விரிச்சிருந்த தார்பாயில எல்லாரும் ஒக்காந்திருந்தாங்க. தரையில ஒக்கார முடியாதவங்க பள்ளிக்கூட வாசல்ல இருந்த படிக்கட்டுல வசதியா ஒக்காந்துகிட்டாங்க.

மேஜைக்குப் பக்கத்துல ரெண்டு நாற்காலி இருந்தது. ரெண்டு பேரையும் ஒக்காரச் சொன்னான். அனந்து போய் படிக்கட்ல ஒக்காகிந்துகிட்டாரு.

"அண்ணன்பேரு குமரவேலு. நம்மாழ்வார் வானகத்த உருவாக்கும்போது கூட இருந்தவங்கள்ள அண்ணணும் ஒருத்தார். இப்ப நாடு முழுக்கப்போய் இயற்கை வெவசாய பயிற்சி கொடுக்குறார். இவரு அக்குபஞ்சர் வைத்தியமும் பாக்குறார். தேத்தாகுடி பக்கம்தான் வீடு. இன்னிக்கு நம்ம அழைப்ப ஏத்துகிட்டு இங்க வந்துருக்காரு. இப்ப அண்ணன் பேசுவாரு."

“எல்லாருக்கும் வணக்கம்.”

அவரு வணக்கம் சொல்லும்போதே இவரு நம்ம பக்கத்துவீட்டுகாரர் போன்ற ஒரு உணர்வு.

“ஒரு ஏழுவருசம் இருக்கும். திருவள்ளூருக்குப் பக்கத்துல கீழாம்பூர்னு ஒரு கிராமம். அங்க ஒரு நாள் இயற்கை விவசாயப் பயிற்சிகொடுக்க போயிருந்தேன். முப்பது பேருக்கு மேல வந்திருந்தாங்க. காலையில அரைநாள் பயிற்சி. மதியம் சாப்பாடு முடிஞ்சதும் ஒரு இருமடிபாத்தி அமைச்சி வெதைக்கணும். செயல்முறை பயிற்சி. இருமடிபாத்தி அமைச்சாச்சி. இப்ப வெதைக்கணும்.

பயிற்சி ஏற்பாடு செஞ்சிருந்தவங்க விதைகள கொண்டு வந்து கொடுத்தாங்க. வாங்கிப் பாத்தா கலர்கலரா இருக்கு. என்னடான்னு பாத்தா எல்லாம் வீரிய ஒட்டுரக வெதைங்க. இப்ப என்ன பண்றதுன்னு யோசிச்சா. பயிற்சிக்கு வந்த ஒருத்தர் எங்கிட்ட வெதைங்க இருக்குன்னு தந்தாரு. பாத்தா சின்ன சின்ன பொட்டலங்கள்ல எல்லா மரபு காய்கறி விதைங்களும் இருந்துச்சி. நிகழ்ச்சிக்கு வந்திருக்குற எல்லாருக்கும் கொடுக்க எடுத்துவந்ததா சொன்னாரு. அதத்தான் வெதைச்சோம். அவருதான் செல்லமுத்து.

நம்மாழ்வார் விதைகளே பேராயுதம்னு சொல்வார். அந்தப் பேராயுதத்தோட அலையற ஒரு போராளி செல்லமுத்து.

அன்னையிலேர்ந்து தெரியும். அவரு எனக்கு அண்ணன். நான் அவருக்கு அண்ணன். பல தடவ பாத்திருக்கோம். ஒவ்வொரு தடவ பாக்கும்போதும் வெவசாயம் செய்யமுடியாம சென்னையில வந்து மாட்டிக்கிட்டத மனவருத்தத்தோட சொல்வாரு.

இப்ப அது அவருக்கு கைகூடி வந்திருக்கு. பொதுநல நோக்கம் உள்ள மனுசன். அவர விட்டுடாதீங்க.”

குமரவேல் இப்படிச் சொன்னதும் செல்லமுத்துமேல எல்லாருக்கும் ஒரு படி மதிப்பு கூடிச்சி.

“மொதல்ல நாம நமக்காக வெவசாயம் பண்ணோம். நமக்குப் போக மீதமிருந்தத அக்கம்பக்கத்துக்குக் கொடுத்தோம். அதிகமாயிருந்தத வித்து காசாக்கினோம். ஆனா ஒரு கட்டத்துல இந்த நடைமொறையிலேர்ந்து வெலகி, முழுக்க முழுக்க விக்கறதுக்கு மட்டும்தான் விவசாயம்னு

ஆரமிச்சோம். விளைவு என்னாச்சின்னா நல்லா வெளையணும்னு கண்டகண்ட மருந்துகளப் போட்டுப் பூமிய பாழடிச்சோம். ஒருகட்டத்துல நாம வெளையவெச்சத நாமே சாப்பிட யோசிச்சி இப்ப நமக்காக தனியா வெளையவிக்கிற வேலைய பண்ணுறோம்.

வயித்துக்கு கொடுக்குற சாப்பாட்ட வெஷமா கொடுக்கறது எவ்வளவு பெரிய பாவம். அதோட நாம உயிர்வாழ ,நமக்கு போட்டத ஒன்ன பத்தாக்கி சோறு கொடுக்கற பூமிய பாழாக்குனது எவ்ளோ பெரீய குத்தம்.''

குமரவேல் சொல்லச் சொல்ல எல்லாரும் அமைதியா கேட்டுகிட்டிருந்தாங்க.

“நமக்கு மூத்த தலமெற அப்படித்தான் இருந்தாங்க. அவங்க மருத்துவமனை போனதேயில்ல. நாம மருந்து இல்லாம வாழமுடியாதுங்குற எடத்துக்கு வந்து நிக்கிறோம். நம்ம வாரிசு என்னாகப் போகுதுன்னு கொஞ்சம் யோசிச்சிப்பாருங்க.''

மனுசன் உண்மையத்தான பேசறாரு.

பாதிக்கப்பட்டவங்களின் தீர்வுக்கான வழியை யார் பேசினாலும் எங்கு பேசினாலும் அதைக் கேட்பவர்கள் அமைதியாக உள்வாங்கிக் கொள்வார்கள்.

அடுத்ததாக இயற்கை இடுபொருட்கள் தயாரிப்பு. மூலிகை பூச்சிவிரட்டி தயாரிப்பு. இன்னும் ரசாயன, பூச்சிகொல்லி மருந்துகளுக்கான மாற்று வழிகளை அழகாகச் சொல்லிக் கொடுத்தார் குமரவேல். அவரின் மொழி நமது வட்டார வழக்கு என்பதால் எல்லோரும் அவரோடு ஐக்கியமானார்கள்.

“இது சம்மந்தமா ஒங்களுக்கு எப்ப என்ன சந்தேகம்னாலும் நீங்க வாட்ஸ்ஆப்பில் என்னயத் தொடர்பு கொள்ளலாம். நான் வீட்டில இருக்கும்போது வந்தா பல விஷயங்கள நேரிடையாகவும் தெரிஞ்சிக்கலாம்.

நம்மாழ்வாரின் ஆசையை நிறைவேற்றக் காத்திருக்கும் உங்கள் அனைவருக்கும் எனது வாழ்த்துகள். குறிப்பா நம்மாழ்வார் உருவத்தை அழகாக இயற்கையான பொருட்களைக் கொண்டு உருவாக்கிய அந்த நண்பருக்கும் எனது வாழ்த்துகள்.''

பேசி முடித்தார் குமரவேல். அனைவருக்கும் தயாராக இருந்த மூலிகைத் தேனீர் வழங்கப்பட்டது.

அடுத்ததாக ஓ.எப்.எம் அனந்து பேச வந்தார். அவரைப் பற்றிய சிறு அறிமுகம் செய்துவைத்தான் செல்லமுத்து.

நல்ல நிறம். கொஞ்சம் நரைத்தமுடி. மார்புவரை தொங்கும் தாடி. தலைமுடியை பின்பக்கமாக சிறு கொண்டை போட்டிருந்தார் கணுக்காலுக்கு மேல் தூக்கிக்கொண்டிருக்கும் பேன்ட். முக்கா கையில் ஒரு ஜிப்பா அயர்ன்பண்ணாமல் கசங்கியிருந்தது. குமரவேல் போல் அன்னியப்படாமல் இருந்தார்.

“வணக்கம். கீழ்தஞ்சை எனக்கு புதிது. நான் கார்பரேட் கம்பெனியில் இருந்து வெளியில் வந்தவன். ஓ.எப்.எம் எனும் நிறுவனத்தை சிறப்பாக நடத்துகிறேன். செல்லமுத்து என்னை அழைக்கும்போதே சார் நீங்க வர்றது கிராமம் என ஞாபகப்படுத்தினார்” சொல்லிவிட்டு செல்லமுத்தை பார்த்து சிரித்தார்.

“காரணம் நான் ஆங்கிலம் கலந்து பேசுவேன். இன்னைக்கு அதைத் தவிர்க்க முயற்சி செய்கிறேன்.”

முழுக்கத் தமிழில் பேச அவர் முயற்சி செய்தது பள்ளிக்கூட குழந்தை பேச்சுப்போட்டியில் கலந்து கொள்வது போல் இருந்தது.

“இப்போ இங்க ஒரு வாசம் வருதே அத உங்களால தெரிஞ்சிக்க முடியுதா?”

அவர் கேட்டதும் எல்லோரும் மூக்கை இழுத்து இழுத்துப் பார்த்தார்கள்.

“ஆமாஞ்சார். வெளக்கு ஏத்திவெச்சாங்கள்ல. திரி எரியுதுல்ல. அந்த வாசம்” கூட்டத்தில் ஒருவர் எழுந்து சொன்னார்.

“இந்த நிகழ்ச்சியைத் துவங்கும்போது இங்கே நல்ல விளக்கு ஏற்றினார்கள். அது அணைந்து போகாமல் இருக்க கூடையை வைத்து தடுப்பு ஏற்படுத்தியுள்ளார்கள். அதிலிருந்து வாசம் வருகிறது. இது நல்லெண்ணெய் எரியும் வாசனை.

இன்னைக்கு வீட்டுக்குப் போனதும் இதே போல ஒரு விளக்கு எடுத்து, திரிபோட்டு, உங்க வீட்ல இருக்குற, நீங்க பயன்படுத்தற நல்லெண்ணெயில வெளக்கேத்துங்க இது மாதிரி வாசம் வருமா?”

கொஞ்சம் நேரம் அங்க அமைதியா இருந்துச்சி. மகளிர் குழுவுலேர்ந்து ஒரு அம்மா எழுந்தாங்க.

“அம்மா நீங்க ஒக்காந்தே பதில் சொல்லலாம்.” அனந்து சொன்னார்.

“சார். நான் வீட்ல வெள்ளி செவ்வா நல்லெண்ணெயிலதான் வெளக்கேத்துவேன். ஆனா இந்தமாதிரி வாசம் வராது” சொல்லிட்டு ஒக்காந்தாங்க.

“கண்டிப்பா வராது. ஏன்னா அது எண்ணெயா அப்படிங்கறதுல நமக்கு சந்தேகம் இருக்கு. அந்தக் காலத்துல, கிராமத்துல வீட்ல குழந்தைகள் பிறந்தா அந்தக் குழந்தை இருக்குற அறையில இலுப்ப எண்ணெய் விட்டு விளக்கு ஏத்துவாங்க. அது எதுக்குன்னு தெரியுமா?”

யாரிடமிருந்தும் பதில் இல்லை.

“இலுப்ப எண்ணெய் எரியும்போது வரும் வாசத்தை சுவாசிப்பது குழந்தைக்கு நல்லது. அது நோய் எதிர்ப்பாற்றலை அதிகமாக்கி நுரையீரலைப் பாதுகாக்கும். இது போலத்தான். ஒவ்வொரு எண்ணெய நாம பயன்படுத்தும்போதும் அதில் மருத்துவ குணங்கள் உண்டு. இன்று நாம் பயன்படுத்துவது எண்ணெயான்னு யோசிச்சிப் பாருங்க. அந்தக் காலத்துல இதத்தான் வைத்தியன்கிட்ட கொடுக்கறதுக்கு வாணிக செட்டியார்கிட்ட கொடுக்கலாம்னு சொல்லி வெச்சாங்க. எண்ணெய் மட்டும் கிடையாது. நாம் உணவாக எடுத்துக்கொள்ளும் பொருட்கள் அனைத்தும் இப்படிதான். அந்தக் காலத்துல நெல் வெளைய ஆறுமாசமாகும். அந்த நெல்பயிர் ஒரு ஆள் உயரத்தவிட அதிகமாயிருக்கும். அத சாப்பிட்டவங்க நூறுவயசு வரை மருத்துவமனைக்குப் போகாமல் வாழ்ந்தார்கள். இப்ப நெல் விளைய மூன்று மாதங்கள் போதும். நெற்பயிர் இரண்டடி உயரம்தான். சாப்பிடறவங்க மருத்துவமனைக்குப் போகாமல் வாழமுடியவில்லை. இன்று நாட்டில் மிக உயரமான கட்டிடங்கள் மருத்துவமனைகளே!”

ஒரு சிறு அசைவு கூட இல்லாமல் அவர் பேசியதை எல்லோரும் கவனித்தனர். நாம் இயற்கை உணவை எடுத்துக்கொள்ள வேண்டியதன் அவசியத்தை அழகாக பேசினார்.

அதுமட்டுமல்ல. நம்மை நோயாளியாக்க பெரு நிறுவனங்கள் எப்படியெல்லாம் முயற்சி செய்கிறது என்பதை அப்பட்டமாக புட்டுப் புட்டு வைத்தார்.

மருத்துவமனைகளை நாம் புறக்கணிக்கவேண்டியதன் அவசியத்தையும் பேசினார்.

இருவரையும் அழைத்து நாற்காலியில் ஒக்காரச்சொன்னான் செல்லமுத்து. மறுத்துவிட்டு நின்றனர்.

“இப்போ குமரவேலு அண்ணனும் அனந்துசாரும் நம்மகிட்ட பேசினாங்க. கண்டிப்பா நமக்கு தேவையான விஷயங்கள்தான்னு ஒங்களுக்குத் தெரியும். நம்ம பகுதியில விவசாயம் பண்ணமுடியாமப் போனதுக்குப் பல காரணங்கள் இருக்கு. அதுல முக்கியமா வரப்புல இருந்த தாழைமரங்களையும் பனைமரங்களயும் நாம அழிச்சதும் ஒரு காரணம்.

தாழை மரம் பூமிய குளிர்ச்சியா வச்சிக்கும். தாழம்பாய் ஒடம்ப குளிர்சசியா வச்சிக்கும். வாரக்கணக்குல லாரியில போகுற டிரைவர்ரெல்லாம் ஒடம்பு சூட்டத் தணிக்க தாழம்பாயிலதான் படுப்பாங்க. போனவருஷம் தாழம்மரம் ஒண்ணக் கொண்டாந்து வீட்ல நட ஐயாயிரம் ரூவா செலவு பண்ணாரு குமாரவேலு அண்ணன்.”

செல்லமுத்து சொன்னதும் மன்றத்துப் பசங்க கைதட்டிட்டாங்க.

“இப்ப ரெண்டு பேருகிட்டயும் எதுவும் சந்தேகம் கேக்கணும்னா கேக்கலாம்.”

அமைதியாயிருந்தாங்க. யாரும் எதுவும் கேக்கல. அப்ப ஏதோ வண்டி வர்ற சத்தம் கேட்டுது. ஒரு வெள்ளை நிற ஜீப் வந்து பக்கத்துல நின்னுச்சி. அதுலேர்ந்து முருகேசன் சார் எறங்குனாரு. சாம்பசிவம் ஓடிப்போய் ஒரு கும்பிடு போட்டுக் கூடவே கூப்பிட்டு வந்தாரு.

முழுக்கைசட்ட, பேன்ட்டுக்குள்ள உள்ளவிட்டு பளபளன்னு கறுப்புகலர் பெல்ட். கறுப்புகலர் ஷூவுல மொகம் தெரியும் அப்படியொரு பளபளப்பு. மழுமழுன்னு சேவிங் பண்ணிய முகம். சிரிப்பதற்கென்றே வடிவமைக்கப்பட்ட முகம். படிய வாரிய தலை ஓர் அரசு அதிகாரிக்கான தோரணையோடு கம்பீரமாக வந்தார் முருகேசன் சார்.

வந்ததும் இருவரையும் அறிமுகம் செய்து வைத்தான் செல்லமுத்து. நிகழ்வை இப்போது முருகேசன் சார் வரவு ஆக்கிரமித்துக்கொண்டது. மூன்று நாற்காலியிலயும் மூவரும் அமர்ந்திருந்தனர்.

“சார் அரசு உயர் அதிகாரி. நெறைய வேல இருக்கும்.”

செல்லமுத்து சொன்னதும் முருகேசன் சார் குறுக்கிட்டார்.

“செல்லமுத்து சார். சாப்பாடு இருக்குல்ல. சாப்டுட்டுத்தான் போவேன். அவசரமா அனுப்ப முயற்சி செய்ய வேண்டாம்.”

இப்படிச் சொன்னதும் எல்லாரும் சிரிச்சிச்சிட்டாங்க. செல்லமுத்தும் சிரிச்சிட்டான்.

“கண்டிப்பா சாப்ட்டு போங்க. அதுக்கு முன்ன ஒங்களுக்கு சின்ன வேலயிருக்கு!” செல்லமுத்து சொன்னதும்.

“அரசாங்கம் எனக்கு நெறைய வேல கொடுக்குது. அதுலேர்ந்து எஸ்கேப்பாகி இங்க வந்தா நீங்களும் எனக்கு வேல கொடுக்கறீங்களா.”

திரும்பவும் எல்லாரும் சிரிச்சாங்க.

“இப்ப இங்க மூணு பேர நான் அறிமுகப்படுத்தப்போறேன். மூணு பேரும் மிக முக்கியமான நபர்கள். மூவருக்கும் கொழுஞ்சி அமைப்பு மூலம் விருது கொடுக்கப்போறோம்.”

செல்லமுத்து இப்படிச் சொன்னதும் எல்லோரும் ஆர்வமானாங்க. யாரயிருக்கும்னு ஆர்வமா பாத்தாங்க.

“மாதெல்ல ஐயா கரிகாலன இங்க அறிமுகப்படுத்தப்போறேன்.”

செல்லமுத்து சொன்னதும் ஒடிசலான ஒருத்தர் எழுந்து வந்தாரு. கசங்கிய வேட்டி சட்ட. உருவத்துக்கு சம்மந்தமில்லாத கடா மீச. ஆளே வித்தியாசமா இருந்தாரு.

“ஐயாவுக்கு திருத்துறப்பூண்டிபக்கம் நாலு ஏக்கர் நெலமிருக்கு. கடந்த பத்துவருசமா இயற்கைமுறையில பாரம்பரிய நெல் சாகுபடி பண்றார். வெளைஞ்சத அறுத்துக்கிட்டு வந்து நெல்ல வீட்ல வச்சிகிட்டு அரிசியாக்கி விக்கிறார்.

முக்கியமா சொல்லணும்னா, விதைக்குறதும் அறுக்குறதும்தான் இவரு வேல. ஓரம் மருந்துன்னு எந்தச் செலவுமில்ல. மெனக்கெடுமில்ல.”

செல்லமுத்து இப்படிச் சொன்னதும் எல்லாருக்கும் ஆச்சரியமா இருந்துச்சி.

“அதோட விதைப்பதும் அறுப்பதும். இயற்கை இடுபொருட்கள். அப்படீன்னு ரெண்டு புத்தகம் எழுதியிருக்காரு. அவருக்கு

நம்ம கொழிஞ்சி விவசாய கூட்டமைப்பு சார்பா இப்ப மரியாத செய்யபோறோம். அழகாக வடிவமைக்கப்பட்ட ஒரு ஷீல்டைக் கொடுத்து ஒருதேங்காப்பூ துண்டைப் போர்த்தினார் முருகேசன் சார்.

எல்லாரும் பலமா கைதட்டுனாங்க.

“அடுத்ததா ஒரு இளைஞர். இவர் ஆயக்காரன்புலத்த சேர்ந்தவர். பெயர் கார்த்திகேயன். ஒரு தனியார் பள்ளிக்கொடத்துல தமிழாசிரியர்” கார்த்திகேயன் எழுந்து வந்தார்.

பேன்ட் முழுக்கை சட்டையில் நம்மூர் முகச்சாயலில் ஒல்லியான மனிதர்.

“நம்மூர்ல பனங்கிழங்கு நெறையக் கெடைக்கிது. அவிச்சோ சுட்டோ தின்போம். அதிகமாயிருக்குறத அரிச்சி கட்டிக்கிட்டுப் போய் ஞாயித்து சந்தையில வித்துட்டு மளிக சாமான் வாங்கிட்டு வருவோம். இவரு பனங்கெழங்க அவிச்சி, நாரெத்து, காயவெச்சி வெச்சிக்குவாரு. அப்பப்ப தேவையான கெழங்க எடுத்து அரைச்சி மாவாக்கி அதுல அல்வா, மிட்டாய், முறுக்கு, அதிரசம்னு இருவத்தியஞ்சி வகையான பலகாரமா செஞ்சி விக்கிறாரு. இவருக்கு வர்ற சம்பளத்தவிட இதுல அதிக லாபம் வருது. நான் அடிக்கடி மதிப்புகூட்டல்னு சொல்வேன்ல. அதுதான் இது. அவர இப்ப நாம மரியாத செய்வோம்.”

செல்லமுத்து தேங்காப்பு துண்ட எடுத்து முருகேசன் சார் கையில கொடுத்தான்.

“சார் அவங்கள போட சொல்லுங்க”ன்னு குமரவேலையும் அனந்தையும் கைகாட்டினார்.

“நீங்களே போடுங்கன்”னு அவங்க ஒதுங்கிக்கிட்டாங்க.

பலத்த கைதட்டலோடு கார்த்திகேயன் ஷீல்ட வாங்கி கிட்டார்.

“அடுத்ததா என் குருநாதரை அறிமுகப்படுத்தப்போறேன்.”

செல்லமுத்து இப்படிச் சொன்னதும் எல்லாரும் யாராயிருக்கும்னு சுத்திமுத்திப் பாத்தாங்க.

“தமிழ்நாட்ல இருக்குற எல்லா இயற்கை விவசாயப் பண்ணைகளையும் போய்பாத்த ஒருத்தர் நம்மாழ்வார் ஐயா அதுக்கு அடுத்து நெறைய இயற்கை விவசாயப் பண்ணையில கால்வெச்சவர் தோழர் நித்தியானந்த்.

இவருதான் எனக்கு நெறைய பேர அறிமுகப்படுத்தினார்.”

இப்ப நித்தியானந்த் யாருன்னு தெரிஞ்சிக்க எல்லாரும் ஆர்வமா இருந்தாங்க.

“இவர மேடைக்கெல்லாம் கூப்பிட்டா அவ்ளோ ஈசியா வரமாட்டார். வாங்க குருநாதா.”

சிரிச்சிக்கிட்டே செல்லமுத்து இப்படிச் சொன்னதும் தயங்கியபடி எழுந்துவந்தவருக்கு ஒரு இருபத்தியஞ்சி வயசிருக்கும். ஒரு காலேஜ்ல படிக்குறவன் மாதிரி தோற்றம்.

“இவரு ஒரு பூச்சிமருந்து கம்பெனியில வேல பாத்தவரு. அதுனால ஏற்படுற பிரச்சினைய தெரிஞ்சிக்கிட்டு அந்த வேலைய விட்டுட்டு இப்ப இயற்கை வெவசாயம்னு ஊர் ஊராச் சுத்திக்கிட்டிருக்கார்.

அண்ணன் நெல்ஜெயராமன் நிகழ்ச்சி நடத்தி மரபு நெல்ல மக்கள்ட்ட சேர்த்தாரு. இவரு வீடு வீடாப் போயி மக்கள்ட்ட மரபு நெல்ல பத்திப் பேசினாரு. இவர் சொன்னத வெச்சி மரபு நெல் போட்டவங்க இப்ப நெல்ல விக்கப் போகும்போது சாதாரண நெல்லுக்குள்ள வெலதான் கொடுக்கறாங்கன்னு வருத்தப்பட்டாரு.

தோழர் நித்தியானந்துக்கு கொழுஞ்சி விருதுமட்டும் கொடுக்கவில்லை. இன்னொரு உத்திரவாதத்தையும் கொடுக்கிறது. உங்கள் மூலம் உற்பத்தியான மரபு நெல்லை அதிக விலை கொடுத்து வாங்க எங்கள் கொழிஞ்சி அமைப்பின் இளைஞர்கள் உங்களைத் தேடி வருவார்கள். நாங்களும் அதை அரிசியாக்கி விற்பனை செய்யும் முயற்சியில் ஈடுபடப்போகிறோம்.”

அனந்து குறுக்கிட்டார்.

“அப்படி கொழிஞ்சியமைப்பு அரிசியாக மதிப்புக்கூட்டல் செய்யும்போது, அதை ஓ.எப்.எம் அதிகவிலை கொடுத்து வாங்கிக்கொள்ளும்.”

கரவொலி நிற்க நெடுநேரமானது. நித்தியானந்த் மகிழ்வோடு விருதை பெற்றுக்கொண்டார்.

அடுத்ததாக சிறப்பு விருந்தினருக்குப் பரிசு வழங்கும் நேரம்.

மேனகாம்மாவயும் அழைத்து மூவருக்கும் முருகேசன் சார் கையில் நினைவுப்பரிசை கொடுத்துக் கொடுக்கச்சொன்னான். அழகான பன

ஓலைப்பெட்டி. மூவரும் பெற்றுக்கொண்டதும் மேனகாம்மா பனை ஓலைப்பெட்டியை திறந்து பார்த்தார்.

உள்ளே குட்டிக் குட்டியா சின்னச் சின்னப் பனை ஓலைப்பெட்டிகள் ஏழு இருந்தன.

“ஐ... பனை ஓலையில் அஞ்சறைப்பெட்டி,”

என்று சொல்லிவிட்டு உள்ளே இருந்த ஒரு சாவிக்கொத்தை எடுத்தார். கொட்டாங்குச்சியில ஆங்கில எழுத்து ‘எம்’ என அழகாகச் செய்து அதில் கோர்த்திருந்தது.

இதைப் பார்த்ததும் அனந்தும் குமரவேலும் அவங்க பெட்டியைத் திறந்து பார்த்தார்கள் அவர்கள் பெயரின் முதலெழுத்தில் சாவிக் கொத்து இருந்தது. அவர்களுக்கு மகிழ்ச்சி.

அடுத்ததாக மூர்த்தியை அழைத்தான் செல்லமுத்து.

“நம்மகிட்ட இருக்குற மக்கக்கூடிய பொருட்கள வெச்சி ஐயா நம்மாழ்வார் உருவத்தையும் நமக்கான பெயர் பலகையையும் அழகா உருவாக்கித் தந்த தம்பி மூர்த்திக்கு முருகேசன் சார் சிறப்பு செய்வார். இன்னும் பல மரியாதைகள் மூர்த்திக்குக் காத்திருக்கிறது. இன்று சிறப்பு விருந்தினர்களுக்கு சாவிக்கொத்து செய்து தந்ததும் தம்பிதான்.”

ஒரு மேடை. அதில் தனக்கு மரியாதை. மூர்த்தி கொஞ்சமும் எதிர்பார்க்கவில்லை. நெகிழ்வாக இருந்தது.

அடுத்ததாக முருகேசன் சாருக்கு எல்லாரும் சேர்ந்து ஒரு பெரிய துண்டைப் போர்த்தினார்கள்.

“இப்போது முருகேசன் சார் நம்மிடையே பேசுவார்.”

செல்லமுத்து சொன்னதும்.

“எல்லாருக்கும் வணக்கம். சென்னையில நானும் செல்லமுத்து சாரும் பக்கத்துப் பக்கத்துல இருந்தோம். எப்பயாவது அவங்கவீட்டுச் சாப்பாடு எனக்குக் கிடைக்கும். பெரும்பாலும் நான் கேள்விப்படாத பெயரில் ஒரு அரிசி. அதில் சமைச்சிருப்பாங்க. குறிப்பா மாப்பிள்ளை சம்பா அரிசியில நாட்டுக் கோழிக்கறி போட்டு செஞ்சிதர்ற ஒரு கஞ்சி ரொம்ப ருசியா இருக்கும்.

அதனாலதான் அவர் நடத்தற நிகழ்ச்சிக்கு நான் மதியம் வந்தேன். இன்னைக்கும் ஏதும் சிறப்பான சாப்பாடு கிடைக்கும் என நம்பறேன்.''

சொல்லிட்டு செல்லமுத்தைப் பார்த்து சிரித்தார்.

''சிறப்பு விருந்தினருக்குக் கொடுத்த நினைவுப்பரிசு மிகவும் சிறப்பாக இருந்தது. எனக்கும் அதுபோலக் கிடைக்கும் என நினைத்தேன். துண்டுமட்டும் போட்டு ஏமாத்திட்டார் செல்லமுத்து.

''சார் ஒங்களுக்கும் அதே மாதிரி தயாரிச்சி ஆபீசுக்குக் கொண்டுவந்து தர்றேன் சார்.''

செல்லமுத்து சொன்னதும் முருகேசன் சிரிச்சார்.

''இங்க விளையிற பொருட்கள மதிப்புகூட்ட சில மெஷினரி வேணும். அதுக்கு லோன் ஆரேஞ்ச் பண்ணித்தாங்கன்னு செல்லமுத்து கேட்டிருந்தார். இங்க வந்தபின்னர்தான் பார்த்தேன். மகளிர் சுய உதவி குழுவ சேர்ந்தவர்கள் இங்க இருக்காங்க. அவங்கமூலமா முயற்சி செஞ்சா லோன் ஈசியா கிடைக்கும். அதுல எதுவும் தடங்கல் ஏற்பட்டா வாட்ஸ்ஆப் பண்ணுங்க. நான் உதவி செய்யறேன்.

அப்பறம் நாகப்பட்டிணத்தில நகராட்சி நிர்வாகம் மூலமா கடைகள் கட்டி குலுக்கல் முறையில வாடகைக்குக் கொடுக்கப்போறாங்க. உங்களுடைய கொழுஞ்சி அமைப்பு மூலமா ஒரு விண்ணப்பத்த அனுப்புங்க. இயற்கை அங்காடி மற்றும் காய்கறிங்க விக்க சிறப்பு ஒதுக்கீட்ல ஒரு இடம் கெடைக்க ஏற்பாடு செய்யலாம்.''

அவர் வந்த வண்டியைத் திரும்பி பார்த்தார். அவர் உதவியாளர் ஒரு பையைக் கொண்டு வந்து கொடுத்தார்.

''கலெக்டர் மிசஸ் தொடர்ந்து ஒங்க கடையிலதான் கீர வாங்குவாங்கலாம். கட போட்டுருக்குற அம்மாகூட ஒருத்தர் வருவாரே.''

''சாம்பசிவம்'' செல்லமுத்து எடுத்துக்கொடுத்தான்.

''ஆமா... சாம்பசிவம். அவர் எப்போதும் கீரைகள் எடுத்து வெச்சிருந்து கொடுப்பாராம். ஒரு நாள் அவங்க வந்தப்ப இவர் இல்ல. கீரையும் எடுத்து வெக்கல.

அந்தம்மா செல்லமுத்துக்கு போன் பண்ணி அவரு நம்பர் கேட்டிருக்காங்க. அவருக்கு போன் இல்லன்னு சொல்லியிருக்கார்.

அப்ப எங்கிட்ட ஒரு பழைய போன் இருக்கு தர்றேன். அவர்கிட்ட சொல்லவேண்டாம்னு சொல்லியிருக்காங்க.

அவங்ககிட்ட இருந்த போன பரிசா கொடுக்கச்சொல்லி கொடுத்து அனுப்பினாங்க.”

சாம்பசிவத்துக்கு அவ்ளோ சந்தோசம். முருகேசன் சார்கிட்டபோய் செல்போன வாங்கிக்கிட்டார். சாம்சங் டச்போன்.

முருகேசன் சார் செல்லமுத்த திரும்பிப் பார்த்தார். அவன் கையெடுத்துக் கும்பிட்டு வந்ததுக்கு நன்றி சார்ன்னான்.

“இப்போ இங்க வந்த சிறப்பு விருந்தினர்கள். விருதுபெற்றவர்கள் அவங்ககிட்ட எதுவும் சந்தேகம் கேக்கணும்னா சாப்பிடதும் கேக்கலாம். இப்ப நாம சாப்பிடப் போலாம்.”

செல்லமுத்து சொன்னதும் அனைவரும் எழுந்தனர். அப்போது ஒரு மாருதிகார் வந்து நின்றது. முகப்பில் கிழக்குவாசல் என்றிருந்தது. காரிலிருந்து உத்தமசோழன் இறங்கி வந்தார். சாம்பசிவமும் மன்றத்துப் பசங்களும் அவரைச் சூழ்ந்துகொண்டு நன்றி சொன்னார்கள். உத்தமசோழன் செல்லமுத்துவை அழைத்து.

“இன்னிக்கி நடந்த நிகழ்வுகளை புகைப்படம் எடுத்திருந்தா எனகக்கு அனுப்பி வைங்க. நான் மறுபடி பேசறேன். சாப்பாடு முடிஞ்சதும் ஒருத்தர பேட்டி எடுக்க கோவில்பத்துவரைக்கும் போறேன்.”

இருபத்தி ஒன்று

தயாராக இருந்த உணவுகளைப் பாக்குமட்டைத் தட்டில் பெற்று அனைவரும் சாப்பிட்டனர். முருகேசன் சார் செல்லமுத்துவிடம் மெதுவாக.

“எண்பது கடை கட்டியிருக்காங்க. திருநங்கைகள், மாற்றுத்திறனாளிகள், விதவைகள் இவங்கள்ளால் கட கேட்டிருக்காங்க. அவங்களுக்கெல்லாம் குலுக்கல் இல்லாம ஒதுக்கீடு இருக்கும். அவங்களுக்க கடைகள் கிடைச்சா என்ன பண்றதுன்னு அவங்க தெளிவா இல்ல. அவங்கள ஒங்க எண் கொடுத்து தொடர்புகொள்ள சொல்றேன். பயன்படுத்திக்கங்க.”

“சரி... சார்.”

சாப்பிட்டு முடிந்தது. சாப்பாட்டு இடைவேளை, கலந்துரையாடலுக்குப் பெரிதும் பயன்பட்டது. முருகேசன் சார், ஓ.எப்.எம்.அனந்து, குமரவேல், உத்தமசோழன். அனைவரும் விடைபெற்றனர்.

இப்போது மண்வாசனை மேனகா இயற்கை விவசாயப் பொருட்களை மதிப்புக்கூட்டல் என்பது குறித்து பேச வந்தார்.

“எல்லாரும் சாப்டிங்களா?”

“சாப்பிட்டோம்.” மன்றத்து பசங்களின் குரல் அதிகமாக இருந்தது.

“நல்லாருந்ததா?”

“ம்ம்ம்.. நல்லாருந்தது.”

“ஒரு சின்ன டெஸ்ட். இப்ப நீங்க சாப்பிட்டது என்னென்ன? அத சமைக்க பயன்படுத்தியது எது எத? யாராவது ஒருத்தர் சரியாச் சொல்லுங்க பாப்போம்.”

யாருகிட்டேர்ந்தும் சரியான பதில் வரல. வந்த ஒருசில பதிலையும், ‘தப்பா சொல்றீங்க’ன்னு சொல்லிட்டாங்க.

“இப்ப நான் சொல்றேன். முதலில் நீங்க குடிச்சது மாப்பிள்ளை சம்பா அரிசியில செஞ்ச சூப்.

காய்கறி போட்டு ஒரு பிரியாணி செஞ்சிருந்தம்மில்லயா அந்த அரிசி பேரு காலாபாத். தீட்டப்படாத அரிசி.

அடுத்து ஒரு சப்பாத்தி சாப்டீங்கள்ளயா? அது கேழ்வரகு மாவும் கோதுமை மாவும் கலந்து செஞ்சது.

இலுப்பைப்பூ சம்பா அரிசியில சர்க்கரைப்பொங்கல். வழக்கமா நான் இந்த அரிசியில பாயசம்தான் செய்வேன். அதுக்குத் தனியா ஒரு பாத்திரம் வேணுங்கிறதால பாயசம் செய்யல. அது இன்னும் நல்லாருக்கும்.

பூங்கார் அரிசி வத்தல் அதனாலதான் செகப்பு கலர்ல இருந்தது. சாப்பிடும்போது ஒருத்தர் கலர் பொடி போட்டீங்களான்னு கேட்டார்.

தூயமல்லிசாதத்துல நீங்க போட்டு சாப்பிட்டது தூதுவளை ரசம். தூதுவளைமட்டும் செல்லமுத்து ஐயா இங்க பறிச்சி வெச்சிருந்தாரு.

குருமா மாதிரி ஒண்ணு சாப்டீங்களா அது பனங்கிழங்கு சப்ஜி. இங்க விருதுவாங்கின கார்த்திகேயன் பனங்கிழங்கு பொடி கொடுத்து உதவி செஞ்சார்.”

எல்லாருக்கும் ஆச்சரியமா இருந்திச்சி.

“இதெல்லாம் இயற்கையில வெளைஞ்சது. இதெல்லாம் சாப்பிடறதால நாம் ஆரோக்கியமா இருக்கலாம். அதோட இத உற்பத்தி செய்யற இடத்துல பூமியும் பாதுகாக்கப்படுது.

இந்த பாரம்பரிய அரிசிகள், சிறுதானியங்கள் இதத்தான் நான் மதிப்புக்கூட்டி விக்கிறேன்.”

சொல்லிட்டு நாலஞ்சி கலர் பேப்பர எடுத்துக் காட்டுனாங்க. அதுல அவங்க தயாரிக்கிற பொருட்கள் அதோட விலை எல்லாம் அழகா படத்தோட இருந்துச்சி.

“இதெல்லாம் நான் கிராமத்துலதான் வாங்கிறேன். எங்கிட்ட நாலுபேரு வேல பாக்குறாங்க. வாடகைக்கு எடமெடுத்துதான் நடத்துறேன். நல்ல லாபமிருக்கு. இத நீங்க இங்கயிருந்து செஞ்சா இன்னும் அதிக லாபமிருக்கும்.”

இதெல்லாம் எப்படித் தயாரிக்கிறது. அத எப்படி பாக்கெட் போடுறது. அதுக்கு என்னென்ன மெஷின் வேணும். எங்கயெல்லாம் விக்கலாம். இதயெல்லாம் சாப்பிட்டு என்னென்ன பிரச்சனைகள் சரியாச்சி. எல்லாத்தையும் சொல்லி முடிச்சாங்க.

மகளிர் சுய உதவிக் குழு பெண்களுக்கு அவர் பேசியது பெரிய உந்துதலா இருந்தது.

ஒருவழியா பயிற்சி வகுப்பில் அழைக்கப்பட்டவர்கள் பேசி முடிஞ்சது.

“காலையிலேர்ந்து நம்ம ஏற்பாடு செய்த பயிற்சி வகுப்பு சிறப்பா நடந்தது. உங்களுக்கெல்லாம் பயனுள்ளதா இருந்திருக்கும்னு நெனைக்கிறேன். இன்னிக்கு நடந்த இந்தநிகழ்வின் நிறை குறைகள யாராவது சொன்னா நல்லாருக்கும்.”

செல்லமுத்து இப்படிச் சொன்னதும் எல்லாரும் ஒருத்தர் மொகத்த ஒருத்தர் பாத்தாங்க. யாரும் பேசவரல. ஒரு பொண்ணு மட்டும் தயங்கி தயங்கி முன்னாடிவந்தா.

“என்பேரு அகல்யா. செல்லமுத்து என் சித்தப்பாதான். நான் எம்.எஸ்.ஸி அக்ரி முடிச்சிருக்கேன். நான் அக்ரி சேர்ந்தப்ப அது எங்க சித்தப்பாவுக்குப் பிடிக்கல. பூமித்தாய கொல்ல ஒரு படிப்பு படிக்கணுமான்னு திட்டும். என்ன அடிக்கடி வானகம் பயிற்சிக்கு போகச்சொல்லும். எனக்கு அதுக்கு வாய்ப்பில்லாம போயிட்டு.

இப்ப நம்மூர்லயே இயற்கை விவசாயத்துக்கு ஒரு பயிற்சி நடக்கிறது தெரிஞ்சதும் எம்பிரண்டுகிட்டயெல்லாம் சொல்லி வரச்சொன்னேன்.

இங்க வந்து பாத்தா இயற்கைவிவசாயம். அதுல வெளஞ்சத எப்படி மதிப்பு கூட்டி விக்குறது, அதோட பயன், இதெல்லாம் சொல்லிக் கொடுத்ததோடு இயற்கையில வெளஞ்சதவெச்சி ஒரு சாப்பாடும் போட்டாங்க.

பனங்கெழங்குல இவ்வளவு செய்யமுடியுமான்னு அதிர்ச்சியா இருந்தது. ரொம்பப் பயனுள்ளதா இருந்தது. அடிமனசிலேர்ந்து சொல்றேன் இது பயனுள்ள நிகழ்ச்சி.

இதுக்குமுன்ன நான் எங்கயும் பேசினதில்ல. எதும் தவறா பேசினா மன்னிச்சிக்குங்க" அகல்யா பேசி முடிச்சதும் எல்லாரும் கைதட்டுனாங்க.

அவளுக்கு லேசா கண்கலங்கியிருந்தத செல்லமுத்து பாத்தான். அவ முதுகுல தட்டிக்கொடுத்தான். அவ கை லேசா நடுங்கிகிட்டிருந்தது.

"யேய்.. அழகா பேசிட்டு ஏன் பயப்படுற"ன்னு சொல்லிட்டு தரையில ஒக்காந்தான். அவனால முடியல. வெளியிலேர்ந்து வந்தவங்கல்லாம் போயாச்சி. இப்ப இருக்குறது பயிற்சிக்கு வந்தவங்க மட்டும்தான். எல்லாரும் அவனக் கவனிச்சாங்க. அவன் பேச ஆரம்பிச்சான்.

"நம்ம பெரிய பள்ளி கொடத்துக்கு பக்கத்துல மில்லுகார வீரப்பன் இருந்தாரில்லையா? அவரு புள்ளையோட வெளிநாடு போயிட்டாரு. அவர் வீடு நல்ல பெரிய வீடு. சும்மாத்தான் இருக்கு. வீட்டச்சுத்தி மூணு ஏக்கர்ல தென்ன. தண்ணி விட ஆளில்ல. வாடக வேண்டாம். வீட்டயும் கொல்லயயும் பாத்துக்க யாராவது ஆளு கெடைக்குமான்னு கேட்டாரு. அந்த எடத்த நாம பயன்படுத்திக்கலாம்னு நெனைக்கிறேன். நீங்க என்ன சொல்றீங்க."

"ஆமா தம்பி. அது நல்ல பெரிய வீடு. எந்தம்பி அவர்கிட்டதான் வேல பாத்தான். பின்னாடி கொல்லயில காய்கறியெல்லாம் நெறய போடலாம் நல்லா வெளையும். கரும்பு திங்கக் கூலி கெடைச்சா வேணாம்னு சொல்லமுடியுமா?"

கூட்டத்துல பெரியவர் ஒருத்தர் இப்படிச் சொன்னதும் செல்லமுத்துக்கு மகிழ்ச்சியாப் போச்சி. யாரும் அதுக்கு மறுப்பு தெரிவிக்கல.

"இன்னக்கி நிகழ்ச்சியில உணவுப் பொருட்கள இயற்கையா எப்படி உற்பத்தி செய்யறதுன்னு குமரவேல் அண்ணன் சொன்னாரு.

அத மதிப்புக்கூட்டி விற்பனை பண்றது எப்படின்னு மேனகாம்மா சொன்னாங்க. விற்பனை பண்ண நான் உதவி செய்றேன்னு அனந்து சார் சொன்னாரு. நாகபட்டணத்துல கடைகள ஒதுக்கித் தாரேன்னு முருகேசன் சாரு சொன்னாரு. பாரம்பரிய நெல்லு நித்தியானந்தம் மூலமா வாங்கிக்கலாம். அத அரிசியாக்குற வேலய மில்லுக்கார

சித்திரவேலண்ணன்கிட்ட கொடுத்துடலாம். அவருக்கு ஒரு வருமானம் கெடைக்கும். சிறுதானிய வகைகள் ராசிபுரத்துலேர்ந்து ஜனகன்னு ஒரு தம்பி தர்றேன்னாரு. அவர்கிட்ட எண்பது வகையான சிறுதானியங்க இருக்கு. இன்னிக்கு நிகழ்ச்சிக்கு அவரக் கூப்பிட்டிருந்தேன். அவருக்கு அடுத்த வாரம் கல்யாணம். அதுனால வரமுடியல.

மகளிர் சுய உதவிக் குழு மூலமா லோன் வாங்கிடலாம். அது சம்பந்தமா மேனகாம்மா ஒதவுறதா சொல்லியிருக்காங்க. நாம மெஷின் வாங்க ஏற்பாடு செஞ்சிட்டம்னா அவங்க வந்து எல்லாம் சொல்லிக் கொடுப்பாங்க. நமது அமைப்புக்கும் ஒரு எடமும் கெடைச்சிட்டு இனி நாமெல்லாம் ஒண்ணா சேர்ந்து ஒழைக்கணும். அதுதான் பாக்கி.''

பக்கத்தில இருந்த பையன்கிட்ட தண்ணி வேணும்னு சைக காட்டுனான் செல்லமுத்து. ஒரு சொம்புல தண்ணி கொண்டு வந்து கொடுத்தாங்க. மடக் மடக்னு குடிச்சான்.

''அமைப்புக்கு பேரு வெச்சாச்சி. பொறுப்பாளர்கள தேர்ந்தெடுக்கணும். யார தலைவரா போடலாம். மற்ற பொறுப்புகள யாருக்குக் கொடுக்கலாம்.''

எல்லோரோட ஒருமித்த குரலும் செல்லமுத்து தலைவர் ஆகணும்குறதுதான். ஆனா செல்லமுத்து அத ஏத்துக்கல.

''எல்லாரும் எல்லாமும் தெரிஞ்சிக்கணும். என்னப் பொறுத்தவரயில பொறுப்புகள பசங்க கையில கொடுக்கலாம்னு நெனைக்கிறேன். அப்படின்னா நீங்க யார தேர்ந்தெடுப்பீங்க?''

செல்லமுத்து இப்படி சொன்னதும். பசங்கள்லாம் அரிய கைய காட்னாங்க. பெரியவங்ககிட்டேர்ந்தும் மறுப்பு இல்ல.

''அரிக்கு தலைவர் பொறுப்பு கொடுக்கறதுல எனக்கு ரொம்ப சந்தோசம். ஆனா தம்பிக்கு நான் வேற ஒரு வேல வெச்சிருக்கேன்.

அரசு அதிகாரியாகுறதுக்கான எல்லா தகுதியும் அவருக்கு இருக்கு. அதுக்கு அவரப் படிக்கவைக்கலாம்னு இருக்கேன். அடுத்த வருசத்துக்கான பயிற்சி வகுப்பு அடுத்த மாசம் ஆரம்பமாகுது. அரியலூர்ல என் நண்பர் ஒருத்தர் பயிற்சிப் பள்ளி வெச்சிருக்கார். ராஜேஷ்னு பேரு. அவர்கிட்ட பேசினப்ப பையன எங்கிட்ட அனுப்பி வைங்க. நான் சின்னதா ஒரு டெஸ்ட் வெச்சி என்ன எக்சாம் எழுலாம்னு சொல்றேன். இங்கயே பயிற்சி எடுத்துகட்டும்னு சொன்னார்.

அரி அங்க போற வரைக்கும் தலைவர் பொறுப்புல இருந்து பாத்துக்கட்டும். போட்டுருக்குற கடல அரிச்சி முடிஞ்சதும் நான் ஓசூர் வரைக்கும்போறேன். நான் வேல பாத்த கம்பெனியில புதுசா ஒரு பிராஞ்ச் ஆரம்பிச்சிருக்காங்க. அங்க கம்பெனியசுத்தி மரங்களும் மூலிகைகளும் நடணும்னு கூப்பிட்டிருக்காங்க. இங்க ஒவ்வொருத்தரும் பொறுப்ப ஏத்துக்கிட்டாதான். எல்லாருக்கும் அனுபவம் கெடைக்கும்.''

செல்லமுத்து சொல்லி முடிச்சதும் எல்லாரும் ஒருவித மகிழ்ச்சியான மனநிலையில இருந்தாங்க.

''சரி... சரி... பள்ளியொடத்த சுத்தம்பண்ணிட்டு எல்லாரும் கௌம்பலாம்.''

மன்றத்துப் பசங்க பொருட்களை அடுக்கி பள்ளியொடத்த பழையபடி கொண்டு வந்தாங்க.

அடுத்து என்ன செய்யப்போறோம்ங்குற திட்டம் அரி மனசுல ஓடிகிட்டிருந்தது. செல்லமுத்துக்கு போன் வந்தது. எடுத்தான்.

''மேனகா பேசறேன். நீங்க அனுப்பன ஆட்டோகாரர் என்ன பஸ் ஸ்டான்டுல கொண்டு வந்து பஸ் ஏத்தற வரைக்கும் இருந்துட்டு கௌம்புனாரு.

சமைக்க நீங்க ஏற்பாடு பண்ண எல்லாரும் நல்லா ஒதவி பண்ணாங்க. நான் சென்னைக்குப் போனதும். மெசேஜ் பன்றேன்.''

''ரொம்ப நன்றி. ஒங்களோட ஒதவி இன்னும் தேவையிருக்கு. மறந்துடாதீங்க.'' செல்லமுத்து போனை வைத்தான். மனதுக்கு நிறைவாக இருந்தது. ஒடம்பு களைப்பா இருந்தது.

அரிகிட்ட, ''போய் வாழக்கொல்ல கொளத்துல சில்லுன்னு ஒரு குளியல் போட்டுட்டு. சாப்டுட்டு நல்லா தூங்கணும்''னான்.

''முடியாதுண்ணே. மேனகாம்மா பேசிகிட்டிருக்கும்போதே அருணகிரிமாமாவுக்கு போன் வந்தது. கௌம்பிப் போனாரு. முடிஞ்சிட்டுன்னு போன் பண்ணனாரு. பள்ளியொடத்துலேர்ந்து கௌம்பும்போது சொல்லச்சொன்னாரு.''

செல்லமுத்து ஒரு பெரு மூச்சுவிட்டான். ''வீட்ல பெரியவங்க சாகும்போது கொழந்த பொறந்தா செத்தவங்கதான் கொழந்தையா பொறந்திருக்குறதா சொல்வாங்க. கிருஷ்ணப்ப தாத்தாதான் கொழிஞ்சி.''

செல்லமுத்த தவிர மத்தவங்களுக்குத் தெரிஞ்சிருக்கு. ஊர்ல பெரிய சாவு. கல்யாணச் சாவு. இங்கேர்ந்து வீட்டுக்குப் போயிட்டு எல்லாரும் அங்கதான் வருவாங்க.

செல்லமுத்து அரிய பாத்தான்.

“அண்ணே. கொமாரண்ணன் வேல முடிஞ்சி வரும்போது ஒரு மாலவாங்கி வரச்சொல்லி போன் பண்ணிட்டேன். வர ஒண்ணர மணி நேரமாகும்.

ஒடம்பு கசகசன்னு இருக்கு வீட்டுக்குப் போயிட்டு குளிச்சிட்டு கொமாரண்ணன் வீட்டுக்குப் பக்கத்துல வந்துடுவோம். எல்லாம் ஒண்ணா போகலாம்.”

அரி சொன்னான்.

“சரிப்பா... கொழிஞ்சின்னு மூர்த்தி பலகையில எழுதிக்கொடுத்தத எடுத்துக்கிட்டு போயி ஒன் வீட்ல வெச்சுக்க. அத வீரப்பன் அண்ண வீட்டு வாசல்ல மாட்டிடலாம்.

போர்டுல இருக்குற நம்மாழ்வாரய்யா படம் அப்படியே இருக்கட்டும் நாளைக்கு பள்ளியொடம் வர்ற பசங்க அவரு யாருன்னு தெரிஞ்சிகட்டும்.”

சின்ன பள்ளியொடத்திலிருந்து கிளம்பினார்கள்.

★★★

நீண்ட கொம்பில் மாலையைக் கட்டி இருவர் பிடித்துக்கொள்ள கிருஷ்ணப்பா வீட்டை நோக்கி கொழுஞ்சி குழுவினர் ஊர்வலமாக செனறனர்.

அவர் வீட்டுக்கு செல்லும்முன்னே காற்றில் கலந்து வந்தது கிருஷ்ணப்பா வீட்டு பாட்டியின் ஒப்பாரி.

கட்டறுத்து களம்பாத்து.
பதறு போவ நெல்தூத்தி,
கருவ மரத்தடியில
எங்கய்யா களைப்பாக
தூங்குறாரே...
வ்வாஆஆஆ... க.

பொந்து நல்ல புளியமரம்
பொந்து தங்கும் புன்னமரம்
மந்தகூறி வந்தாவொன்னா
எங்கய்யா
மவராசன் போலிருப்பார்.
வ்வாஆஆஆஆ...க.

“கெழவிக்கு கண்ணுதான் தெரியாது. எழவு கொரல பாரேன் எவ்ளோதூரம் கேக்குதுன்னு.”

சற்குணம் சொன்னதும் எல்லாரும் சிரிச்சாங்க. வீடு நெருங்கிச்சி. கிருஷ்ணப்பா தாத்தாவ குளிப்பாட்டி நாற்காலியில ஒக்கார வெச்சிருந்தாங்க. வாய தெறந்து கலந்து வெச்சிருந்த உப்பயும் நல்லெண்ணெயயும் வாயில ஊத்தி வெத்தல பாக்கத் திணிச்சி ஒரு துண்டால தலையயும் தாவாங்கட்டையயும் சேர்த்துக் கட்டிகிட்டிருந்தாரு பழனிவேல்.

இவங்கள்ளாம் மாலயோட போயி நின்னதும், “யப்பா கொஞ்சம் இருங்க. வேல முடியல. மொத மால ரெத்த ஒறவுதான் போடணும் பொறவு வாங்க”ன்னு வெரட்டுனாரு.

எல்லாரும் வந்து நாற்காலியில ஒக்காந்தாங்க. காலையிலேர்ந்து நடந்த நிகழ்சிகளப் பத்தி பேச ஆரம்பிச்சாங்க.

செல்லமுத்து ரெண்டு பிளாஸ்டிக் நாற்காலிய எடுத்தான் கொஞ்சம் தள்ளிப்போய் ஒரு நாற்காலியில ஒக்காந்துகிட்டு, இன்னொரு நாற்காலியில கால் ரெண்டையும் தூக்கி வாட்டமா வெச்சிக்கிட்டு நல்லா சாய்ஞ்சி ஒக்காந்தான். கொஞ்ச நேரத்துல அவன்கிட்டேர்ந்து கொரட்ட சத்தம் கேட்டது. கொட்டுச் சத்தத்தையும் மீறி அவன் கொரட்ட விட்டுத் தூங்கறது எல்லோருக்கும் ஆச்சரியமா இருந்துச்சி.

★★★

திருத்துறைப்பூண்டி லயன்ஸ்கிளப் உங்களை அன்புடன் வரவேற்கிறது.

அலங்காரப் பலகையைப் பார்த்ததும் சந்தோசமா இருந்துச்சி செல்லமுத்துக்கு.

மண்டபத்துக்குள்ள போனதும் ஒரே குளிர்ச்சியா இருந்துது. குளிர்ச்சின்னா அவனுக்கு ரொம்பப் பிடிக்கும். மெட்ராசில கம்பெனியில வேல

பார்த்தபோது கம்பெனிக்குள்ள அவ்வளவு வெக்கையா இருக்கும். வேர்த்து ஊத்தும். சட்டக் கையில மொகத்தத் தொடச்சித் தொடச்சி கைமட்டும் அவ்வளவு அழுக்காயிருக்கும். ஆனா வெவசாய நெலத்துல அப்படியில்ல எவ்வளவு வெயிலா இருந்தாலும திறந்த வெளியில உள்ள காத்து ஒடம்புல படும்போது வெக்க தெரியாது.

மேடையில மத்தியில ஒரு பெரிய நாற்காலி செகப்பா அலங்காரமா. அரண்மணையில ராஜா ஒக்கார்ற மாதிரி. பக்கத்துல பல நாற்காலிகள் இருந்தது. அந்த செகப்பு நாற்காலியில ஒக்கார யாரோ பெரியாளுங்க வருவாங்க. யாரா இருக்கும்? யாருன்னுதான் பாப்போமே. நெனைச்சிக்கிட்டுப் போய் ரெண்டு இருக்கையத் தேடிப்பிடிச்சி அவனும் அவன் மனைவியும் ஒக்காந்தாங்க.

ஒவ்வொருத்தரா வர ஆரம்பிச்சாங்க. செலபேரு வந்து அவனுக்கு கைகுலுக்கிட்டு போனாங்க. சந்தோசமா இருந்துச்சு. மேடையில சின்ன பசங்கள வெச்சிக் கலகலப்பா நிகழ்ச்சி நடத்திகிட்டிருந்தாங்க ஒரு அம்மா. சில ஆண்கள மேடைக்கு அழைச்சி அவங்கள பொடவ கட்ட சொல்லி வேகமாவும் அழகாவும் பொடவ கட்டினவங்களுக்கு அவங்க மனைவிய விட்டு பரிசு கொடுக்க வெச்சாங்க. தம்பதிகளை மேடையில ஏத்தி மனைவிங்க கையில கொஞ்சம் ரப்பர்பேன்ட் கொடுத்து கணவன் தலைமுடிய கொஞ்சமா பிரிச்சி அதுல ரப்பர மாட்டச்சொன்னாங்க. அதிகமா யார் மாட்றாங்களோ அவங்களுக்கு பரிசுன்னு சொன்னாங்க.

அவசர அவசரமா எல்லாரும் கணவன் தலையில ரப்பர்பேன்ட மாட்டினாங்க. அதுல ஒருத்தர் தலைமுடி அவங்க வீட்டம்மா கையோட வந்துட்டு. எல்லோரும் கொல்லுனு சிரிச்சாங்க. மேடையில நிகழ்ச்சி நடத்துன அம்மா அரங்கத்த கலகலப்பா கொண்டுகிட்டு போய்கிட்டிருந்தாங்க.

திடீர்னு கோட்டு சூட் போட்ட நாலஞ்சிபேரு வந்தாங்க. கூடவே செல்லமுத்த இந்த நிகழ்ச்சிக்கு கூப்பிட்டிருந்த உத்தமசோழனும் வந்தாரு. எல்லோரும் நேரா செல்லமுத்துகிட்ட வந்தாங்க. எழுந்து நின்றான். எல்லாரும் கைகுலுக்கி வாழ்த்து சொன்னாங்க. சொல்லிட்டு மேடைக்கு முன்வரிசையில் போய் ஒக்காந்தாங்க.

மேடையில நிகழ்ச்சி முடிஞ்சதும், ஆண்டறிக்க படிச்சாங்க. வரவு செலவு கணக்கு படிச்சாங்க. சிறப்பு விருந்தினர்கள மேடைக்கு

கூப்பிட்டாங்க. ஒவ்வொருத்தரா மேடைக்கு போய் ஒக்காந்தாங்க. செகப்பு நெற அலங்கார நாற்காலி மட்டும் காலியா இருந்துச்சி.

அடுத்ததா, “நம்ம சிறப்பு விருந்தினர் திரு. செல்லமுத்து அவர்களை மேடைக்கு அழைக்கிறோம்”னு சொன்னதும் ஒரு அழகான இளம்பெண் ஒரு பூங்கொத்தக் கொண்டுவந்து செல்லமுத்து கையில கொடுத்து அவன் மேடையேறுகிற வரை கூடவே வந்தார். செல்லமுத்து மேடையில ஏறினதும் உத்தமசோழன் அழைச்சிகிட்டுப்போய் அந்த செகப்பு நிற அலங்கார நாற்காலியில ஒக்கார வெச்சாரு.

செல்லமுத்து ஒக்காரும்வரையில் அனைவரும் எழுந்து நின்றது அவனுக்குக் கூச்சமாக இருந்தது. மேடையில் இருந்தவர்கள் அவனைப் புகழ்ந்து பேசினார்கள். அவனைப் பாராட்டுவதும், அவர்களின் ஆரோக்கியத்துக்காக அவன்சார்ந்த உழவர்களின் உற்பத்திப் பொருட்களைக் கொண்டு இந்த ஊரில் ஒரு கடை திறக்க வேண்டும் என்பதும் அவர்களது நோக்கமாக இருந்தது.

அடுத்ததாக செல்லமுத்துக்கு தங்கநிறத்தில் சால்வை அணிவித்து, ஆளுயரத்தில் அழகான அலங்கார மாலை அணிவித்து தூக்கமுடியாத எடையில் விருதும் வழங்கினர்.

இறுதியாக உத்தமசோழன் பேசினார்.

“நமது லயன்ஸ் கிளப் இதுவரை எத்தனையோ சாதனையாளர்களை வாழ்நாள் சாதனையாளர் விருது கொடுத்து பாராட்டியிருக்கிறது. முதன்முறையாக இயற்கைமுறையில் விவசாயத்தை முன்னெடுத்து அதைப் பலரிடம் கொண்டுபோய் சேர்த்த திரு. செல்லமுத்து அவர்களை மேடையேற்றி விருதளித்திருக்கிறது.

விவசாயம் செய்ய பயந்துகொண்டு சென்னைக்குச் சென்றவர். ஒரு நிறுவனத்தில் பணியாற்றி சினிமா முயற்சியில் ஈடுபட்டு, பின்னர் இயற்கை விவசாயத்தில் ஆர்வம்காட்டி, வேலையைவிட்டு தன் சொந்த கிராமத்துக்கு வந்து இயற்கை விவசாயம் செய்து, இன்று அவர் கிராமத்தைச் சுத்தியிருக்கும் பலருக்கு அதை அறிமுகபடுத்தி கடந்த ஓர் ஆண்டாக நாகப்பட்டிணத்தில் நகர மக்கள் அனைவருக்கும் விஷமில்லாக் காய்கறி கிடைக்க ஏற்பாடு செய்தவர். நகர வாழ்விலிருந்து கிராமத்தின் பக்கம் அவர் திரும்ப, எது காரணம் இப்போது அவர் நம்மிடையே பேசுவார்.”

உத்தமசோழன் பேசிமுடித்ததும் செல்லமுத்து எழுந்து மைக் அருகில் சென்றான்.

அனைவரும் பலமாக கரவொலி எழுப்பி ஆரவாரம் செய்தனர்.

“எல்லோருக்கும் வணக்கம். லயன்ஸ் கிளப்பின் தலைவராக பொறுப்பேற்றிருக்கும் திரு. உத்தமசோழன் ஐயாதான் இந்த இடத்துக்கு என்னைய கூட்டிகிட்டு வந்தாரு. அவரு சொன்னதுபோல விவசாயம் செய்ய பயந்து ஓடுனவன்தான் நான்...” செல்லமுத்து சுருக்கமாகவும் எளிமையாகவும் பேசி முடித்தான்.

அவனுடைய எதார்த்த பேச்சு எல்லோரையும் ஈர்த்தது. அமைதியாகக் கேட்டுக்கொண்டிருந்தாங்க.

“இங்க மேடையில பேசினவங்க எல்லாரும் இந்தூர்லயும் நாங்க கட தொறக்கணும்னு கேட்டுகிட்டீங்க. எங்க ஆசையும் அதுதான். நாகப்பட்ணத்துல கட தொறக்க அந்த கலெக்டரய்யா பெரிய உதவியா இருந்தாரு. டி.ஆர்.ஓ சார் நாங்க கேட்டதெல்லாம் செஞ்சி கொடுத்தாரு. இங்க நீங்கெல்லாம் ஒதவி செய்யறதா சொல்லியிருக்கீங்க. விரைவில் இங்கயும் ஒரு இயற்கை அங்காடி திறப்போம்.”

நிகழ்ச்சி முடிஞ்சி மண்டபத்த விட்டு வெளிய வந்தாங்க. தூரத்துல ஒருத்தர் வேகமா வந்தாரு. அறிமுகம் இல்லன்னாலும் செல்லமுத்துக்கு நல்லா தெரிஞ்சவர். வந்ததும் செல்லமுத்து கையப் புடிச்சிக்கிட்டார்.

“அண்ணே வெளிய போயிருந்தேன். லேட்டாயிடுச்சி. மேனகா ஒங்களபத்தி நெறய சொன்னிச்சி. எனக்குக் கூச்சமா இருந்தது. பக்கத்துல இருந்துக்கிட்டு தெரியாம இருக்குறமேன்னு. இந்த வருசம் மேமாசம் நெல்திருவிழாவுல ஒங்களுக்கு நம்மாழ்வார் விருது தர்றதா இருக்கோம். நீங்க கண்டிப்பா வரணும்.”

“நான்... மன்னிக்கணும்... நாங்க கண்டிப்பா வர்றோம். ஒரு பெரிய கூட்டமே வர்றோம். ஆனா விருது எனக்கு வேண்டாம். ஒரு முக்கியமான பணிய செய்யறாரு எங்க அமைப்புல மூர்த்தின்னு ஒருத்தர். முழுக்கமுழுக்க தூக்கிப் போடுற கொட்டங்குச்சியிலயும், பழைய மரங்கள்ளயும் இவரு செய்யுற உருவம் நாடு முழுக்க எல்லா இயற்கை அங்காடியிலயும் பழைய கலைபொருட்கள் விக்கிற கடையிலயும் நல்லா விக்குது. ஐயா உயிரோட இருந்தா

மூர்த்திய கண்டிப்பா பாராட்டுவாரு. மூர்த்திக்கு ஐயா பெயர்ல விருது கொடுக்கறது பொருத்தமா இருக்கும்.''

சிறிது நேரம் நெல்ஜெயராமனிடம் பேசிக்கொண்டிருந்துவிட்டு கிளம்பினார்கள். அங்கிருந்து பேருந்துநிலையத்துக்குச் செல்லும் வழியில்,

''கிருஷ்ணப்ப தாத்தா வீட்டுக்குப் போகலாம். கொஞ்சம் காராச் சேவு வாங்கிக்குவோம். மிளகு போட்ட காராச்சேவுன்னா அந்தத் தாத்தாவுக்கு ரொம்பப் புடிக்கும்.''

செல்லமுத்து சொன்னதும், ''ஏங்க அந்தத் தாத்தாவுக்குத்தான் பல்லில்லயே காராச் சேவு எப்படி சாப்டும்?''

''பாக்கு இடிக்குற ஒரல்ல போட்டு நல்லா இடிச்சி அதம்பி அதம்பி சாப்பிடும். அப்பப்ப இந்த சாம்பசிவம் பய வந்து பேசிகிட்டிருப்பான். அவனும் நாகப்பட்டணத்துல கட ஆரம்பிச்சதும் கடயே கதின்னு கெடக்கான். ஒருத்தனும் வந்து பாக்கமாட்டங்கிறானுவோன்னு பொலம்புச்சாம்.''

காராச்சேவு வாங்கிக்கொண்டு பேருந்தில் ஏறி அமர்ந்தார்கள். செல்போனை எடுத்து வாட்ஸ்ஆப்பை திறந்தான். ரெக்ஸிடமிருந்து ஏதோ தகவல் வந்திருந்தது.

''அண்ணே. வண்டி வாங்கி ஒரு மாசமாச்சி. இதுவரைக்கும் நட்டம் ஏதுமில்ல. நல்லா போய்கிட்டிருக்கு. அப்பா போன வாரம் வேலையிலேர்ந்து ரிட்டயர் ஆயிட்டு அதுல கொஞ்சம் பணம் வந்தது. அத கொடுத்து கடன அடைச்சாச்சி'' செல்லமுத்துக்கு மகிழ்ச்சியாக இருந்தது.

மனைவியின் தோளில் சாய்ந்தான். இளையராஜா தாலாட்டிக் கொண்டிருந்தார்.

★★★

இயற்பெயர் கா.குழந்தைவேல். பிறந்த தேதி 10.06.1975. சொந்த கிராமமான நாகை மாவட்டம் வானவன் மகாதேவியின் முதல் நான்கு எழுத்தே புனைபெயர்.

சென்னையில் தனியார் இயந்திர நிறுவனமொன்றில் கடந்த இருபத்தி ஆறு ஆண்டுகளாக மெஷின் மெக்கானிக்காக பணியாற்றிக்கொண்டே நம் மரபுக் காய்கறி விதைகளை மக்களிடம் இலவசமாகக் கொண்டு சேர்க்கும் பணியைக் கடந்த பன்னிரண்டு வருடமாக மேற்கொண்டுள்ளார்.

வடசென்னையில் அத்திக்குழு என்ற அமைப்பை உருவாக்கி மூலிகைத் தோட்டம் அமைத்தல், குறுங்காடுகள் அமைத்தல், இயற்கை விவசாயிகளுக்குத் தேவையான உதவிகளைச் செய்து ஊக்கப்படுத்துதல் போன்ற பணிகளில் ஈடுபடுகிறார். இப்பணிக்காக நாடு முழுவதிலுமிருந்து இருபதுக்கு மேற்பட்ட விருதுகளைப் பெற்றுள்ளார்.

அவ்வப்போது கவிதை, சிறுகதை, இயற்கை சார்ந்த கட்டுரை எழுதும் இவரின் முதல் நாவல் *ஓரக்குழி*.

www.ingramcontent.com/pod-product-compliance
Ingram Content Group UK Ltd.
Pitfield, Milton Keynes, MK11 3LW, UK
UKHW042133021026
15589UKWH00003B/805

9 789395 511537